आत्मचरित्र मीमांसा

आनंद यादव

मेहता पब्लिशिंग हाऊस

AATMACHARITRA MIMANSA by ANAND YADAV
आत्मचरित्र मीमांसा / आनंद यादव : संदर्भ ग्रंथ

© स्वाती आनंद यादव
५, 'भूमी', कलानगर, पुणे-सातारा रोड, पुणे - ४३.

प्रकाशक : सुनील अनिल मेहता, मेहता पब्लिशिंग हाऊस
१९४१, सदाशिव पेठ, पुणे - ३०.
मुखपृष्ठ : चंद्रमोहन कुलकर्णी
प्रकाशनकाल : फेब्रुवारी, १९९८ / पुनर्मुद्रण : सप्टेंबर, २०१४
ISBN 9788171617722

सहृदय मित्र आणि सच्चा समीक्षक

प्रा. डॉ. चंद्रकांत बांदिवडेकर

यांना...

आत्मगत

सध्या आत्मचरित्रांचा विद्यापीठीय पातळीवर मोठ्या प्रमाणात अभ्यास केला जात आहे. विशेषत: एम. फिल., पीएच.डी. पदव्यांसाठी संशोधनात्मक लेखन केले जात आहे. पण कथा-कादंबरीपेक्षा आत्मचरित्र या साहित्य-प्रकाराचा अभ्यास नेमका वेगळा कुठे पडतो, याची जाणीव अभ्यासकांत दिसत नाही. या अभ्यासाच्या वेगळेपणाच्या वाटा दाखविण्याचा किंवा दिशा शोधण्याचा कुणी जाणकार समीक्षकाने मन:पूर्वक प्रयत्नही केलेला दिसून येत नाही. आत्मचरित्रातील केवळ आशयाची मीमांसा करून हे संशोधन पूर्ण केले जाते. त्याच्या वेगळ्या वाङ्मयीन रूपाकडे पूर्णपणे दुर्लक्ष केले जाते.

एखादा चरित्रकार अनेक चरित्रे लिहितो. अशा अनेक चरित्रे लिहिलेल्या चरित्रकारांनी 'चरित्र-लेखनावर' केलेले वैचारिक विवेचन स्वानुभवसिद्ध असते. या स्वानुभवसिद्धीमुळे ते नंतरच्या अभ्यासकांना व चरित्र-लेखन करू पाहणाऱ्या लेखकांनाही मार्गदर्शक ठरू शकते.

मात्र अशाप्रकारचे मार्गदर्शक लेखन मराठीमध्ये आत्मचरित्र-लेखनाच्या बाबतीत मात्र उपलब्ध होऊ शकत नाही. मराठीमध्ये आत्मचरित्रे लिहिणाऱ्या लेखकांनी आपापल्या आत्मचरित्रांच्या प्रस्तावनांमधून किंवा प्रासंगिक स्वरूपात एखाद्या स्फुटलेखातून आत्मचरित्राविषयी व त्याच्या लेखनाविषयी असलेली आपली समजूत प्रकट केलेली आहे. पण त्यांचे हे लेखन अतिसंक्षिप्त, गोळाबेरीजवजा, एकांगी आणि अतिशय जुजबी स्वरूपाचे असते. त्यातून आत्मचरित्राच्या मूलभूत स्वरूपावर फारसा प्रकाश पडत नाही. पुष्कळ वेळा दिशाभूल मात्र होते.

स्वातंत्र्योत्तर काळातील विविध सामाजिक आणि राजकीय चळवळींतील साहित्यनिर्मितीला पोवाडे, जलसे-वगनाट्यांपेक्षा आणि कथा-कादंबऱ्यांपेक्षा आत्मचरित्र-लेखनाचा मार्ग जवळचा वाटतो आहे, त्याचे कारण काय? यासंबंधीची कोणत्याही प्रकारची तुलनात्मक समीक्षा, निरीक्षणे किंवा परीक्षणे मराठी समीक्षकांकडून केली गेलेली नाहीत.

आज मराठी समाजात इतर प्रातिभ आणि काल्पनिक साहित्यप्रकारांच्या वाचनापेक्षा आत्मचरित्राचे वाचन अधिक प्रमाणात करणारा वाचकवर्ग झपाट्याने वाढतो आहे, याचे रहस्य आत्मचरित्राच्या बदलत्या स्वरूपात आहे किंवा काय, याचा शोध कुणी जिज्ञासूने जाणकारीने घेतलेला दिसत नाही.

वाङ्मयेतिहासाच्या ग्रंथात 'आत्मचरित्रांना' चरित्राचाच एक उपप्रकार मानून त्यांचा आढावा अतिसंक्षिप्त रूपांत प्रा. डॉ. प्र. न. जोशी आणि प्रा. अ. म. जोशी आदींनी घेतलेला दिसतो. म्हणजे वाङ्मयाच्या इतिहासातही आत्मचरित्राला स्वतंत्र साहित्य-प्रकार म्हणून मान्यता नाही. आत्मचरित्रांना अधिकृत स्वतंत्र साहित्य-प्रकार म्हणून मान्यता नसल्यामुळे त्यांच्या मूळ स्वरूपाचा सैद्धांतिक विचारही केलेला नाही, अशी स्थिती दिसून येते.

साहित्याच्या विद्यापीठीय अध्यापनाविषयी मराठीत जे ग्रंथ उपलब्ध आहेत, त्यात इतर बारीकसारीक साहित्यप्रकारांचे अध्यापन कसे करावे, त्या प्रकारांचे मूलभूत घटक कोणते आणि त्यांचे एकूण स्वरूप काय आहे याविषयी सविस्तर विवेचन आहे. पण आत्मचरित्राविषयी त्यातही स्वतंत्रपणे काही सांगितलेले नाही.

वास्तविक मराठीमध्ये १९७० पासून आत्मचरित्रे १९७० पूर्वीच्या काळाच्या तुलनेने विपुल प्रमाणात लिहिली जाऊ लागली. १९७० नंतरच्या या काळातील आत्मचरित्रे वैशिष्ट्यपूर्ण ठरली आहेत. त्यांना भरपूर प्रसिद्धी आणि लोकप्रियताही मिळाली आहे. पण आत्मचरित्र नेमके कशाला म्हणावयाचे, ते चरित्रापेक्षा नेमके वेगळे कुठे आणि कशामुळे पडते, त्याच्या प्रेरणा कोणत्या, त्याचे प्रकार कोणते, त्याचे लेखन कसे करावयाचे, त्याच्या विषयाचा आवाका किती आणि कुठवर आहे, त्याचे वाचन कशासाठी करावयाचे, त्याची शिस्तबद्ध समीक्षा कशी करावयाची, आजकाल आत्मचरित्रांना 'कादंबरी' म्हटले जाते ते योग्य आहे का, आत्मकथा, स्मृतिचित्रे, अनुभवकथन, इत्यादी प्रकार आणि आत्मचरित्रे ही एकच आहेत काय, इत्यादी प्रश्नांची तात्त्विक चर्चा नव्याने करण्याची नितांत गरज आहे, अशी चर्चा मराठी साहित्यक्षेत्रात आजही सुसंगतपणे उपलब्ध नाही.

'आत्मचरित्र' कादंबरीइतकाच महत्त्वाचा साहित्यप्रकार आहे. त्याचे स्वरूप कादंबरी, चरित्र, इत्यादी दीर्घ पट व व्यापक अवकाश असलेल्या साहित्यप्रकारांपेक्षा वेगळे आहे. इतरांपेक्षा त्याचे व्यवच्छेदक लक्षण भिन्न आहे, पण अध्यापनाच्या क्षेत्रात गतानुगतिकतेने शिकविणाऱ्या प्राध्यापकांना त्याचा नव्याने शोध घ्यावा, असे अजूनही वाटत नाही.

या गुतानुगतिकतेची पाळेमुळे इतिहासात कोणत्या स्वरूपात आहेत, याचा थोडा शोध घेण्याची आवश्यकता आहे.

-१८७५ ते १९२० या काळात चरित्रांच्या तुलनेत आत्मचरित्रे कमी लिहिली

गेली. याची कारणे प्रा. अ. म. जोशी यांनी 'मराठी वाङ्‌मयाचा इतिहास, खंड पाचवा, भाग दुसरा' या ग्रंथातील 'चरित्रवाङ्‌मय' या आपल्या विस्तृत लेखात सांगितलेली आहेत. संक्षिप्त स्वरूपात ती अशी सांगता येतील :

(१) स्वत:संबंधी सांगता येण्यासारखे विशेष महत्त्वाचे असे फारच थोड्या व्यक्तींजवळ असते. सामान्यत: कल्पना अशी की, आपल्या जीवनापासून लोकांना काही बोध मिळण्यासारखा असेल, तरच आत्मचरित्र लिहिण्यात अर्थ, एरवी सामान्य माणसाने स्वत:च्या जीवनाचा वृत्तान्त कशासाठी लिहून ठेवावयाचा? ही बोधवादी दृष्टी त्या काळी चरित्र लिहिणाऱ्या लेखकांतही होती.

(२) ज्यांच्या जीवनापासून बोध घेण्यासारखा होता अशा थोर व्यक्तींनीही आत्मचरित्रे कार्याच्या मोठ्या व्यापामुळे सवड न मिळाल्याने लिहिली नसावीत किंवा त्यांना स्वत:विषयी काही लिहिण्याचा संकोच वाटला असावा.

(३) १९४२ नंतरच्या काळात काही कार्यकर्त्यांनी कारावासात मिळालेल्या सक्तीच्या विश्रांतीच्या काळात आत्मचरित्रे लिहिली आहेत.

'त्या काळात आत्मचरित्रे लिहिण्याची वृत्ती कमीच होती' असेही ते याविषयी लिहिताना शेवटी म्हणतात-

महाराष्ट्रीय समाजात १८४५ ते १९४५ या शंभर वर्षांत धार्मिक प्रबोधन, सामाजिक प्रबोधन व राजकीय प्रबोधन यांच्या लाटा प्रामुख्याने येऊन गेल्या. परकीय सत्तेच्या अमलाखालचा हा काळ होता. सामाजिक, सांस्कृतिक, राजकीय, वाङ्‌मयीन परिवर्तने आणि विकास या काळात हळूहळू होत होता. अनेकांगी ध्येयवादी वृत्तींनी या काळातील समाज भारला गेलेला दिसतो. स्वाभाविकच ध्येयप्राप्तीसाठी कोणतीही साहित्यनिर्मिती व लेखन व्हावे, असे त्याला वाटत होते.

परिणामी चरित्रे व आत्मचरित्रेही त्याच दृष्टीने लिहिली जावीत, असा विचार प्रभावी असणे स्वाभाविक होते.

दुसरे असे की, भारतीय साहित्यपरंपरेत स्वत:विषयी सांगणे उचित मानले जात नसे. स्वत:विषयी कारणपरत्वे अत्यावश्यक तेवढीच माहिती देणे सुसंस्कृतपणाचे समजले जात होते. समाजात नम्रतेची भूमिका स्वीकारणे सुसंस्कृतपणाचे व स्वत:चा मोठेपणा चार लोकांत स्वत: सांगणे असंस्कृतपणाचे मानले जात असे. त्यामुळे मोठी माणसेही 'आत्मचरित्र' लिहिण्यास सहसा प्रवृत्त होत नसावीत. १८७० पर्यंतच्या काळात ही प्रवृत्ती प्रभावी असावी.

१८७० नंतर मराठीमध्ये इंग्रजीमधून अनेक मोठ्या व कर्तृत्ववान व्यक्तींची चरित्रे आणि आत्मचरित्रे भाषांतरित होऊ लागलेली दिसतात. या भाषांतरित चरित्र-आत्मचरित्रांना वाट पुसत मराठीमध्येही हळूहळू स्वतंत्रपणे चरित्रे-आत्मचरित्रे लिहिली जाऊ लागली.

आरंभीची आत्मचरित्रे चरित्रांप्रमाणेच बोधवादी होती. मराठी साहित्यात १९२० पर्यंतचा काळ हा प्रामुख्याने बोध व प्रबोध यांच्या प्रभावाखालचाच होता. १९२० नंतर मात्र राजकीय प्रबोधन महत्त्वाचे ठरत गेले. साहित्यात मात्र मनोरंजनवादाचा, सौंदर्यवादाचा (रोमँटिसिझमचा) उदय झाला आणि त्याचा प्रभाव वाढत गेला. बोधवादी किंवा प्रबोधनवादी आशयाशिवायही साहित्याला अस्तित्व असू शकते, याची जाणीव या काळात होऊ लागली आणि साहित्यप्रकारांकडे पाहण्याची दृष्टी बदलली. परिणामी चरित्र व आत्मचरित्र यांच्याकडेही पाहण्याच्या दृष्टिकोनात बदल झाला. हा दुसरा टप्पा होता.

तिसरा टप्पा १९५० च्या आसपासचा आहे. हा स्वातंत्र्याचा काळ होता. या काळात साहित्याकडे पाहण्याचा दृष्टिकोन आणखी बदलला. परिणामी 'आत्मचरित्राकडे'ही वेगळ्या दृष्टीने पाहिले जाऊ लागले.

या तीनही टप्प्यांवर साहित्याकडे पाहण्याची दृष्टी बदलली. एवढेच नव्हे तर १९७० ते १९९५ या पंचवीस वर्षांच्या काळात विपुल आत्मचरित्रे लिहिली गेली. ती सामाजिक, राजकीय, सांस्कृतिक चळवळींचा भाग म्हणून जशी लिहिली गेली तशी शुद्ध वाङ्मयीन भूमिकेने प्रेरित होऊनही लिहिली गेली. तरीही इतर साहित्यप्रकारांतील पुस्तकांच्या व चरित्रांच्या तुलनेत आत्मचरित्रांची संख्या कमीच आहे. म्हणजे साहित्यक्षेत्रात आत्मचरित्र-लेखनाला अनुकूल वातावरण असले तरी चरित्रादी इतर साहित्यप्रकारांच्या तुलनेत आत्मचरित्रांची संख्या कमीच असते, याची कारणे काय असावीत?

अ. म. जोशी यांनी सांगितलेली कारणे सामान्यत: सामाजिक आणि सांस्कृतिक स्वरूपाची आणि काही अंशी वाङ्मयीन स्वरूपाची आहेत. समाजात सामाजिक दृष्ट्या महान व्यक्ती जन्मणे व त्यांनी आत्मचरित्र लिहिणे हा योगायोग कठीण; त्याला आपण सामाजिक कारण मानू शकतो. स्वत:च स्वत:च्या जीवनापासून इतरांनी बोध घ्यावा, असे आत्मचरित्राद्वारे सांगणे उद्धटपणाचे असते, असे आपली भारतीय संस्कृती सांगते म्हणून आत्मचरित्रे लिहिली जात नसावीत, हे सांस्कृतिक कारण मानता येईल. तसेच आत्मचरित्र हे काहीतरी प्रबोधन करण्यासाठीच लिहावे, ही तत्कालीन वाङ्मयीन समजूत मानावी लागते. आपल्या जीवनापासून लोकांना काही बोध घेता येण्यासारखी स्थिती नसेल तर आत्मचरित्र कसे लिहिता येणार, असे वाटल्याने बहुसंख्य लोक आत्मचरित्र लिहीत नसावेत, हे कारण वाङ्मयीन मानता येते.

पण विकासाच्या आणि परिवर्तनाच्या वेगवेगळ्या टप्प्यांवर वरील सामाजिक, सांस्कृतिक आणि वाङ्मयीन स्थिती बदलली, तरीही आत्मचरित्रांची संख्या इतर कोणत्याही साहित्यप्रकारांतील पुस्तकांच्या तुलनेत नेहमीच कमी असते.

असे का व्हावे याचे कारण आत्मचरित्राच्या मूलभूत प्रकृतीतच (किंवा प्राकृतिक स्वरूपातच) आहे, असे मला वाटते. कारण आत्मचरित्र हा प्रकार समाजातील कोणत्याही व्यक्तीला एकदाच हाताळता येतो. एक व्यक्ती एकच आत्मचरित्र लिहू शकते. एकच व्यक्ती अनेक कादंबऱ्या लिहू शकते तशी अनेक आत्मचरित्रे लिहू शकत नाही. आत्मचरित्राचे हे खास वैशिष्ट्य आहे. दुसरे असे की, ज्या व्यक्तीला आत्मचरित्र लिहिता येत नाही त्या व्यक्तीची इच्छा असूनही ती दुसऱ्यांकडून आपले आत्मचरित्र लिहून घेऊ शकत नाही. फार तर ती आपले 'चरित्र' लिहवून घेऊ शकेल. एका व्यक्तीची अनेकांनी लिहिलेली अनेक चरित्रे असू शकतात तसेच एक व्यक्ती अनेकांची चरित्रे लिहू शकते. पण एका व्यक्तीचे एकच आत्मचरित्र असते, तसेच एक व्यक्ती एकच आत्मचरित्र लिहू शकते; अनेक आत्मचरित्रे किंवा अनेकदा आत्मचरित्र लिहू शकत नाही. परिणामी आत्मचरित्रांची संख्या मर्यादितच राहते.

एखादा यशस्वी चरित्रकार स्वतःच्या आयुष्यात महान व्यक्तींची अनेक चरित्रे लिहू शकतो. त्यामुळे या महान व्यक्तींनी प्रचंड कार्यव्याप्तीमुळे आत्मचरित्रे लिहिली नसली तरी त्यांच्या जीवनावर अनेक चरित्रे लिहिली जातात. म्हणजे महान व्यक्तींनी आत्मचरित्रे न लिहिल्याने आत्मचरित्रांची संख्या घटते आणि या घटनेचा उलटा परिणाम होऊन त्या व्यक्तींच्या चरित्रांची संख्या मात्र वाढते.

'एक व्यक्ती एकच आत्मचरित्र आणि एकदाच आत्मचरित्र' या सूत्राचा आणखी एक आनुषंगिक परिणाम होतो. त्या परिणामाचा धोका लक्षात घेऊनही 'आत्मचरित्र' लिहिण्यास अनेकजण अनुत्सुक असतात. त्यामुळेही आत्मचरित्रांच्या संख्येवर मर्यादा पडते.

ही वस्तुस्थिती जरा सविस्तर स्पष्ट करण्याची गरज आहे. सामान्यतः एखाद्या कादंबरीकाराच्या हातून अनेक कादंबऱ्या हाताळून झाल्यावर नंतरच्या काळात एखादी उत्तम किंवा महान कादंबरी लिहून होते. त्यावेळी त्याने आजवर कादंबरी-लेखनाचा केलेला सराव उपयुक्त ठरलेला असतो. अनेक कादंबऱ्या लिहिल्याने त्याला लेखनातील खाचाखोचा, दोष-धोके, आव्हाने-समस्या कळलेल्या असतात. त्यांना तोंड देऊन त्यातून मार्ग कसा काढावयाचा याचे ज्ञानही त्याला या सरावामुळे झालेले असते. या सरावाचा आणि ज्ञानाचा फायदा त्याला या उत्तम किंवा महान कादंबरीच्या लेखनाच्या वेळी झालेला असतो, पण अशी पूर्वज्ञानाचा आणि सरावाचा फायदा घेण्याची संधी आत्मचरित्र-लेखनाच्या बाबतीत उद्‌भवतच नसते. कारण आत्मचरित्र या साहित्य-प्रकारातील त्यांचे लेखन पहिले आणि शेवटचेच असते. म्हणून मोठी जोखमीची स्थिती निर्माण झालेली असते. क्रिकेटच्या खेळामध्ये टाकलेल्या पहिल्याच बॉलवर षटकार मारण्याची जोखमीची जबाबदारी येऊन

पडल्यासारखी ही स्थिती असते. त्यामुळे बाद होण्याचाच धोका जास्त संभवतो.

मुळातच मर्यादित संख्येने जन्माला येणाऱ्या आत्मचरित्रांत सामान्य आत्मचरित्रांचे प्रमाण जास्त असते, त्यातील ही मेख आहे. अयशस्वी आत्मचरित्रे भरपूर निर्माण झाल्याने या साहित्य-प्रकाराकडे दुर्लक्ष होण्याची शक्यता अधिक प्रमाणात निर्माण होते. त्याचाही परिणाम आत्मचरित्राच्या संख्येवर होऊ शकतो.

अयशस्वी म्हणजे अनेक दोषांनी युक्त अशा सामान्य आत्मचरित्रांवर समीक्षकांची समीक्षा लिहिण्याची इच्छा नसते. अल्पसंख्येमुळेही हा प्रकार समीक्षकांकडून दुर्लक्षित होत असावा. त्यामुळे या प्रकाराच्या मुळात जाऊन त्याचा सर्वांगांनी अभ्यास करून तात्त्विक विवेचन करण्याकडेही दुर्लक्ष होऊ शकते. मराठी समीक्षकांनी असे दुर्लक्ष आत्मचरित्राची मीमांसा करण्याच्या बाबतीत केलेले दिसून येते.

आत्मचरित्राची मराठी साहित्यसृष्टीतील ही सर्वांगीण उपेक्षा अल्पशा प्रमाणात तरी कमी व्हावी म्हणून प्रस्तुत ग्रंथाचा प्रपंच करीत आहे. आत्मचरित्रावरील मराठीतील पूर्वसूरींचे पारंपरिक विचार मांडणारे एकदोन ग्रंथ लक्षात घेऊनही म्हणावेसे वाटते की, मराठीतील हा वाङ्मयीनदृष्ट्या सर्वांगीण विवेचन करणारा आत्मचरित्रावरील ग्रंथ आहे. यानिमित्ताने मराठी साहित्यातील आत्मचरित्राची तात्त्विक चर्चा गतिमान व्हावी, एवढाच हेतू आहे.

आनंद यादव

आभार

प्रस्तुत ग्रंथ लिहिण्यासाठी
डॉ. अंजली सोमण, डॉ. स्नेहल तावरे
प्रा. गो. म. कुलकर्णी आणि निवृत्त जिल्हा-
न्यायाधीश मा. सुरेश नाईक यांचे
मोलाचे साहाय्य झाले.
या सर्वांचा मी कृतज्ञ आहे.

आनंद यादव

अनुक्रम

आत्मचरित्र : शब्दसंकल्पना

'आत्मचरित्र' हा साहित्यप्रकार मराठीत आधुनिक समाज-व्यवस्थेत रूढ झाला. भारतीय समाजात आधुनिकतेचा उदय हा ब्रिटिश राजवटीत झाला. १९ व्या शतकाच्या आरंभापासून ब्रिटिश साम्राज्य भारतात स्थिर झाले. स्वाभाविकच १९ व्या शतकाच्या मध्यापासून मराठीत आत्मचरित्रे लिहिली जाऊ लागली.

तत्पूर्वीच्या म्हणजे भारतीय प्राचीन किंवा मध्य युगात 'आत्मचरित्र' ही वाङ्मयीन संकल्पना भारतीय साहित्यात नव्हती. मात्र 'चरित्र' किंवा 'चरित' ही संकल्पना रूढ होती. संस्कृत भाषेत 'हर्षचरित, रामचरित' असे शब्दप्रयोग आहेत, ग्रंथही आहेत. 'आत्मचरित्र किंवा आत्मचरित' असे शब्दप्रयोग मात्र नाहीत. त्या काळात स्वत:विषयीची किरकोळ किंवा जुजबी स्वरूपाची आवश्यक ती माहिती व्यक्तींनी, विशेषत: ग्रंथकारांनी कारणपरत्वे दिलेली दिसते, पण त्या माहितीला 'आत्मचरित्राची' योग्यता नव्हती. ती माहिती देण्याचा हेतूही 'आत्मचरित्र' लिहिण्याचा नव्हता.

असे असले तरी 'आत्मशोध' ही संकल्पना भारतीय संस्कृतीत आणि तत्त्वज्ञानाच्या क्षेत्रात प्राचीन युगापासून आहे. 'आत्मन्' या शब्दापासून 'आत्म' हे विशेषण आणि 'आत्मा' हे नाम संस्कृतमधून आलेले आणि मराठी भाषेत रूढ झालेले आहे. 'आत्मशोध' म्हणजे 'स्वत:चा शोध', 'स्व'चा शोध असा त्याचा अर्थ होतो.

भारतीय तत्त्वज्ञानात काही मूलभूत प्रश्न आहेत. त्यात 'कोऽहम'-मी कोण आहे, हा एक प्रश्न असून त्याचे उत्तर 'सोऽहम' म्हणजे 'तो' मी आहे असे आहे. 'तो' म्हणजे परमेश्वर. इथे 'परमेश्वर' ही संकल्पना तत्त्वज्ञानातील आहे. 'धर्मा'तील नव्हे. धर्मातील परमेश्वर वेगळा आणि भारतीय तत्त्वज्ञानातील चितस्वरूप, ज्ञानात्मक परमेश्वर वेगळा आहे. तो वेगळा कसा आहे, याची मीमांसा तत्त्वज्ञानात मिळते. इथे

ती मीमांसा प्रस्तुत नाही. आपला प्रस्तुत मुद्दा असा की, भारतीय तत्त्वज्ञानात 'आत्मशोधा'ची संकल्पना असून, तात्त्विक पातळीवर 'मी'चा शोध प्राचीन काळापासून घेतला जातो आहे. ही मीमांसा तत्त्वज्ञानात्मक किंवा आध्यात्मिक स्वरूपाची असते. ती 'मी'च्या भौतिक स्वरूपाची नसते. 'आत्मचरित्र' या आधुनिक साहित्यप्रकारात 'आत्मशोधा'ची जी संकल्पना आहे ती भौतिक पातळीवरची आहे. ती 'आधुनिक' मानवाची भौतिक पातळी आहे, हेही इथे नीटपणे लक्षात ठेवण्याची गरज आहे.

'आत्मचरित्र' या शब्दामधील 'चरित्र' हे नाम संस्कृत 'चर' धातूपासून तयार झालेले दिसते. याच धातूपासून 'चरित' हा शब्दही तयार झालेला आहे. तो 'चरित्र' या नामाऐवजी, त्याच अर्थाचे नाम म्हणूनही वापरला जातो. 'चर-चरति' म्हणजे चलणे, चालणे, पुढे जाणे, चालत राहणे. 'चरित'चा अर्थ चललेला, चाललेला असा होतो. ते नाम म्हणून घेतले तर 'चाललेले अंतर, चाललेली स्थितिगती, चाललेल्या स्थितिगतीचा आलेख किंवा नकाशा असा अर्थ लक्षणेने घेता येतो.' 'आत्मचरित किंवा आत्मचरित्र' याचा वाङ्मयीन क्षेत्रातील अर्थ 'मी माणूस या नात्याने माझ्या जीवनात जी काही आजवर वाटचाल केली त्या वाटचालीतील माझी स्थितिगती म्हणजे सुख-दुःखे, आशाआकांक्षा, विकास-विस्तार, भाव-सत्ये, कृति-कर्मे आणि या सर्वांतील यशापयश, धडपड यांचा 'मी' केंद्रस्थानी धरून काढलेला 'आलेख किंवा नकाशा' असा सर्वसाधारणपणे होतो. 'ऑटोबायोग्राफी' या इंग्रजी शब्दाचा अर्थही 'स्वतःच स्वतःच्या जीवनाचा काढलेला आलेख' असा होतो. या शब्दाला प्रतिशब्द म्हणूनच 'आत्मचरित्र' हा शब्द मराठी वाङ्मयात रूढ झालेला आहे.

मराठी वाङ्मयात 'आत्मचरित्र' हाच शब्द रूढ झाला; 'स्व-चरित्र' हा शब्द रूढ झाला नाही हे एक बरेच झाले. 'स्व' म्हणजे स्वतः आणि 'आत्म' म्हणजेही स्वतः असाच अर्थ होतो. पण 'आत्म' या विशेषणाला भारतीय संस्कृतीचा एक खास संदर्भ आहे तो 'स्व' याला जाणवत नाही. 'आत्मन्' या शब्दापासून 'आत्म' आणि 'आत्मा' हे शब्द तयार झाले असल्याने 'आत्म' या विशेषणाला 'आत्मा' या शब्दाचा (नामाचा) सतत मानसिक पातळीवर संदर्भ राहतो. आधुनिक बौद्धिक मीमांसेच्या संदर्भाने 'आत्मा' म्हणजे स्वतःच्या ठायी असलेला सदसद्विवेक किंवा विवेक-शक्ती असा अर्थ होतो. जिवंत व्यक्तीच्या अंतर्यामी राहून तिच्या सर्व जीवनव्यापारांचे नियंत्रण करणारी देहभिन्न सूक्ष्म सद्वस्तू, व्यक्तीच्या अनुभवांना आश्रयभूत असणारे स्थिर द्रव्य, भिन्न अनुभवांतील ऐक्य संपादण्याचे कार्य करणारी शक्ती, असा 'आत्मा' या शब्दाचा अर्थ होतो. हा संदर्भ 'आत्म' या शब्दाला सतत चिकटून असतो.

'चरित्र' या शब्दापासूनच 'चारित्र्य' हा शब्द तयार होतो. या शब्दाला नैतिकतेचा

अर्थसंदर्भ आहे. त्यामुळे 'चरित्र' शब्दाबरोबरच मनात 'चारित्र्य' हा शब्दही आठवतो. त्याचा नैतिक संदर्भ 'चरित्र' या शब्दाला चिकटतो.

त्यामुळे 'आत्मचरित्र' या शब्दाच्या उच्चाराबरोबर जाणिवेच्या आणि अर्धजाणिवेच्या पातळीवर त्या शब्दाचे वाच्यार्थ, लक्ष्यार्थ, व्यंग्यार्थ आणि संदर्भार्थ आठवून 'आत्मचरित्र' या शब्दाचा एक व्यापक अर्थ लक्षात येतो. तो खूप काही सुचवतो. माझ्या मते 'ऑटोबायोग्राफी' या इंग्रजी शब्दाच्या अर्थापेक्षा हा अर्थ अधिक व्यापक आहे.

या शब्दार्थाला भारतीय संस्कृतीचा, भारतीय मनाचा, भारतीय तत्त्वज्ञानाचा संदर्भ आहे. म्हणून 'स्व-चरित्रा'ऐवजी 'आत्मचरित्र' हा शब्द रूढ झाला आहे, हे एका अर्थी बरे झाले.

'आधुनिक युग' भारतात ब्रिटिश राजवटीत जरी उदयाला आले तरी ते सही सही पाश्चात्त्य आधुनिक युग नाही. भारतात उदयाला आलेली आधुनिकता ही 'भारतीय आधुनिकता' आहे. तिला भारतीय समाज, संस्कृती, तत्त्वज्ञान आणि जीवनमूल्ये यांचा संदर्भ आहे. त्यातून ती जन्माला आलेली आहे. त्यामुळे पाश्चात्त्य आधुनिक समाजातील ऑटोबायोग्राफीज जशा असतील तशी भारतीय 'आत्मचरित्रे' असतीलच असे नाही.

पाश्चात्त्य आत्मचरित्रे आणि भारतीय आत्मचरित्रे यात एक मूलभूत फरक दिसतो. उदाहरणार्थ, पाश्चात्त्य आत्मचरित्रांमध्ये 'मी'च्या व्यक्तिमत्त्वाचा, त्यातील बारीकसारीक पापुद्र्यांचा शोध घेतला जातो. हे पापुद्रे म्हणजे लहानपणीचे 'मी'चे खेळ, त्यांची स्वप्ने, सवयी, त्याचे आजार-रोग, आई, वडील, बहीण, भाऊ, मित्र यांच्याशी त्याचे वर्तन, इत्यादींचा अभ्यास करून त्यांचा पुढील जीवनावर काय परिणाम होऊ शकतो हे सांगण्याचा 'मी'कडून प्रयत्न केला जातो.

सामान्यत: पाश्चात्त्य आत्मचरित्रे व्यक्तीच्या मनाचा, तिच्या स्वभावाचा, तिच्या विशिष्ट व्यक्तिमत्त्वाचा शोध घेण्यात विशेष रमतात. व्यक्तीला व्यक्ती म्हणून तिच्या वैशिष्ट्यांच्या अंगांनी समजून घेणे, शोधणे यातच आत्मचरित्राचे ध्येय आहे, असे पाश्चात्त्यांना वाटते.

युरोपीय समाजात व्यक्तीला आणि व्यक्तिस्वातंत्र्याला मोठी प्रतिष्ठा असते. तिचा व्यक्ती म्हणून समाजातील विकास हेच व्यक्तीचे ध्येय, असे व्यक्ती समजते. व्यक्तीला लहानपणापासून त्याच्या आईवडिलांकडूनही तशाच प्रकारची वागणूक मिळते. तिच्या स्वतंत्र, अलग राहण्याला व वागण्याला त्यांच्याकडून मान्यताही मिळते.

भारतीय समाजात व्यक्तीकडे पाहण्याचा दृष्टिकोन वेगळा असतो. आधुनिक युगाचे संस्कार झालेले असले, काही प्रमाणात परिवर्तन झालेले असले, तरीही

भारतीय माणूस हा पाश्चात्त्य माणसापेक्षा वेगळा आहे. त्यामुळे पाश्चात्त्य पद्धतीची आत्मचरित्रे आपल्या भारतीय मानसिकतेला काही मर्यादांच्या पलीकडे मानवत नाहीत.

पाश्चात्त्य आत्मचरित्रांत व्यक्तिवैशिष्ट्यांविषयी भरपूर मजकूर असतो. पण व्यक्तीला व्यापक सामाजिक, कौटुंबिक, सांस्कृतिक मूल्यात्मता नसते, असे दिसून येते. अर्थात अशाप्रकारचा मजकूर भारतीय आत्मचरित्रांतही आढळून येतोच. अर्थात तो मर्यादित स्वरूपात असतो. मर्यादित असला तरच तो ठीक वाटतो. अन्यथा तो आत्मकेंद्री, 'मी'चे लाड आणि कोडकौतुक करणारा वाटतो. व्यक्तीला तो व्यापक पातळीवर नेऊ शकत नाही. परिणामी तो पसरट, पाल्हाळीक किंवा अनावश्यक वाटतो. ज्या व्यक्तिवैशिष्ट्यांवर प्रकाश टाकावयाचा ती वैशिष्ट्ये जर समाजजीवनात कोणत्याही कारणाने महत्त्वाची, अर्थपूर्ण वाटत असतील तर त्यांना मान्यता मिळते. केवळ व्यक्तीची वैशिष्ट्ये, केवळ तिचे वेगळेपण समजून घेण्यात मराठी भारतीय मनाला रस वाटत नाही. भारतात आधुनिक युगातही सुजाण व्यक्तीला आपले घर, कुटुंब, समाज, संस्कृती, ध्येय, देश यांच्यासाठी आपले जीवन खर्ची घालावे, त्यामुळे तिचे सार्थक होते, असे वाटते. केवळ स्वत:साठी सगळे जीवन वेचण्यात तिला 'पुरुषार्थ' वाटत नाही. त्यामुळे मराठी भारतीय आत्मचरित्रे वेगळी वाटतात.

पाश्चात्त्य आत्मचरित्रात व्यक्तिनिष्ठ गुणदोषांची चर्चा विशेष जाणवते. प्रमादांची चर्चा नसेल तर ती आत्मचरित्रे पाश्चात्त्यांना अपुरी वाटतात. कदाचित हा ख्रिश्चन धर्माचा व संस्कृतीचा परिणाम असेल. 'कन्फेशन'च्या धार्मिक कल्पनेतून तिकडील आत्मचरित्रांचा जन्म झालेला दिसतो. त्यामुळे प्रमादांची कबुली त्यांत यावी, अशी अपेक्षा आरंभापासूनच जोपासली गेलेली दिसते. कारणे काहीही असली तरी प्रमादांची चर्चा नसेल तर ती आत्मचरित्रे आणि त्यातील व्यक्तिमत्त्वेही पाश्चात्त्य वाचकांना अपुरी वाटतात, तशी त्यांची मनोमन धारणा होते.

मराठी भारतीय आत्मचरित्रांत व्यक्तिमत्त्वाच्या किंवा व्यक्तिवैशिष्ट्यांच्या गुणदोषांपेक्षा, प्रमादांपेक्षा तिच्या कार्यावर वाचकाची नजर विशेष खिळते. घर, कुटुंब, समाज, संस्कृती, ध्येय, देश यांच्यासाठी व्यक्तीने केलेल्या कार्यावर व वर्तनावर मराठी वाचक आत्मचरित्राचे व तिच्यातील व्यक्तीचे मोल ठरवितो.

आत्मचरित्राचे लेखन करणाऱ्या मराठी मनालाही हीच प्रेरणा विशेष भावते. त्यामुळे पाश्चात्त्य आणि भारतीय आत्मचरित्र-लेखनाची ध्येयेही भिन्न भिन्न वाटतात. पाश्चात्त्य आत्मचरित्रे प्रामुख्याने भौतिकवादी आणि भारतीय आत्मचरित्रे आत्मिकतावादी (काहीशी आध्यात्मिकतेकडे झुकणारी, कार्याला महत्त्व देणारी, त्यागमय, सोशीक, सहिष्णू जीवनाकडे वळणारी) वाटतात. पाश्चात्त्य समाजाचा मूलभूत घटक हा

'व्यक्ती' मानला जातो आणि भारतीय समाजाचा मूलभूत घटक 'कुटुंब' हा मानला जातो. त्यामुळे पाश्चात्त्य समाजव्यवस्थेत व्यक्ती स्वत:साठी काय करते याला प्रतिष्ठा मिळते आणि भारतीय समाजव्यवस्थेत व्यक्ती कुटुंबासाठी काय करते यावर तिची प्रतिष्ठा प्रथम जोखली जाते. दोन संस्कृतींमधील हा भेद आहे. आत्मचरित्र हे अंतिमत: त्या त्या समाजाच्या संस्कृतीचे प्रतिबिंब असते. म्हणून ही भिन्नता आत्मचरित्रांच्या प्रेरणांतही दिसते.

◆

आत्मचरित्र - लेखनाच्या प्रेरणा

'आपल्या जीवनविषयक अनुभवांचे व तदनुषंगाने आपल्या व्यक्तिमत्त्वाचे स्वत: लेखकाने लेखन-रूपाने घडविलेले दर्शन म्हणजे आत्मचरित्र होय.' अशी आत्मचरित्राची व्याख्या प्रा. रा. ग. जाधव यांनी 'मराठी विश्वकोशा'च्या दुसऱ्या खंडात दिलेली आहे.

मराठीमध्ये आधुनिक अर्थाने ज्याला 'आत्मचरित्र' म्हणता येईल असे लेखन एकोणिसाव्या शतकाच्या उत्तरार्धात, ब्रिटिश अमदानीत सुरू झाले. दादोबा पांडुरंग यांचे 'आत्मचरित्र' (१८७२) किंवा बाबा पदमनजी यांचे 'अरुणोदय' (१८८८) हे आत्मचरित्र ही मराठीतील पहिली यथार्थ आत्मचरित्रे मानावी लागतात. तेव्हापासून अनेक स्त्रीपुरुषांनी मराठीत आत्मचरित्रे लिहून साहित्यक्षेत्रात भर घातलेली आहे. या लेखनांमागे विविध प्रेरणा दिसून येतात. आरंभीच्या आत्मचरित्रांमागील प्रमुख प्रेरणा व्यक्तिगत इतिहास लेखनाची दिसते.

समाजात व्यक्तिगत, संस्थात्मक, संघटनात्मक पातळीवर विविध प्रकारे समाजकार्य करणारी अनेक विचारवंत, सुधारक मंडळी असतात. त्यातील काहींनी आत्मचरित्रे लिहिलेली आहेत. महाराष्ट्रात १८८० ते १९५० च्या काळात लिहिलेल्या आत्मचरित्रांची प्रमुख प्रेरणा अशाप्रकारच्या इतिहास-लेखनाची दिसते. या आत्मचरित्रांत त्यांच्या स्वत:च्या जीवनाचा विस्तृत वृत्तान्त असतो. तो तटस्थ वृत्तीने एखादी हकिकत सांगावी असा लिहिलेला असतो. प्रामुख्याने भर असतो तो स्वत: आत्मचरित्र नायकाने केलेल्या सामाजिक, सांस्कृतिक कार्याचे इतिवृत्त सांगण्यावर. हे कार्य करीत असताना आपल्या मनात समाजाविषयी कोणत्या जाणिवा होत्या, प्राप्त समाजाचे स्वरूप कसे होते, त्यात कोणत्या प्रकारचे परिवर्तन किंवा सुधारणा करण्याची गरज होती, त्यासाठी संस्था कशी स्थापन केली, ही संस्था किंवा

संघटना स्थापन करण्यात अडथळे, विक्षेप कसे आले, संस्थेच्या उभारणीसाठी आर्थिक निधी कसे उभे केले, कार्य करताना संघर्ष कसा निर्माण झाला, त्यातून वाट कशी काढावी लागली, कार्याचा अनुभव आल्याने दिशा कशी बदलावी लागली किंवा विकसित कशी झाली, आज या संस्थेचे स्वरूप कसे आहे, त्याविषयी मला स्वत:ला किती कष्ट घ्यावे लागले, संघर्ष करावा लागला, यशापयश कसे आले, यासंबंधी आज मला काय वाटते, संस्थेला उद्याची दिशा काय असावी, इत्यादी स्वरूपाचा आशय आत्मचरित्रात प्रमुख असतो. तो वृत्तान्ताच्या स्वरूपात असतो. त्यात विवेचन, विश्लेषण प्रमुख असते. वस्तुस्थितीवर प्रकाश टाकलेला असतो. आत्मचरित्रकाराच्या भोवताली जे समाजवास्तव उभे असते त्याच्या प्रेरणा, प्रवृत्ती, मर्यादा यांच्यावरही प्रकाश टाकलेला असतो. या समाजाचे प्रबोधन कोणत्या दिशेने होण्याची आवश्यकता आहे ती दिशा सूचित करून समाजपरिवर्तनाची अपेक्षा केलेली असते.

अशा आत्मचरित्रांत वैयक्तिक जीवनाचा वृत्तान्त हा पूर्वार्ध असतो. तो पुढील कार्याच्या दृष्टीने गौण स्थानी असतो. 'अशाप्रकारच्या माझ्यासारख्या व्यक्तीने समाजासाठी जे काही केले, ते महत्त्वाचे आहे. ते सांगण्यासाठी हे आत्मचरित्राचे लेखन करण्याची प्रेरणा झाली.' असे ही आत्मचरित्रे वाचताना जाणवते. आत्मचरित्रकाराने आपल्या समाजसेवक-जीवनाचा आदर्श, आत्मचरित्रलेखनाच्या रूपाने समाजासमोर ठेवलेला असतो. तरुण पिढीकडून, कर्त्या समाजपिढीकडून त्याचे अनुकरण व्हावे, अशी अपेक्षा ध्वनित केलेली असते.

आत्मचरित्र लेखनाच्या ज्या विविध प्रेरणा आहेत त्यातील ही महत्त्वाची प्रेरणा संभवते. प्रबोधनकाळात अशाप्रकारची आत्मचरित्रे विशेष प्रमाणात लिहिली गेली. सामान्यत: प्रबोधनकाळात समाजाच्या विविध क्षेत्रांत अनेक व्यक्ती कार्य करीत असतात. समाजात त्यांना, त्यांच्या कार्याला, त्यांच्या विचारांना मान्यता मिळालेली असते. त्या त्या क्षेत्रांतर्गत त्या व्यक्ती समाजाचे नेतृत्व करतात. एका अर्थी त्या सार्वजनिक झालेल्या असतात. त्यांना आपल्या खासगी जीवनापेक्षा सार्वजनिक जीवन महत्त्वाचे वाटत असते. आपण आपल्या समाजाचा आपल्या परीने इतिहास घडवीत आहोत, असे त्यांना वाटते. ऐतिहासिक दृष्टीने आपले कार्य महत्त्वाचे वाटते. त्यामुळे त्यांच्या आत्मचरित्र-लेखनाला त्या विशिष्ट कार्यक्षेत्राच्या अंगाने विशेष प्रेरणा मिळालेली असते.

अर्थात हा इतिहास आत्मचरित्रकाराच्या जीवनपटाने, त्याच्या जन्म-मृत्यूच्या दरम्यान घडलेल्या कालपटाने मर्यादित झालेला असतो. आत्मचरित्र लिहिणाऱ्या व्यक्तीच्या कार्यक्षेत्रांतर्गत तो घडलेला असतो. तो काही त्या काळातील समाजाचा समग्र इतिहास नसतो, ही त्याची मर्यादा असते.

दुसरीही एक मर्यादा त्या इतिहासाला असते; ती त्या आत्मचरित्रकाराच्या विशिष्ट व्यक्तिमत्त्वामुळे पडलेली असते. एकतर आत्मचरित्रकाराने इतिहासलेखनाच्या स्वरूपाचा म्हणजे इतिहास कसा लिहावयाचा असतो, त्याची साधने कोणती, त्याची पथ्ये कोणती, त्याचे लेखनविशेष कोणते यांचा अभ्यास करून हे लेखन केलेले नसते. म्हणून 'इतिहास' म्हणून त्या लेखनाला वस्तुनिष्ठता प्राप्त झालेली नसते. तो आत्मचरित्राचा भाग म्हणून आलेला इतिहास असतो. इतिहास म्हणून त्याचे स्वरूप अनघड असते. जणू त्या काळाच्या खऱ्याखुऱ्या इतिहासाचे एक विश्वसनीय मूलद्रव्य किंवा सामग्री म्हणून हे लेखन महत्त्वाचे असते. आत्मचरित्रकाराच्या विशिष्ट व्यक्तिमत्त्वाच्या मर्यादा आणि वैशिष्ट्ये त्याला प्राप्त झालेली असतात. हे अवधान ठेवूनच आत्मचरित्रातील इतिहासाकडे व इतिहासाच्या प्रेरणेकडे पाहावे लागते. समाजाच्या त्या विशिष्ट काळात जीवन जगणारी व्यक्तिमने त्या काळाला कसा प्रतिसाद देत होती, त्या विविध मनांचे प्रतिसाद आणि प्रतिक्रिया यांचे स्वरूप कोणते होते यांच्या नोंदी म्हणजे ही आत्मचरित्रे असतात. अशाप्रकारच्या मानवी मनांच्या प्रतिसाद-प्रक्रियांची नोंद समग्र समाजाच्या आणि समग्र काळाच्या इतिहासात कुठे मिळत नसते; ती या आत्मचरित्रांतून मिळते. म्हणूनही ही आत्मचरित्रे महत्त्वाची ठरतात.

आत्मचरित्रे इतर कोणत्याही प्रेरणांनी लिहिलेली असली तरी त्या काळातील मानवी समाजाचा इतिहास समजून घेण्याच्या दृष्टीने कच्ची सामग्री म्हणून ती महत्त्वाची असतात, हे विसरता येत नाही. त्या काळातील त्या विशिष्ट समाजात वा समाजस्थितीत वावरणारे मन हे कमीअधिक आणि सूक्ष्मातिसूक्ष्म स्वरूपात त्या काळाचा इतिहास घडवीत असते. त्या समाजाचे ताणतणाव, त्या काळातील घटना-घडामोडी यांचा विशिष्ट परिणाम, त्या समाजस्थितीमुळे त्या व्यक्तीच्या वाट्याला आलेले विशिष्ट वैयक्तिक जीवन आणि त्यातून निर्माण झालेल्या व्यक्तीच्या भावभावना, यशापयश, इत्यादींचे मानसिक प्रतिबिंब त्या व्यक्तीच्या आत्मचरित्रात उमटलेले असते. म्हणून कोणतेही आत्मचरित्र हे त्या काळातील मानवी मनाचा इतिहास समजून घेण्याच्या दृष्टीने उपयुक्त ठरते. उदाहरणार्थ, गोदावरीबाई परुळेकर यांचे 'जेव्हा माणूस जागा होतो' हे आत्मचरित्र या प्रेरणेच्या दृष्टीने वाचण्यासारखे आहे.

आत्मचरित्राच्या लेखनामागे इतिहास-लेखनाचीच, पण थोड्या वेगळ्या स्वरूपाचीही एक प्रेरणा असू शकते. आत्मचरित्रकाराला व्यक्तिगत इतिहासलेखनच करावयाचे असते, पण त्याचा हेतू असा असतो की, आपल्याविषयीची चुकीची माहिती इतरांनी कुणी देऊ नये. विशेषत: आपल्याविषयी समाजात अनेक कारणांनी प्रवाद कसे निर्माण झाले, वर्तमानपत्रातून, पक्षसंघटनांतून, नोकरीच्या किंवा आपण कार्य

करीत असलेल्या तत्सम सार्वजनिक क्षेत्रांतून आपल्याविषयी गैरसमज का व कसे निर्माण झाले, चुकीच्या बातम्या किंवा वृत्तान्त वर्तमानपत्रांतून, प्रसारमाध्यमांतून कशा व का दिल्या गेल्या, घरगुती किंवा कौटुंबिक पातळीवर संघर्ष, मतभेद, भांडणे, प्रेमप्रकरणे, इत्यादी जी निर्माण झाली त्यांची नेमकी कारणे काय होती, यांचे स्पष्टीकरण, विशदीकरण किंवा क्वचित ठिकाणी समर्थन अशाप्रकारच्या आत्मचरित्रांतून विशेष प्रमाणात मिळत असते. यासारख्या घटना-घडामोडींवर त्या आत्मचरित्रांत विशेष भर दिलेला असतो. सारांश, आपल्याविषयीची चुकीची माहिती इतरांनी आपल्या मागे देऊ नये किंवा आपल्या हयातीत जी चुकीची माहिती, बातम्या इतरांनी पसरविल्या त्या कशा चुकीच्या आहेत हे सांगावे म्हणून ही आत्मचरित्रे आकाराला आलेली दिसतात.

सार्वजनिक क्षेत्रांत राजकीय पुढारी, कार्यकर्ते, साहित्यिक, उद्योजक, व्यापारी, मोठ्या पदावर नोकरीत असलेले अधिकारी, नाटक-चित्रपट या क्षेत्रांतील नट-नट्या, कलावंत, निर्माते, सेवक, इत्यादींच्या काही आत्मचरित्रांना अशाप्रकारची प्रेरणा लाभलेली असते.

काही आत्मचरित्रे आत्मचरित्रकाराच्या जीवनाचे महत्त्वाचे सूत्र विशद करणारी असतात. तीही आत्मचरित्रकाराचा इतिहासच सांगत असतात, पण जीवनाचे हे सूत्र आयुष्याच्या अखेरीअखेरीस कळलेले असते किंवा जेव्हा एखाद्या व्यक्तीला जीवनाच्या अंतिम टप्प्यावर आल्यावर आत्मचरित्रलेखनाची इच्छा होते तेव्हा तिच्या हातात विचारांती हे सूत्र निर्णायक स्वरूपात आलेले असते. ती व्यक्ती त्या सूत्राच्या आधारे किंवा त्या सूत्राच्या प्रकाशात आपले गतकाळातील जीवन निरखून पाहते. त्या सूत्राला अनुकूल अशा घटना आपल्या जीवनातून निवडते. त्या घटना जणू त्या सूत्राचे पुरावे, दृष्टान्त, आधार असतात. या घटना वारंवार आणि पुन:पुन्हा तेच ते सूत्र स्पष्ट करत राहतात. जीवनाच्या कालपटावर या घटना निरनिराळ्या स्थळी, काळी घडलेल्या असतात. त्यामुळे त्या सूत्राचे सातत्य त्या आत्मचरित्रकाराच्या जीवनात कसे राहिले, हे त्या घटना दाखवीत असतात. यातून त्या आत्मचरित्रात त्या व्यक्तीचा व्यक्तिगत, पण सूत्रबद्ध इतिहास तयार होतो.

अशा एखाद्या किंवा एकदोन सूत्रांना भक्कमपणे पकडून त्याच अंगाने लिहिल्यामुळे अशी आत्मचरित्रे एकसुरी, एकांगी होतात. मुख्यत: ती विकसनशील नसतात. एखाद्या बंदिस्त कालव्यातून ठरावीक टप्प्यापर्यंत नेण्यात येणाऱ्या पाण्यासारखी येथून तेथपर्यंत म्हणजे जन्मापासून ते आत्मचरित्रलेखनाच्या काळापर्यंत नुसती प्रवाहित झालेली असतात. या प्रवाहाला विकास, विस्तार काही नसतो. तो आरंभी होता तसाच शेवटीही राहिलेला असतो. दुसऱ्या भाषेत असे म्हणता येईल की, आत्मचरित्र लिहिणारी व्यक्ती आरंभी जशी होती तशीच राहून कालाच्या पटावर

प्रवास करते आहे व शेवटी येऊन थांबते आहे, असे वाटते.

असे का होते? 'आत्मचरित्र म्हणजे व्यक्तिगत इतिहासाचे सूत्रबद्ध लेखन' अशी सोपी कल्पना मनाशी धरून लेखन केले की, ते अशा रीतीने फसत जात असावे. ज्या टप्प्यावर व्यक्तीला आत्मचरित्र लिहावे असे वाटते तिथे मनाने उभे राहून व्यक्ती आपल्या भूतकाळाकडे पाहते. हे पाहताना फक्त घटनांवर अवधान ठेवले तर त्या घटना-घडामोडी कोरडेपणाने लिहून काढल्या जातात. इतिहासातील घटना ज्या तटस्थतेने लिहिलेल्या असतात तशाच आपल्या जीवनातील घटनाही आपण लिहून काढल्या की, आपले आत्मचरित्र सिद्ध होईल, असे आत्मचरित्रकाराला वाटण्याची फार शक्यता असते. फक्त कोरडा इतिहास हाती लागतो. आत्मचरित्रात व्यक्तिगत इतिहास असतो, पण व्यक्तिगत इतिहास म्हणजे आत्मचरित्र नव्हे हे नीटपणे लक्षात ठेवावे लागते.

व्यक्तिगत जीवनाचा इतिहास लिहिणे म्हणजे घडलेल्या घटना-प्रसंगांच्या नोंदी करणे नव्हे किंवा गतजीवनात डुंबत राहणे, रमत राहणे, ते खुलवून-फुलवून सांगणे हेही नव्हे. आपण असे का जगलो, या जगण्याचा अन्वयार्थ काय, लहानपणीच्या अमुक एका स्थितीपासून गती घेऊन तमुक एका स्थितीपर्यंत येऊन पोहोचलो, ते कोणत्या प्रेरणांमुळे याचा शोध स्वत:लाच लागावा लागतो. ही जी अर्थपूर्ण, हेतुपूर्ण वाटचाल झालेली असते, ती वाटचाल आत्मचरित्राचा पट होऊ शकते आणि तिच्यातील अर्थपूर्णता, हेतुपूर्णता ही त्या गतीचे सूत्र होऊ शकते.

आपले लहानपण, आपले आईवडील, आपले कौटुंबिक जीवन, आपले शिक्षण, आपली नोकरी, व्यवसाय, व्यापार, उद्योग, इत्यादी आपले वैवाहिक जीवन, त्यानंतरचे आपले कुटुंब, आपल्या भोवतालचा समाज, आपला गाव किंवा शहर या सर्वांचे आपल्यातील 'मी'शी विविध प्रकारचे संबंध असतात. आपल्यातील आंतर-'मी'चा बाह्य 'मी'शी एक संबंध असतो. हा आंतर 'मी' बाह्य 'मी'ला स्वत:च्या इच्छा, आशा, आकांक्षा, भाव-भावना, स्वप्ने यांची परिपूर्ती करण्यासाठी सतत प्रेरणा देत असतो. त्या प्रेरणांनुसार बाह्य 'मी' आपल्या स्वभावधर्मानुसार आणि आपल्याला उपलब्ध असलेल्या सुविधांनुसार बाह्य परिस्थितीला आकार देण्याचा प्रयत्न करीत असतो. या प्रयत्नातून या सर्वांचा एक परस्पर संबंध आणि आंतर-'मी' व बाह्य 'मी' यांच्याशीही एक संबंध निर्माण होतो. या विविध संबंधातून दोन्ही 'मी'वर परिणाम आणि संस्कार होत असतात. या परिणामांना आणि संस्कारांना आपण 'मी'चे यशापयश, प्रसिद्धी, प्रतिष्ठा, नामुष्की, वाटचाल, जीवनाविषयी नव्याने झालेले आकलन, शहाणपण, नवे वळण, इत्यादी अनेक नावे देतो. हे सर्व संबंध समजून घेणे म्हणजे स्वत:चे जीवन आणि त्याची वाटचाल

समजून घेणे होय. या सर्व घटकांचा डोळसपणे अभ्यास करूनच आणि त्यांचा 'मी'शी असलेला परिणामकारक संबंध समजून घेऊनच आत्मचरित्र लिहावे लागते. हे समजून घेणे म्हणजेच व्यक्तिगत जीवनाचा इतिहास समजून घेणे असते.

आत्मचरित्र हा एका जिवंत हाडामासाच्या व्यक्तीने स्वत:चाच दिलेला अंतर्बाह्य स्वरूपाचा वृत्तान्त असतो. तो समग्र, सर्वांगांनी अभ्यासून, पारखून दिलेला असतो. म्हणून वाचकाच्या दृष्टीने तो महत्त्वाचा असतो. समाजात जगणारी एखादी व्यक्ती कशी जगू शकते, कोणत्या गोष्टींना तिला तोंड द्यावे लागते, ती वाटचाल कशी करू शकते, तिच्या जगण्याला इतर शेकडो कोणकोणते घटक कशी मदत वा सहकार्य करतात किंवा अडथळे, विरोध, विक्षेप आणतात याचा ते लेखन दस्तऐवज असते. त्याच्या या स्वरूपामुळे वाचणाऱ्या व्यक्तीला 'आत्मचरित्र' हा आत्मविश्वासपूर्वक प्रकाश देणारा जीवनप्रवासातील मार्गदर्शक दीप वाटत असतो. वाचकाच्या मनात हा आत्मविश्वास निर्माण करण्याची फार मोठी जबाबदारी आत्मचरित्रकारावर असते. त्याच्या आत्मचरित्राचे लेखन ज्या स्वरूपाचे, ज्या दर्जाचे आणि योग्यतेचे होईल त्यावरच या आत्मविश्वासाचाही दर्जा, स्वरूप आणि योग्यता अवलंबून असते.

'इतिहास' म्हणजे घडून गेलेल्या गोष्टींचे लेखन. 'आत्मचरित्र' हेही घडून गेलेल्या गोष्टींचे लेखन असते, पण घडून गेलेल्या गोष्टींकडे, जीवनाकडे जसे ऐतिहासिक दृष्टीने पाहता येते, तसे त्यांच्याकडे अन्य दृष्टीनेही पाहता येऊ शकते. उदाहरणार्थ, त्यांचे सिंहावलोकन करता येते. गतगोष्टींत रममाण होण्याची वृत्ती अनेकांमध्ये असते. भूतकाळात जमा झालेले आपले दीर्घ जीवन उत्तरार्धात एका विशिष्ट टप्प्यावरून पाहताना रम्यही वाटू शकते. आपला भूतकाळ कसा होता, आपल्या वेळची म्हणजे आपल्या कर्त्यासवरत्या वयातल्या वेळची परिस्थिती आजच्यापेक्षा वेगळी कशी होती, त्या काळात 'मी' कसा जगत होतो, कशा गमतीजमती होत्या, आपल्या वेळचे शिक्षण, समाज, माणसे, कुटुंबव्यवस्था हे सगळेच कसे वेगळे होते आणि ते आपण कसे अनुभवलेले आहे, हे सांगण्यातच मानवी मनाला आनंद मिळतो. हा आनंद त्या काळात पुन्हा जाऊन जगण्याचा मानसिक आनंद असतो. हरवलेले जीवन पुन्हा सापडल्याचा तो आभासात्मक आनंद असतो. तो इतिहासलेखनाचा आनंद नसतो. इतिहासलेखनाला एक दृष्टी असते, सूत्र असते. काही घटना, गोष्टी, प्रसंग यांची त्या सूत्राला धरून निवड करावी लागते. इथे तशी निवड-पाखड नसते. रमत राहणे, त्या घटना-गोष्टींचा मानसिक पातळीवर आस्वाद घेणे, पुन्हा तेच जगण्याचा रोमँटिक आनंद मिळवणे हा हेतू असतो. आत्मचरित्रलेखनामागे हीही प्रेरणा असू शकते. तिला गतकाळात किंवा गतगोष्टींत रमण्याची प्रेरणा म्हणता येईल.

स्वाभाविकच गतगोष्टींत रमण्याच्या प्रेरणेने लिहिलेले आत्मचरित्र हे ऐतिहासिक

दृष्टीने लिहिलेल्या आत्मचरित्रापेक्षा वेगळे होते. कारण तिथे ऐतिहासिक दृष्टीचाच अभाव असतो. मग अशा आत्मचरित्राचे स्वरूप कसे असू शकेल? असे आत्मचरित्र व्यक्तीच्या इतिहासासारखे न वाटता ललित गद्याच्या संग्रहासारखे किंवा सलग स्वरूपाच्या दीर्घ ललित गद्यासारखे असू शकते.

ललित गद्यात अवतरणारा आशय 'मी'च्या जीवनातील असतो. 'मी' हाच ललित गद्याचा नायक किंवा विषय असतो. एका बाजूला 'मी' आणि दुसऱ्या बाजूला 'मी'च्या जीवनात आलेले विविध अनुभव असतात. हे अनुभव 'मी'च्या जीवनात आलेल्या विविध व्यक्ती, स्थलकाल, शिक्षण, कुटुंब, व्यवसाय, नातीगोती, मित्र-मुले, भावंडे, इत्यादी विषयीचेच असतात. या सर्वांना मध्यवर्ती सूत्र म्हणून 'मी' हाच असतो.

गतजीवनात घडलेले हे अनुभव प्रत्यक्ष घडत असताना 'मी'ला ते मनासारखे नीट अनुभवता आलेले नसतात, याचे कारण अनुभव घडत असताना 'मी' हा घटक स्वतःच भोवतालच्या स्थितिगतीत गुंतलेला असतो. त्याच्या मनावर त्या विशिष्ट परिस्थितीचे ताणतणाव असतात. त्या घडत असणाऱ्या प्रसंगात 'मी'चे व्यावहारिक फायदेतोटे, वासना-भावना, रागलोभ गुंतलेले असतात. त्या प्रसंगांना 'मी' आपल्या हेतुनुसार आकार देण्यात किंवा आकार देण्याची धडपड करण्यात गुंतलेला असतो. त्यामुळे तो त्या अनुभवांकडे ते प्रत्यक्ष घडत असताना तटस्थपणे पाहू शकत नाही किंवा 'अनुभव' म्हणून त्यांचा आस्वाद घेऊ शकत नाही.

पण हे अनुभव जेव्हा घडून गेलेले असतात आणि दूरच्या व्यक्तिगत भूतकाळात जमा झालेले असतात तेव्हा 'मी' त्याच अनुभवांकडे तटस्थपणे पाहू शकतो. त्यांच्या अंगोपांगांना निरखू-पारखू शकतो. हे निरखणे-पारखणे सुरू झाले की, त्याच अनुभवातील (आजवर लक्षात न आलेले) काव्य, नाट्य, इत्यादी गुण-विशेष, सुखदुःखाच्या विविध छटा, विनोद, कल्पना तसेच सखोल आणि सूक्ष्म स्वरूपाचे अनुभवांचे विविध पदर, त्यांच्यातील विचित्र गंतागुंत, त्यामुळे जाग्या होणाऱ्या भावभावना, त्यातील काही बाबींनी चिंतनाला मिळणारी चालना आणि या सर्वांतून जाणवणारे त्या अनुभवातील चैतन्य किंवा जिवंतपण यात 'मी' रमून जातो. तटस्थतेमुळे ते अनुभव सुंदर, अर्थपूर्ण, रमणीय वाटू लागतात आणि ते लेखक-'मी'ला व्यक्त करावेत असे वाटते.

अनुभवांच्या या विशिष्ट स्वरूपामुळे त्यांना वाङ्मयीन गुणवत्ता लाभलेली असते. आत्ममग्नतेतून निर्माण झालेली जी 'मी'ची 'मी'लाच मध्यवर्ती किंवा केंद्रवर्ती मानणारी विशिष्ट आत्मनिष्ठा ललित गद्यात असते ती तिथे निर्माण झालेली असते. या आत्ममग्नतेला ऐतिहासिक दृष्टिकोन प्राप्त झालेला नसतो. ती अनुभवाच्या विशिष्टतेत रमत राहते. त्यामुळे 'ऐतिहासिक आलोक' गमावून बसलेली असते.

ललित गद्याचे स्वरूप प्रामुख्याने 'स्फुट' असते. कथा-कविता या साहित्य प्रकाराच्या 'स्फुटते'सारखे ते असते. त्याचा कालपट, अनुभवपट लहान असतो. कादंबरीसारखा तो दीर्घपट नसतो. ललितगद्यकाराची प्रकृती 'मी'च्या गतकाळातील अनुभवाचा कलात्मक तटस्थतेने आस्वाद घेण्याची असते. त्या अनुभवाचे संवेदनांच्या अंगांनी चिंतन करण्याची त्याची प्रवृत्ती असते. त्यामुळे ललितगद्यकार आस्वादन, संवेदन, चिंतन या अंगांनी त्या विशिष्ट अनुभवात अवगाहन करीत राहिल्यासारखा वाटतो.

आत्मचरित्रलेखनाला हे अवगाहन मारक ठरते. कारण एखाद्या अनुभवात जेव्हा अवगाहन सुरू होते तेव्हा त्या अनुभवाचा मागचा-पुढचा संदर्भ विसरावा लागतो. आत्मचरित्रलेखनात तर प्रत्येक अनुभवाला मागच्या पुढच्या अनुभव-प्रसंगांचा संदर्भ सतत ठेवावा लागतो. या संदर्भामुळे अनुभव-प्रसंगांच्या मालिकेला एक अर्थपूर्ण अन्वय प्राप्त झालेला असतो. हा अन्वय ऐतिहासिक दृष्टीमुळे प्राप्त झालेला असतो. ही दृष्टीच जर आत्मचरित्राला लाभलेली नसेल तर ते आत्मचरित्रलेखन अपयशी होते.

गतगोष्टींत केवळ रमणारी आत्मचरित्रे ही अनुभवांचे ढिगारे किंवा अनुभवांचे एकाजागी बांधलेले बिंडे वाटतात. त्यात एका अनुभवाचा दुसऱ्याशी अर्थपूर्ण मेळ घालता येत नाही. एकानंतर कालक्रमात घडलेला दुसरा अनुभव एवढेच त्याचे अपघाती स्वरूप राहते. एकाचा दुसऱ्याशी कार्यकारण संबंध प्रस्थापित होऊ शकत नाही. कार्यकारण संबंध असलाच तर तो अतिशय शबल स्वरूपाचा असतो. त्यामुळे असे एकत्र आलेले अनुभव अस्ताव्यस्त ढिगाऱ्यासारखे किंवा योगायोगाने एकत्र बांधल्यासारखे वाटतात. म्हणून शैलीच्या अंगाने वाङ्मयीन गुणवत्ता लाभलेली, पण आशयाच्या संदर्भात दुय्यम दर्जाची असलेली अशी आत्मचरित्रे अकारण फुगलेली, अस्ताव्यस्त वाटू लागतात. न. चिं. केळकरांचे 'गतगोष्टी' हे आत्मचरित्र त्या दृष्टीने अभ्यासण्यासारखे आहे.

सारांश, केवळ गतगोष्टींत रमण्याने, त्यांचा काव्यात्म आस्वाद घेण्याने किंवा सुट्या-सुट्या अनुभवांचे काव्यात्म चिंतन करण्याने किंवा केवळ वाङ्मयीन क्रीडाभावी वृत्तीने गतकाळातील अनुभवांना सामोरे जाण्याने यशस्वी आत्मचरित्रलेखन होऊ शकत नाही. म्हणून केवळ रोमँटिक सिंहावलोकनाची प्रेरणा यशस्वी आत्मचरित्र लेखनास पुरेशी पडू शकत नाही.

माणसाची गतगोष्टींत रमण्याची प्रवृत्ती ही स्वाभाविक आहे. तिच्यापासून माणसाला आनंद मिळतो, पण आत्मचरित्र-लेखकाला जेव्हा या स्वाभाविक प्रवृत्तीला आत्मचरित्रलेखनाचे वेळी आवर घालण्यात अपयश येते किंवा ती अनावरपणे अवतरू लागते तेव्हाच आत्मचरित्राचे अपयशही निश्चित होते.

दुसरे असे की, आत्मचरित्राचे मौलिक स्वरूप ज्याला कळले नसेल किंवा समजून घेण्याची आवश्यकता वाटत नसेल किंवा गतगोष्टींचे वाङ्मयीन शैलीच्या अंगाने लेखन करणे म्हणजेच आत्मचरित्र लिहिणे अशी ज्याची आत्मचरित्राविषयीची चुकीची समजूत झालेली असेल त्याच्या पदरी अपयश पडत असावे.

१९४५ पूर्वीच्या काळात मराठी वाङ्मय क्षेत्रात काही लेखक 'शैलीकार' म्हणून प्रसिद्ध असत. त्यांची वाङ्मयीन शैलीच महत्त्वाची मानली जात असे. साहित्याचा कोणताही प्रकार त्यांनी हाताळला तरी त्यांची शैली एकच असे. मोठ्या आत्मविश्वासाने त्या एकाच शैलीत ते साहित्यनिर्मिती करत असत. 'हीच शैली वापरून आता आत्मचरित्राचे लेखनही करून टाकावे' अशा धारणेने अशा लेखकांनी आत्मचरित्रे लिहिली की, त्यांचे अपयश ठरलेले असते. मराठीतील शैलीकार साहित्यसम्राट न. चिं. केळकरांनी अशा विचाराने प्रभावित होऊन तर आत्मचरित्र लिहिले नसेल ना?- असा प्रश्न पडतो.

आणखी एक संभाव्य कारण असू शकते. एखाद्या व्यक्तीच्या संपूर्ण जीवनातच जर काही आव्हान निर्माण झालेले नसेल, वडिलार्जित इस्टेट, संपत्ती किंवा धन असेल, ते असल्यामुळे काही मिळविण्यासाठी संघर्षच करावा लागत नसेल, इच्छेप्रमाणे सर्वकाही संघर्षाशिवाय आपसुख मिळत गेलेले असेल, सगळं जीवनच सुरळीत, सुदैवी, स्वास्थ्यप्रिय असेल तर स्वत:च्या जीवनात अर्थपूर्ण अनुभव येणार कसे, असा एक प्रश्न उपस्थित करता येतो. अशाप्रकारचे जीवन जगलेला माणूस जेव्हा आत्मचरित्र लेखन करू शकेल, तेव्हा त्याच्याजवळ भूतकालीन अनुभवात पुन्हा रमण्याशिवाय, गतगोष्टींत अवगाहन करीत राहण्याशिवाय दुसरा कोणता पर्याय असणार? अर्थात, अशी सुदैवी माणसे दुर्मीळ असली तरी भूतकाळात केवळ रमणारी उतारवयातील वृद्ध माणसे खूप असतात, हे तितकेच खरे आहे.

समाजव्यवस्थेत माणसाला माणूस म्हणून महत्त्वाचे स्थान आहे. त्यासाठी व्यक्तिस्वातंत्र्य हे एक महत्त्वाचे मूल्य आपण मानले आहे. समाजव्यवस्थेत व्यक्तीला चरितार्थासाठी कोणताही मान्य व्यवसाय करता यावा, तिला तिचे विचार मुक्तपणे मांडता यावेत, समाजात, देशात कुठेही मुक्त विहार करता यावा, समाजातील माणसाचे जास्तीत जास्त सुख हेच समाजाचे साध्य असावे असे आपण मानतो. व्यक्तीला महत्त्वाचे स्थान असलेली लोकशाही राज्यव्यवस्था ही आपण प्रमाण मानलेली असते या पाठीमागेही तोच हेतू असतो. सारांश, आधुनिक समाजव्यवस्थेत व्यक्तीला महत्त्वाचे स्थान प्राप्त झालेले आहे.

अशी वस्तुस्थिती असल्यामुळे आधुनिक समाजात व्यक्तीला 'स्व'ची, 'मी'त्वाची जाणीव म्हणजेच 'आत्मप्रतिमेची' जाणीव विशेष असू शकते. आपण समाजात

आपल्या इच्छा, आकांक्षा, बुद्धिमत्ता, कर्तृत्व, विचारसरणी, उपलब्ध साधन-सुविधा यांच्या आधारे काही करू शकतो. आपल्या जीवनाला त्यानुसार आकार देऊ शकतो. साध्ये आत्मसात करू शकतो. आधुनिक समाजव्यवस्था असा आत्मविश्वास व्यक्तीच्या ठायी निर्माण करू शकते. त्यानुसार ती व्यक्ती स्वत:चे जीवन घडवू शकते. ती तिच्या जीवनाची 'निर्माता' होऊ शकते. 'या समाजात 'मी' हे निर्माण केले, 'मला' हे यश मिळाले, 'माझ्यामुळे' ही संघटना, ही संस्था, हा उद्योग, इत्यादी उभे राहू शकले' असे तिला वाटते. एखादी विशेष कर्तृत्ववान व्यक्ती मोठी सुधारक, उद्योगपती, मुख्यमंत्री, प्रधानमंत्री, राज्यपाल, राष्ट्रपती, इत्यादी आपल्या कर्तृत्वाने होऊ शकते. तीच तिची निर्माती असू शकते. अति सामान्य वा गरीब कुटुंबात एखादी व्यक्ती जन्मली तरी ती स्वत:च्या कर्तृत्वाने वरीलसारख्या कोणत्याही अत्युच्च पदाला जाऊन पोहोचू शकते. अशा घटना आधुनिक समाजात घडू शकतात. त्यांची उदाहरणे समाजात जगणाऱ्या व्यक्तींसमोर ढळढळीत स्वरूपात उभी असतात. यातूनच आधुनिक समाजात माणसाला आत्मप्रतिमेची जाणीव होते. त्या प्रतिमेला खतपाणी मिळते. त्या प्रतिमेचे भरण- पोषण समाजात होऊ शकते. विशेषत: 'माझ्या जन्माच्या वेळी मी असा-तसा कुणीतरी होतो, पण माझ्या कर्तृत्वाने मी आयुष्यात इथंपर्यंत येऊन पोहोचलो, हे माझेच कर्तृत्व आहे' असे व्यक्तीला वाटते आणि त्या व्यक्तीला समाजात तशी मान्यता मिळते.

व्यक्तीच्या या वाटण्याचा मुक्त आविष्कार 'आत्मचरित्रात' करता येतो. हा मुक्त आविष्कार नुसता करताच येत नाही, तर समाज तो कौतुकाने वाचतो. त्या व्यक्तीच्या त्या विशिष्ट प्रतिमेला, तिच्या विशिष्ट कर्तृत्वाला समाज मान्यता देतो. त्यामुळे आधुनिक समाजातील कर्तृत्ववान व्यक्तीला आत्मचरित्र लिहिण्याची प्रेरणा होऊ शकते. या प्रेरणेला 'आत्मप्रतिमेच्या जाणिवेची प्रेरणा' असे म्हणता येईल.

आधुनिक पाश्चात्त्य समाजव्यवस्थेत 'स्व'ची किंवा 'मी'त्वाची जाणीव गेली दोनशे वर्षे अधिकृतपणे विशेष वाढीला लागलेली आहे. व्यक्तिस्वातंत्र्याच्या मूल्यातून तिचा जन्म झालेला आहे. युरोपीय लोकशाहीने तिला खतपाणी घातलेले आहे.

पाश्चात्त्य संस्कृतीतील अलीकडची आत्मचरित्रे आत्मप्रतिमेची पूजा अधिक प्रमाणात करणारी वाटतात. 'मी'त्वाची जाणीव त्यांच्यात विशेष स्वरूपात म्हणजे व्यक्तिकेंद्रित्वाच्या पातळीवर पोहोचलेली दिसते. एका टोकाला गेलेली ही जाणीव एकांगीच म्हटली पाहिजे.

वास्तविक समाजव्यवस्थेत राहून 'मी हे केले, मी ते केले, माझ्यामुळे हे घडले, मला समाजाविषयी, सुधारणांविषयी जे वाटते ते बरोबर आहे, मी या कार्यात यशस्वी झालो, यासारखी विधाने एकांगीच मानावी लागतात. पाश्चात्त्यांच्या

आत्मचरित्रांत ही जाणीव विशेष जाणवते. वास्तविक एखादी व्यक्ती जेव्हा समाजात जगत असते तेव्हा त्या समाजाच्या विशिष्ट व्यवस्थेत ती जगत असते. ती समाजव्यवस्था त्या व्यक्तीला विशिष्ट संरक्षण देत असते. कौटुंबिक वारशामुळे त्या व्यक्तीला काही विशिष्ट आर्थिक, सांस्कृतिक स्थिती लाभलेली असते, तिथे एक शिक्षणव्यवस्था नांदत असते, एक विशिष्ट आर्थिक स्थितिगती असते. त्या स्थितिगतीमुळे व्यक्तीला नोकरी मिळते, उद्योग-व्यापार, इत्यादी करता येतात. त्या व्यवस्थेत व्यक्तीला विशिष्ट संधी प्राप्त झालेल्या असतात. मित्र-मंडळी, नातेवाईक, शासन यांनी प्रत्यक्षाप्रत्यक्ष व्यक्तीच्या स्थैर्यासाठी मदत केलेली असते. सारांश, आत्मप्रतिमेची जाणीव ठेवताना आपणाला मिळालेले समाजाचे विविधांगी योगदानही महत्त्वाचे असते. आपली जी आत्मप्रतिमा घडत गेलेली असते तिला वेळोवेळी जी एक स्थितिगती लाभलेली असते, तिच्यात समाजाचा अनेकांगी सहभाग असतो. पण याचे भान पाश्चात्त्य आत्मचरित्रांतील आत्ममग्न नायकांना फार थोडे दिसते. या अर्थाने ही आत्मचरित्रे व्यक्तिकेंद्रित वाटतात, त्यांच्यातील आत्मप्रतिमेची जाणीव एका टोकाला गेलेली दिसते.

महाराष्ट्रीय (पर्यायाने भारतीय) समाजव्यवस्थेवर आधुनिक काळात पाश्चात्त्य जीवनमूल्यांचा आणि राहणीच्या शैलीचा मोठा परिणाम झालेला आहे. साहित्याच्या आणि साहित्य-प्रकारांच्या संकल्पनाही आपण तिकडूनच घेतलेल्या आहेत. तिकडच्या साहित्यप्रकारांत प्रतिबिंबित झालेले जीवनचित्र आपणास अनुकरणीय आणि प्रमाण वाटते. त्यामुळे आत्मचरित्र-लेखनातही त्याचे प्रतिबिंब उमटल्यास नवल वाटणार नाही. परिणामी असली मराठी आत्मचरित्रे एकांगी म्हणजे विशिष्ट अंगावरच भर देणारी होतात. ती वास्तवाशी अ-प्रमाण होतात. वास्तविक एकाच समाजस्थितीत जन्मलेल्या व्यक्ती असूनही प्रत्येकाची आत्मप्रतिमा ही भिन्न भिन्न असते. कारण प्रत्येक व्यक्तीचा स्वभाव, पिंडधर्म भिन्न असतो. काही प्रमाणात तरी तो निश्चितपणे भिन्न असतो. म्हणून प्रत्येकाचे जीवन हे मूलतः भिन्न असते. म्हणून आत्मचरित्र-लेखनाच्या बाबतीतही ते जीवन आणि ते लेखनही भिन्न असावयास पाहिजे. आत्मचरित्रे अनुकरणातून जन्माला येऊ शकत नाहीत. जन्मली तरी ती आत्मचरित्रे नसतात. आत्मचरित्राचा आभास असतात. म्हणून आत्मप्रतिमेच्या आपल्या जाणिवा या आपल्याच चिंतन-मननातून आणि आपल्याच समग्र वास्तवातून जन्माला याव्या लागतात. अनुकरणातून त्या जन्माला येऊ शकत नाहीत.

आत्मप्रतिमेच्या जाणिवेचे पर्यवसान आत्मपूजेत होण्याचा धोका विशेष संभवतो. मराठीमध्ये १९७० नंतरच्या काळात अनेक स्त्रियांनी आपल्या प्रियकर पुरुष व्यक्तीविषयी लिहिलेली किंवा ख्यातनाम साहित्यिक, विचारवंत पतीविषयी केलेली आपल्या आत्मचरित्रांतील मूल्यमापने आणि विधाने ही काहीशी एकांगी, आत्मसमर्थन

करणारी वाटतात. आपण त्या पुरुषांवर केलेले प्रेम, त्यांच्याकडून केलेल्या अपेक्षा, त्या पुरुषांचे दोष सहन करून, त्यांनी केलेला अन्याय सहन करून त्यांचे वैवाहिक जीवन आपण (स्वत:विषयी) कसे तगवून, निभावून नेले, याचे विवेचन त्यात केलेले दिसते. त्याचा सूर प्रामुख्याने स्वत:वर झालेल्या अन्यायाला वाचा फोडणारा असतो, पण पुरुषांची अशी काही बाजू असू शकते ती विशद केलेली नसते. ती अपुरी, सोयीची तेवढी सांगितलेली असते. क्वचित झाकून टाकलेली असते. त्यामुळे त्यांचे ते लेखन एकांगी वाटते. आत्मप्रतिमेला धक्का लागणार नाही, अशी एकूण मांडणी असते. हा आत्मप्रतिमेच्या पूजेचाच प्रकार असतो.

सामाजिक चळवळींच्या लाटेत कळत नकळत सापडलेल्या व्यक्तींच्या मनात अशा तात्कालिक एकांगी भावना निर्माण होऊ शकतात. आपल्यावर अन्याय झाला आहे, आपण त्याला वाचा फोडू, असे त्यांना जोरजोरात वाटू लागते. त्यांच्याजवळ पुरेशी मीमांसा करण्याची विवेचक शक्ती नसेल, प्रवाहाबरोबर वाहत जाण्याची स्वाभाविक प्रवृत्ती असेल तर आत्मचरित्रांत असे दोष निर्माण होतात. चळवळीत मांडली जाणारी मते, विचार पुष्कळ वेळा सर्वसामान्य असतात. ते गडद, भडक, अतिशयोक्त स्वरूपात मांडल्याशिवाय जनसामान्यांवर त्यांचा प्रभाव पडत नसतो. ते सतत मांडत राहिल्याने व ऐकतही राहिल्याने खरे, वास्तव वाटू लागतात. बेताची वैचारिक क्षमता असलेल्या किंवा प्रवाहाबरोबर वाहत जाणाऱ्या व्यक्ती त्याला बळी पडतात. त्यांच्या आत्मप्रतिमेच्या पूजात्मक जाणिवेला तो विचार उपयुक्त ठरत असतो. ('अजुनी चालतेच वाट')- आनंदीबाई विजापुरे, (स्नेहांकिता)- स्नेहप्रभा प्रधान, (बंध-अनुबंध)- कमल पाध्ये, (नाच गं घुमा)- माधवी देसाई यांची आत्मचरित्रे त्या दृष्टीने अभ्यासनीय आहेत.

आत्मप्रतिमेच्या जाणिवेतून आत्मपूजा, आत्मप्रौढी, आत्मगौरव, आत्मसमर्थन यासारखे दोष आत्मचरित्रात अवतरण्याचा धोका असतो. हा धोका अतिशय जागरूकपणे टाळण्याची दक्षता घ्यावी लागते. यासाठी आत्मप्रतिमेचे, ती ज्या कार्यातून उभी राहिली त्या कार्याचे मूल्यमापन, परीक्षण, सखोल निरीक्षण करण्याची आवश्यकता असते. आत्मप्रतिमा आकाराला आणण्यास वर सांगितल्याप्रमाणे अनेकांनी, अनेक मार्गांनी, प्रत्यक्ष किंवा अप्रत्यक्ष स्वरूपात हातभार लावलेला असतो. ज्याचे त्याचे श्रेय ज्याचे त्याला देत जाण्याने आत्मप्रौढी, आत्मगौरव कमी होऊ शकतो. आपण एखादी आगळीक, एखादी चूक केलेली असेल, एखाद्या बाबीकडे दुर्लक्ष, डोळेझाक केलेली असेल, एखादा प्रमाद भावनेच्या, स्वार्थाच्या भरात घडलेला असेल तर त्याची साधार कबुली देत जाण्याने, तसेच त्या प्रमादाला आपल्या स्वत:पेक्षा इतरच कसे जबाबदार आहेत हे अभिनिवेशाने, वकिली डावपेचाने न सांगण्याने आत्मसमर्थनाला आळा बसू शकतो. एवढेच काय तर सरळ आणि

प्रांजळपणाने कथन केल्यानेही आत्मसमर्थनाला, आत्मप्रौढीला आळा बसू शकतो. आत्मचरित्रात निवडक, महत्त्वाच्या अर्थपूर्ण घटनांनाच स्थान असते. 'मी'च्या जीवनातील एखादे महत्त्वाचे सूत्र विशद करण्यासाठीच या निवडक, महत्त्वाच्या घटना अवतरत असतात. उलट आपण आपल्या जीवनातील मूळ कथनसूत्रापासून दूर नेणाऱ्या, पण अहंकार गोंजारणाऱ्या घटना-घडामोडी चवीने, विस्ताराने सांगू धजतो. पुष्कळदा किरकोळ अनुभवांत रममाण होऊन जातो. मागचे पुढचे सूत्र-संदर्भ विसरून एखाद्या घटनेत काव्यात्म वा क्रीडावृत्तीने रमतो. या सर्वांतून आत्मप्रतिमेची पूजा, उपासना सुरू होते आणि आत्मचरित्र दोषांनी डागळू लागते. सारांश, आत्मप्रतिमेच्या जाणिवेच्या प्रेरणेतून अनेक दोष अनुषंगाने निर्माण होण्याची शक्यता असते. त्यांच्यापासून सावध राहूनच आत्मचरित्राचे लेखन व्हावे, अशी अपेक्षा असते. आत्मचरित्रात आत्मप्रतिमा ही येणारच, पण तिचे पर्यवसान आत्मपूजेत होऊ न देता आत्ममूल्यमापनात, भोवतालच्या परिस्थितीशी संबंधित आत्मप्रतिमेचे वस्तुनिष्ठ स्वरूप विशद करण्यात व्हावे लागते हे ओळखता आले तरच आत्मचरित्राचे लेखन यशस्वी होऊ शकते.

आत्मप्रतिमेच्या जाणिवेचे आत्मपूजा, आत्मसमर्थन हे जसे एक कळत नकळत, अस्पष्ट स्वरूपात अवतरणारे अंग असू शकते, तसेच कठोर आत्मपरीक्षण हेही त्याच जाणिवेचे महत्त्वाचे अंग असू शकते. पाश्चात्त्य साहित्यात कठोर आत्मपरीक्षण करणारी आत्मचरित्रे विशेष गाजलेली आहेत. त्या आत्मचरित्रांची ती महत्त्वाची प्रेरणा ठरलेली आहे. सेंट ऑगस्टीनचे चौथ्या शतकातील 'कन्फेशन्स'सारखे लेखन हे या प्रकारच्या आत्मचरित्राच्या परंपरेतील पहिले आत्मचरित्र मानले जाते. अठराव्या शतकातील रूसोच्या आत्मचरित्रालाही या परंपरेतील उत्तम उदाहरण मानले जाते. ख्रिस्ती धर्मात असे मानले जाते की, मनुष्याचा जन्म हा मुळात पापातून झालेला आहे. तो पापात्मा आहे, परमेश्वराजवळ आपल्या पापांची कबुली दिल्यामुळे माणसांची त्या पापातून मुक्तता होऊ शकते. या कबुलीमुळे मन स्वच्छ निर्मळ होते. त्याला पापातून मुक्तता मिळते. या प्रेरणेने पाश्चात्त्यांनी अनेक आत्मचरित्रे लिहिलेली आहेत.

या प्रेरणेची दोन अंगे संभवतात. एक धार्मिक आणि दुसरे तात्त्विक. पापनिवेदन (कन्फेशन) करण्यामागे धार्मिक श्रद्धा असते. परमेश्वर दयाशील, क्षमाशील आहे. त्याच्यापाशी पापनिवेदन केल्यास तो क्षमा करतो. त्यामुळे पाप निवेदनानंतर, मनात अपराधाची जाणीव राहत नाही. निर्मळ मनाने माणूस पुन्हा उत्साहित होऊन जीवनाकडे वळतो. अशा निवेदनोत्तर आयुष्यात धर्मगुरूच्या सल्ल्यामुळे आणि त्याच्या मार्गदर्शनामुळे सत्कर्मयुक्त जीवन जगण्याची शक्यता निर्माण होते.

सत्कर्मयुक्त जीवन हे पुण्यमय आणि पापविहीन असू शकते, अशी त्याची श्रद्धा असते.

दुसरे तात्त्विक अंग महत्त्वाचे आहे. माणसाला कोणत्याही परिस्थितीत स्वतःचे अस्तित्व टिकविण्यासाठी सतत संघर्ष करावा लागतो. स्वतःचे अस्तित्व टिकविणे हा एक प्रकारचा स्वार्थच असतो. तो कोणत्याही परिस्थितीत साधावा लागतो. त्या साध्यसंपादनात हातून अनेक प्रमाद घडतात. अनेक दुष्कर्मे होतात. समाजाला मान्य नसलेल्या अनेक गोष्टी आपल्या हातून घडतात. ही दुष्कर्मे जशी स्वार्थापोटी घडतात, तशी ती अज्ञानामुळेही घडतात. पुढे त्याचे आपल्याला यथार्थ ज्ञान होते. दुष्कर्मे अज्ञानामुळे, स्वार्थामुळे जशी घडतात तशी विपरीत ज्ञानामुळेही घडू शकतात. जीवन-संघर्षात अनेक कारणांमुळे विपरीत ज्ञान होऊ शकते. पुष्कळ वेळा विवेकशक्ती कमी पडत असते. पुष्कळ वेळा तरुण वयात आपल्यातील अमानुष शक्ती, पाशवी शक्ती जाग्या होतात. त्यांच्याकडून दुष्कर्मे घडतात. त्या पाशवी किंवा अमानुष आहेत हे त्या त्या वेळी कळत नसते. कारण खुद्द विवेकशक्तीच त्या काळात पक्व झालेली नसते. सारांश, चुकणे हा मानवधर्म असतो. आयुष्याच्या पक्वावस्थेनंतर, उत्तरार्धात, उतारवयात जीवनाचा समग्र अर्थ कळू शकतो. जीवनाचे श्रेयप्रेय यातील भेद कळू शकतो. विवेकशक्ती पुरेशी वाढल्यामुळे वृद्धावस्थेत ('वृद्ध' याचा संस्कृत अर्थ पुरेसा वाढलेला, पक्व झालेला असा आहे.) जीवन अर्थपूर्ण कधी होते आणि निरर्थक कधी ठरते, हे कळू शकते. मन कळत नकळत आत्मज्ञानाकडे वळलेले असते. भौतिक जीवनाची निरर्थकता जाणवू लागते.... अशा ज्ञानमय अवस्थेत जर आत्मचरित्रे लिहिली गेली तर त्यांची प्रेरणा 'कठोर आत्मपरीक्षणाची' असू शकते. इथे आत्मचरित्र-नायकाची पूर्ण अंतर्मुखता प्रत्ययाला येऊ शकते. तो एका अर्थी एखाद्या तत्त्ववेत्त्याप्रमाणे सिद्धावस्थेला पोहोचलेला असतो. या अवस्थेत त्याचे स्वतःचे आजवरचे जीवन त्याचे स्वतःचे राहिलेले नसते. ते एका मानवी जिवाचे जीवन म्हणूनच तो त्याच्याकडे पाहत असतो. फरक एवढाच असतो की, हे जीवन त्याने आतून पाहिलेले असते. त्यामुळे त्याला त्याचे यथार्थ आणि अस्सल स्वरूप कळलेले असते. या यथार्थ आणि अस्सल स्वरूपाचे निवेदन म्हणजे त्याचे आत्मचरित्र असते. एखादा संत, एखादा तत्त्वज्ञ, एखादा अध्यात्मवादीच असे आत्मचरित्र लिहू शकतो.

आयुष्याच्या अखेरीच्या दिवसांत जवळजवळ सगळा जीवनपट समोर उलगडून पडलेला असतो. या स्थितीला पोहोचलेल्या एखाद्या व्यक्तीजवळ आयुष्याचे शहाणपण साचलेले असते. त्याच्याजवळ अंतर्मुख वृत्तीने विचार करण्याचे सामर्थ्य असेल तर त्याला एकूणच मानवीजीवनाच्या मर्यादा, वृत्ती-प्रवृत्ती, वासना-विकार, स्वार्थ- परमार्थ, श्रद्धा, मूल्ये, ज्ञान याविषयी बरेच कळलेले असते. हे आकळणे

आत्मचिकित्सेतून निर्माण झालेले असते. आजवर जगलेले जीवन टरफलासारखे फेकून देऊन लवकरच मृत्यूच्या स्वाधीन व्हावयाची वेळ जवळ आलेली असते. अशावेळी धीटपणाने, चिकित्सेने, तटस्थतेने, निर्ममवृत्तीने आत्मचरित्राचे लेखन झाले तर त्याची प्रेरणा 'कठोर आत्मपरीक्षणाची' होऊ शकते. अशी आत्मचरित्रे प्रापंचिकांना मार्गदर्शक ठरतात.

मराठीमध्ये अशाप्रकारची आत्मचरित्रे नाहीत. याचे कारण भारतीय धर्म, तत्त्वज्ञान आणि अध्यात्म या तिन्हीमध्ये अंतिम टप्प्यावर भौतिक जीवनाला स्थान नाही. या जीवनातून मुक्त होण्याकडे, उपकारापुरते उरण्याकडे, परमेश्वर समजून घेण्याकडे आणि त्याच्याशी एकात्म होण्याकडे कल असतो. याला पारलौकिक दृष्टिकोन असेही म्हटले जाते. अशा स्थितीला पोहोचलेले भारतीय किंवा मराठी मन आत्मचरित्रासारखा भौतिक साहित्यप्रकार हाताळू शकेल, लिहू शकेल असे वाटत नाही. सारांश, ख्रिस्ती धार्मिक दृष्टीने प्रभावित झालेला, भौतिकवादी जीवनावर प्रेम करणारा, त्या जीवनाला मनापासून मानणारा एखादा तत्त्वज्ञ किंवा पाश्चात्त्य साधू-संतच असे आत्मचरित्र लिहू शकेल. त्यालाच आत्मचरित्र लिहिण्यासाठी अशाप्रकारची प्रेरणा लाभू शकेल.

अंतिमत: ही प्रेरणा आत्मप्रतिमेच्या मर्यादा विशद करणारी चिंतनशील आणि तत्त्वज्ञानयुक्त अशी वाटते. आत्मपूजेच्या तुलनेत ती प्रतीकात्मक वाटत असली तरी मूलत: ती तशी नाही. विवेकशक्तीच्या उच्च स्थानी उभे राहून मानवी जीवनाचे गुण-दोषयुक्त स्वरूप-दर्शन घडविणे, हे तिचे ध्येय असते. मानवी जिवाचे मानवी आत्म्याने लिहिलेले हे चरित्र मानावे लागते.

आत्मप्रेम ही माणसाच्या जगण्याची मूलभूत प्रेरणा आहे. पुष्कळ आत्मचरित्रांत ही प्रेरणा प्रभावी असते.

माणूस कोणत्याही परिस्थितीत स्वत:वर प्रेम करतो. उपाशी पडला, निराधार झाला तरी भीक मागून, चोरी करून स्वत:ला जगवतो. खुनी, चोर, दरोडेखोर, वेश्या, इत्यादी अवैध मार्गांनी जगणाऱ्या व्यक्तीही स्वत:च्या त्या मार्गाचे आपल्या परीने समर्थन करतात. कोणत्या परिस्थितीत असे करावे लागले त्याचे स्पष्टीकरण देतात. त्या त्या वेळची विशिष्ट स्थिती, मनोवस्था समजून देतात. कारण त्यांचे स्वत:चे राग-लोभ, जाणिवा, वृत्ती, प्रवृत्ती यांच्यासह स्वत:च्या जगण्यावर प्रेम असते. ही मूलभूत स्वरूपाची जैविक प्रेरणा आहे, हे विसरता येत नाही. तिचेच दर्शन वेगवेगळ्या स्वरूपात आत्मचरित्रात होत असते.

ज्या दिवशी माणसाला स्वत:ची घृणा वाटेल, शिसारी येईल त्या दिवशी त्याचे स्वत:वरचे, स्वत:च्या जगण्यावरचे प्रेम संपेल. त्या दिवशी स्वत:ला तो

शिक्षा करील किंवा संपवूनही टाकेल. ज्या दिवशी स्वत:ला तो गुन्हेगार, नालायक ठरवेल त्या दिवशी स्वत:ला तो ठार मारेल.

आत्मचरित्रात माणूस आपली स्वत:ची चांगली बाजू सांगत असतो. याचे कारण त्याची मूलभूत प्रेरणा वरील स्वरूपाची असते. त्याला स्वत:ची चांगली बाजू मनापासून महत्त्वाची वाटत असते, म्हणून तो ती सांगत असतो. तो आपल्या या प्रेरणेनुसार आणि आपल्या विचारसरणीनुसार समर्थन करतो. म्हणून आत्मचरित्रात कमीअधिक प्रमाणात आत्मसमर्थन हे येणारच. त्याच्यावरच समीक्षकांनी पुन:पुन्हा बोट ठेवणे किंवा तो दोष म्हणून दाखवून स्वत: श्रेय वा समाधान मिळविणे फारसे समर्थनीय आणि स्पृहणीयही नाही.

कित्येक वेळा टीकाकार ज्याला आत्मसमर्थन म्हणतात ते नायक-मीचे आत्मविशदीकरण किंवा स्वत:च्या धारणेनुसार केलेले स्पष्टीकरण असू शकते. नायक-मी स्वत:विषयीच आत्मचरित्रात सतत बोलत असल्यामुळे तो आत्मसमर्थनच करतो आहे, अशीही काहींनी समजूत करून घेतलेली असते. तीमुळे आत्मचरित्र म्हणजे आत्मसमर्थन असे समीकरण त्यांच्या मनांत असते. जणू काही नायक-मी हा गुन्हेगारच आहे आणि त्याचे जीवन अनेक प्रकारच्या चुका, प्रमाद, वाईट कृत्ये यांनीच भरलेले असते आणि तो सतत आपलीच बाजू चांगली करून मांडत असतो, असे जर एखाद्या समीक्षकाला वाटत असेल तर त्याला आत्मचरित्र हा साहित्यप्रकारच कळला नाही, असे मानावे लागते. मुळात 'समर्थन' याचा अर्थ सम्यक अर्थन असा आहे. एखाद्या घटनेचा उत्तम रीतीने अर्थ विशद करू सांगणे असा त्याचा मूळ अर्थ होतो. चांगले आत्मचरित्र हे या अर्थाने समर्थन असू शकते.

आत्मचरित्र लिहिण्यामागे आत्मशोधाची प्रेरणा असू शकते. आत्मचरित्राची ही महत्त्वाची प्रेरणा आहे. 'आत्मपरीक्षण' आणि 'आत्मशोध' या दोन्ही संकल्पना वेगवेगळ्या आहेत. त्यात भेद आहे. आत्मचरित्राच्या प्रेरणांचा विचार करताना 'आत्मपरीक्षण' असा शब्दप्रयोग जेव्हा आपण करतो तेव्हा त्याला विशिष्ट व्यावहारिक अर्थ असतो. आयुष्याच्या उत्तरार्धात एका विशिष्ट टप्प्यावर एखादी व्यक्ती जेव्हा येऊन पोहोचलेली असते तेव्हा तिच्यासमोर तिचा बहुतेक सर्व जीवनपट स्पष्ट स्वरूपात असतो. या जीवनाचे परीक्षण त्या व्यक्तीला एका विशिष्ट मूल्यात्म पातळीवर उभे राहून करावयाचे असते. हे परीक्षण तिला महत्त्वाच्या वाटणाऱ्या जीवनमूल्यांच्या आणि सामाजिक मूल्यांच्या आधारे केलेले असते. म्हणून त्या जीवनपटाचे ताणेबाणे, रंग-रेषा, प्रकृती, पोत त्या व्यक्तीला नीटपणे तपासून त्याचे स्वरूप स्वत:शीच तपशीलवार न्याहाळायचे अशी तिची धारणा झालेली असते.

दैनंदिनीच्या भौतिक जगण्याच्या घाईगर्दीमध्ये, गतिमानतेमुळे व्यक्तीच्या स्वत:च्या

जगण्याच्या विविध प्रेरणा, त्यांचे स्वरूप, त्यातील बारकावे, त्यातील विविध पदर आणि त्यांचे परस्पर भावसंबंध नीटपणे ज्ञात झालेले नसतात. या सर्वांचा तिला प्रामाणिकपणे शोध घ्यावासा वाटतो. त्यांचा परस्परसंबंधदर्शक एक नकाशा काढावासा वाटतो. त्यासाठी जी संथ, अलिप्त, शांत, निरीक्षक, अंतर्मुख मानसिक अवस्था हवी असते तीच कधी त्या व्यक्तीला पुरेशी मिळालेली नसते. ही अवस्था आत्मपरीक्षणाच्या प्रेरणेची असते. तिच्यात फक्त भौतिक जीवनाची स्थितिगती आणि त्याच्या विविध घटकांचे परस्पर संबंध समजून घेतले जात असतात. या संकल्पनेहून 'आत्मशोध' ही संकल्पना वेगळ्या अर्थाची असते.

सामान्यतः आत्मचरित्र-लेखनाला प्रवृत्त होण्याचा काळ हा आयुष्याच्या उत्तरार्धातील असतो. या काळात पूर्वायुष्याच्या तुलनेने काही स्वास्थ्य लाभलेले असते. एकूण आयुष्यात काय जगावेसे वाटते ते जगलेले असते... काय करणे शक्य असते तेवढे केलेले असते. काय भोगावयाचे होते ते भोगलेले असते. 'कोणत्या परिस्थितीत जन्मलो आणि कुठे येऊन पोहोचलो. आयुष्यात निकराचे प्रसंग अनेक आले, पुष्कळ वेळा अस्तित्वाचेच प्रश्न निर्माण झाले. अनपेक्षित अनेक संघर्ष करावे लागले. अनेक चुका, प्रमाद घडले... त्या त्या वेळी मलाही अंदाज नव्हता असा अनपेक्षित वागलो. मी असा कसा वागलो? माझा नेमका स्वभाव कसा आहे? मी कोण आहे? माझ्या जगण्याला काही अर्थ आहे का? एवढ्या ईर्षेनं जगण्यामागं माझ्या कोणत्या प्रेरणा होत्या? अनेकवेळा प्रवाहपतित झालो. अनेकवेळा प्रवाहाच्या विरुद्ध दिशेनं गेलो. त्यावेळी तसाच आणि यावेळी असाच का वागलो? वेळोवेळी आपल्या जगण्याच्या प्रेरणा बदलत गेल्या काय? असे गतजीवनाविषयी अनेक उच्च तात्त्विक प्रश्न या टप्प्यावर पडत असतात. त्यांची उकल करण्याचा प्रयत्न विवेकाच्या अत्युच्च पातळीवर आत्मशोधाची प्रेरणा करते.

जीवनात ठळकपणे आणि स्पष्टपणे जाणवलेल्या जगण्याच्या प्रेरणांचे, प्रयोजनांचे, ध्येयांचे, हेतूंचे, इतरांनी घालून दिलेल्या आदर्शांचे, वासना-विकारांचे, मानवी मूल्यांचे, स्वार्थाचे, इत्यादी अनेक प्रकारचे किंवा यापैकी कोणत्याही प्रकारचे सूत्र जगण्यामागे असू शकते. काही घटना, प्रसंग वा वर्तन यांच्या बाबतीत ते सूत्र अज्ञातही असू शकते. या सर्वांचा धांडोळा घेण्याची प्रेरणा ही आत्मशोधाची प्रेरणा असू शकते.

ही प्रेरणा मनाच्या विशेष अंतर्मुखतेतून, स्वतःलाच स्वतःविषयी वाटणाऱ्या जिज्ञासेतून निर्माण झालेली असते. स्वतःला समजून घेणारी ती गंभीर आणि अलिप्तपणे चाललेली वैचारिक प्रक्रिया असते. तिच्यातून स्व-रूपाचे यथार्थ ज्ञान होऊ शकते. परिणामी, स्वतःचे स्वतःविषयीच झालेले भौतिक प्रतिष्ठेचे समज, स्वतःविषयीचे भ्रम, एवढेच नव्हे तर स्वतःला शोधण्याच्या जागरूकतेतून इतरांविषयी

स्वत:चे झालेले गैरसमज हेही नष्ट होऊ शकतात. बाह्य 'मी'चे आतील उदात्त नैतिक 'मी'शी असलेले नाते, नीटपणे स्पष्ट होऊ शकते. ते शोधण्याचा प्रयत्न म्हणजे आत्मशोधाची प्रेरणा होय. आत्मशोधाची प्रेरणा ही स्व-रूपाचा लक्ष्यभेद करण्याची असते. या प्रयत्नात स्वत:विषयी आपल्या आत्मिक शक्तीला जे सत्य सापडेल त्याची आत्मचरित्रात आविष्कृती करण्याची क्षमताही असावी लागते. यासाठी स्वभावात निस्पृह धीटता, निर्भयपणा, सुजाण तटस्थता असावी लागते. याच्या जोडीला साक्षेप असावा लागतो. म्हणजे आत्मशोध घेताना त्याची अंगोपांगे व अनुकूल-प्रतिकूल पैलू धुंडाळण्याची आणि ते समत्वाने, समभावनेने मांडण्याची वृत्तीही असावी लागते. त्यातूनच आत्मचरित्रात मानवाच्या तलस्पर्शी मनाचे यथार्थ दर्शन घडणार असते. सुजाण वाचकांना अशा प्रेरणेची परिपक्व अभिव्यक्ती असलेली आत्मचरित्रे विशेष आवडत असतात. मराठीत अशी आत्मचरित्रे नाहीत. महात्मा गांधींचे 'सत्याचे प्रयोग' याचे एकमेव उदाहरण देता येईल.

वाङ्मयीन क्षेत्रात 'आत्मशोध' या संकल्पनेचा अर्थ आत्मशक्तीने स्वजीवनाचा घेतलेला शोध किंवा लावलेला अन्वयार्थ असा होतो. आत्म्याची संकल्पना भारतीय तत्त्वज्ञानातील आहे. माणसाच्या अंतर्यामी राहून सर्व जीवनव्यवहाराचे नियंत्रण आणि निरीक्षण करणारी देहभिन्न चैतन्यशक्ती म्हणजे आत्मा, असे मानले जाते. 'आत्मा' हे शाश्वत तत्त्व आहे. तो नित्य जागृत मानला जातो.

व्यक्ती अनेक घटना, प्रसंग, अनुभव यातून जात असते. त्यात विविधता असते. या सगळ्यांची नोंद आत्म्याच्या स्थानी असते. या सगळ्यांचा विवेकयुक्त काढलेला ज्ञानात्मक अर्क म्हणजे आत्मशक्ती असे म्हणता येईल. तत्त्वज्ञानात ही शक्ती विश्वसंचारी, विश्वात्मक मानली जाते. पण ललित साहित्याचे क्षेत्र हे प्रामुख्याने मानवी जीवनापुरते मर्यादित असते. जीवनातील अनेक प्रकारचे अनुभव एकाच व्यक्तीला येऊ शकतात. ही व्यक्ती सर्व प्रकारचे सामाजिक व्यवहार, मूल्ये, संकेत, रूढी, कायदे, धर्म, संस्कृती, स्वभावना, वासना, विकार, विचार, ध्येये, स्वार्थ, इत्यादींच्या विविध चौकटीत राहून जगत असते. या चौकटीत राहूनच यशस्वी होण्याचा विचारही ती करत असते. अशाप्रकारचा विचार हा भौतिकवादी सामाजिक विचार असतो पण या सर्वांच्या पलीकडे जाऊन मानवी जिवाच्या वर्तनाचा शोध घेणारी 'आत्मशोधाची' संकल्पना आहे. ती उच्च स्वरूपाची नैतिक, ज्ञानात्मक, विवेकशक्तीने प्रेरित अशी संकल्पना आहे. तिच्या आधारे स्व-जीवनाचा लावलेला अन्वयार्थ हा त्याचे अंतिम मूल्यमापन करणारा असतो. अशी मीमांसा असलेली आत्मचरित्रे वाचताना वाचकाला मानवी जीवनाविषयी खूप काही कळले, असे वाटते. अशी आत्मचरित्रे उच्च कोटीतील असतात.

आत्मशोधापेक्षा, आत्माविष्काराची प्रेरणा वेगळी आहे. आत्मशोधाला प्रामुख्याने विवेकशील वैचारिकतेचा पाया आहे. आत्मशोधात दोन घटकांमधील संबंध उच्च वैचारिक पातळीवर प्रस्थापित केला जातो. आत्माविष्काराची प्रेरणा भावनात्मक स्वरूपाची, भावसंवेदनांच्या अंगाने अभिव्यक्त होणारी असते. तिच्यात समतोल विचार, चिंतन यापेक्षा मनाला अस्वस्थ करून सोडणाऱ्या भावनांचे मुक्त विमोचन असते. आत्मशोधाच्या प्रेरणेने प्रभावित झालेली आत्मचरित्रे प्रामुख्याने चिंतनात्मक, मूलभूत स्वरूपात वैचारिक वाटतात. त्यांची शैली विवेचनशील, पृथक्करणशील असते तर आत्माविष्काराच्या अंगाने व्यक्त झालेले (आत्मचरित्रात्मक) लेखन व्यक्तिसापेक्ष, संवेदनानिष्ठ आणि काव्यात्मक वाटते. त्याची शैली उत्स्फूर्त, भावनाशील अनुभवाला अनुकूल अशी वाङ्मयीन किंवा संश्लेषणात्मक, समूर्ताकडे सतत झुकणारी, प्रतिमा-प्रतीक यांचा वापर करणारी असते.

आत्माविष्कारवादाचा (एक्स्प्रेशनिझम) जन्म १९व्या शतकाच्या शेवटी युरोपात झाला आणि पहिल्या महायुद्धाच्या आसपासच्या काळात त्याचा विशेष प्रभाव दृश्य कला आणि साहित्य यावर पडला. वास्तववादाच्या विरोधात उमटलेली ही प्रतिक्रिया होती. आशय आणि अभिव्यक्ती या दोहोंवर या वादाचा प्रभाव पडला. वैयक्तिक भावभावना आणि जाणिवा यांचा उत्कट, बंडखोर आविष्कार या प्रेरणेत असतो. या प्रेरणेने व्यक्त होणाऱ्या भावभावना आणि जाणिवा अतिशयोक्त, एकांगी आणि प्रस्थापित व्यवस्थेला उद्ध्वस्त करू पाहणाऱ्या असतात.

तात्कालिक बंडखोरीतून याचा जन्म झालेला असला तरी काही एक स्थायी स्वरूपाचे सत्य त्यातून शोधता येण्यासारखे आहे. आधुनिक समाजव्यवस्थेचे जे अनेक दुष्परिणाम मानवी मनावर झालेले आहेत, त्यातील एक असा की, मानवी मनाची विचित्र कोंडी या समाजव्यवस्थेत बऱ्याच वेळा होते. तिला वाट करून देणारी आत्माविष्काराची प्रेरणा असते.

आधुनिक समाजव्यवस्थेत मानवी मनाची विचित्र कोंडी होत असली तरी आधुनिकपूर्व समाजव्यवस्थेत तिची पाळेमुळे सापडू शकतात.

कोणत्याही समाजव्यवस्थेत मूल जेव्हा लहान असते तेव्हा ते आईकडून अनेक अपेक्षा करत असते. त्या अपेक्षापूर्तीमध्ये त्याच्या अनेक इच्छांची आणि भौतिक सुखांची तृप्ती होत असते. जेव्हा ही सुखे आईकडून किंवा कुटुंबाकडून मिळू शकत नाहीत तेव्हा ते आई-कुटुंब यांच्यापासून हळूहळू मनाने आणि परिणामी शरीराने तुटू लागते किंवा दूर जाऊ लागते. निराश होते. याचा परिणाम ते स्वत:मध्ये रमण्यात होऊ शकतो, स्वत: ती सुखे आपल्या परीने मिळविण्यात होऊ शकतो. यातून आत्मकेंद्रितता निर्माण होऊ लागते.

लहानपणी हे वळण मिळाले तर पुढे त्याचा सर्व आयुष्यावर परिणाम होऊ

शकतो. अर्थात हे वळण लहानपणीच मिळते असे नाही, क्वचित ते नंतरच्या आयुष्यातही मिळू शकते. जीवनात काही कारणांनी दुर्दैवी घटना घडतात. आईवडिलांचा अंत अकाली होतो. दारिद्र्य, आत्यंतिक प्रतिकूल परिस्थिती वाट्याला येते. अपयश पदरी पडते. एकूण जीवनावरचाच विश्वास ढळतो. यासारख्या कारणांमुळेच भावनाप्रधान माणसे इतरांपासून तुटून एकटी, एकाकी, आत्मकेंद्रित होऊ शकतात. यातून एकप्रकारची स्थायी स्वरूपाची विफलता, निराशा मनात वास्तव्य करून राहते. परिणामी इतरांपाशी काही सांगत बसण्यापेक्षा स्वतःच स्वतःशी भावविवश होऊन विचार करण्यात, स्वतःच्याच अनुभवांत रमण्यात, त्यातील बारकावे हेरण्यात, वाचन करण्यात, क्वचित लेखन करण्यात दिवस जाऊ लागतात. असे जीवन आयुष्यभर वाट्याला आले तर आविष्कारासाठी आत्मचरित्राचे लेखन करावेसे वाटणे किंवा हा प्रकार जवळ करणे स्वाभाविक असते.

आधुनिक समाजव्यवस्थेतील स्पर्धात्मक जीवन, ढासळलेली कुटुंबव्यवस्था, सामाजिक मूल्यांना नाकारून भ्रष्ट वृत्तींनी जगण्याची मानवी प्रवृत्ती, व्यक्तिस्वातंत्र्याच्या अतिरिक्त कल्पना, स्वैराचारी मुक्त जीवन, चंगळवाद, भौतिक वैभवाला आणि तशाच प्रकारच्या सुखांना ध्येय मानणे, ती आपणास मिळत नाहीत म्हणून अतिरेकी होणे, जीवतोड स्पर्धात्मक जीवन जगणे यातून आत्मकेंद्रितता निर्माण होऊ शकते. समाजात वाट्याला आलेली उपेक्षा, पराभव, अपमान, साथसंगतीचा अभाव, प्राप्त समाजाविषयी चीड-संताप यातून बंडखोरीची भावना प्रभावी होऊ शकते. आत्मकेंद्रित होण्याला या गोष्टी खतपाणी घालू शकतात. आत्मकेंद्रितता ही आत्माविष्काराचे प्रभावी कारण असते.

कित्येकवेळा व्यक्ती स्वतः जर एखाद्या सुखवस्तू कुटुंबात जन्माला आलेली असेल तर तिला समाजाची कोणत्याही कारणासाठी गरज वाटू शकत नाही. कारण चरितार्थासाठी नोकरी, धंदा, व्यवसाय, व्यापार, उद्योग, इत्यादी करण्याची आवश्यकता भासत नाही. तिचा समाजाशी एका दृष्टीने संबंध तुटलेला असतो. समाज-प्रवाहाच्या मर्यादा, वैशिष्ट्ये, गदारोळ, उंची-खोली, उथळपणा यांच्याशी अशा व्यक्तीचा प्रत्यक्ष संबंध राहत नाही. अशी व्यक्ती स्वतःची एक सृष्टी स्वतःभोवती निर्माण करू शकते. तिच्यात येणारी संबंधित माणसे, गडी, स्त्री-पुरुष एखाद्या सावल्यांसारखे, कारणपरत्वे आलेले असतात. कारण संपले की, त्या सृष्टीबाहेर ती माणसे जाऊ शकतात... यातूनही एक वेगळ्या प्रकारची आत्मकेंद्रितता येऊ शकते. ती भोवतालच्या समाजवास्तवाच्या विरोधात नसली तरी तिच्यातून अवतरलेली त्या व्यक्तीची भावसृष्टी समाजवास्तवापेक्षा वेगळी असू शकते. हा वेगळेपणा त्या व्यक्तीच्या आत्माविष्कारातून आलेला असतो. स्वतःच्या जगण्याविषयीच्या कल्पना, स्वप्ने, अग्रक्रम, इत्यादींमधून तो साकारलेला असतो.

वास्तविक आत्मकेंद्रितता येण्यासाठी अशाप्रकारची बाह्य कारणे घडावीच लागतात असे नाही. काही व्यक्तींचा स्वभाव, पिंडधर्म मुळातच आत्मकेंद्रित असू शकतो. विशेषत: रोमँटिक प्रकृतीचे कलावंत, साहित्यिक यांचे भावविश्व समाजव्यवस्थेत राहूनही वेगळे असू शकते. ही मंडळी स्वत:च्या आत्मकेंद्री भावना, स्वप्ने, संवेदना यांना प्रमाण मानून त्यातच उत्कटपणे जगू शकतात. अशा व्यक्तींना 'आत्माविष्कार' ही जगण्याचीच एक गरज भासत असते. त्यांची कलानिर्मिती, साहित्यनिर्मिती ही त्या गरजेतूनच निर्माण होते. अशा व्यक्तींची 'आत्मचरित्रे' ही आत्माविष्काराच्या गरजेतून निर्माण होऊ शकतात. मराठीतील नाट्य-चित्रपटांतील नट-नट्यांची, काही साहित्यिकांची आत्मचरित्रे या प्रेरणेने प्रभावित झालेली दिसून येतात.

[जाता जाता एक गोष्ट लक्षात ठेवणे आवश्यक आहे. मानसशास्त्रीयदृष्ट्या व्यक्तीची प्रत्येक कृती (साहित्यकृती, कलाकृती, यातच 'आत्मचरित्रा'सारखी कृती) ही त्या व्यक्तीचा अंतिमत: आविष्कारच असतो. पण साहित्य-समीक्षेच्या क्षेत्रात ज्याला आत्माविष्कारवाद किंवा आत्माविष्कार म्हटले जाते त्याला एक विशिष्ट अर्थ आहे. मानसशास्त्रीय व्यापक अर्थ इथे अभिप्रेत नसतो. पारिभाषिक व्यवस्थेचा भाग म्हणून हा विशिष्ट अर्थ स्वीकारावयाचा असतो.]

आत्मचरित्रलेखनाच्या अशा काही महत्त्वाच्या, ठळक प्रेरणा आहेत. याहून आणखीही काही असू शकतील. मानवी स्वभाव अनंत आहेत. त्या त्या स्वभावानुसार आत्मचरित्र लिहिण्यामागच्या विविध प्रेरणा, विविध कारणे असू शकतात. असे असले तरी मूलभूत काही प्रेरणा संभवतात. फक्त त्यांचाच मागोवा घेण्याचा प्रयत्न इथे केला आहे.

आत्मचरित्र-लेखनाला ज्या प्रकारची विशेष प्रेरणा लाभते त्या विशिष्ट अंगाने त्या त्या आत्मचरित्राला विशेष आकार प्राप्त झालेला असतो. जीवनाच्या इतर अंगांवर त्या प्रमाणात कमी प्रकाश पडतो. ती अंगे गौण स्थानी जातात. त्यामुळे अशा आत्मचरित्रांना गौण स्थानी गेलेल्या त्या अंगांच्या संदर्भात मर्यादा पडू शकतात.

आत्मचरित्राचे लेखन काही व्यक्तींची पहिली आणि शेवटची साहित्यकृती असते. इतरांची आत्मचरित्रे वाचून किंवा उत्स्फूर्तपणे उतारवयात आपणही आत्मचरित्र लिहावे, अशी प्रेरणा होते. एरवी अशा व्यक्तींनी कोणत्याही प्रकारे वाङ्मयाशी संबंधित असे लेखन केलेले नसते. वाङ्मय-लेखनाचा पूर्वानुभव त्यांच्याजवळ नसतो. परिणामी त्यांचे आत्मचरित्राचे लेखन पहिले आणि शेवटचे असते. त्यात उत्साह अधिक असतो.

लेखनाचा सराव नसल्याने स्वाभाविकच अशा व्यक्तींच्या आत्मचरित्र-लेखनात

काही दोष शिरतात. उदाहरणार्थ, लेखनपूर्व अवस्थेत प्रेरणांचा नीट विचार होऊ शकत नाही. घटना-प्रसंगांची नीट निवड करता येत नाही. वैयक्तिक स्वरूपाच्या किरकोळ आवडी-निवडीनुसार घटक-प्रसंगांची निवड होऊ शकते. लेखनात कशाला किती जागा द्यावयाची याचे तारतम्य राहत नाही. पाल्हाळ, अवांतरपणा, वेडीवाकडी अनघड अभिव्यक्ती होते. एकांगीपणा, प्रौढी, समर्थन, विवशता, इत्यादी दोष लेखनात शिरतात. परस्परविरोधी घटना-प्रसंग, विधाने, विचार येऊ शकतात. त्यामुळे आत्मचरित्र आकारविहीन होण्याची फार शक्यता असते. आत्मचरित्र हा वाटण्यात अतिशय सोपा आणि करण्यात अतिशय अवघड असा साहित्यप्रकार आहे, याचे भान अशा व्यक्तींना असू शकत नाही.

आत्मचरित्रलेखनाच्या प्रेरणांचा अलग अलग विचार प्रस्तुत प्रकरणात केला असला तरी तो विवेचनाच्या सोयीसाठी केलेला आहे. वास्तवात यातील एकएक प्रेरणा घेऊन तिचे उपयोजन प्रत्यक्ष लेखनाच्यावेळी अलग अलगपणे केले जात नसते. याचे कारण जीवन समग्र असते. ते सचेतन असते. ते एकाच वेळी अनेक ज्ञात-अज्ञात प्रेरणांनी चाललेले असते. तसेच ते वेळोवेळी वेगवेगळ्या प्रेरणांना गौणप्रधानभाव देऊनही आकाराला येत असते.

मात्र अशा जीवनाचा एखादी व्यक्ती आत्मचरित्र-लेखनासाठी जेव्हा विचार करू लागते तेव्हा ते नीटपणे, अनेक अंगोपांगानिशी समजून घेण्याची गरज असते. हे समजून घेणे म्हणजे जीवनाच्या विविध प्रेरणा समजून घेणे. त्यांचे पडताळे आपल्या जीवनात कुठे कुठे कसे कसे येतात हे निरखणे होय. या आकलनासाठी जीवनातील घटना-प्रसंग, स्थितिगती यांचे मनोमन विश्लेषण करावे लागते. आपणच तिचा विचार करण्याच्या हेतूने एक एक प्रेरणा अलग अलग करू लागतो. या बौद्धिक प्रक्रियेने ते समजून घेतले की मग आपण आत्मचरित्राच्या लेखनाकडे वळू शकतो.

जीवनात एकात्म असलेल्या अनेक प्रेरणा बौद्धिक पातळीवर अभ्यासकाला अलग अलग दिसू शकतात. अशावेळी अनेक आत्मचरित्रकार त्यातील निवडक प्रेरणांचाच आत्मचरित्रलेखनात पिच्छा पुरवतात. या निवडक प्रेरणा त्यांच्या आवडीच्या असतात. त्यामुळे काही आत्मचरित्रे काही विशिष्ट प्रेरणांकडे विशेष झुकलेली दिसतात. काही आत्मप्रतिमावादी, काही परिवर्तनवादी, काही रोमँटिक, काही आदर्शवादी तर काही काव्यात्म आत्मचरित्रे असतात. त्यांच्यात अशाप्रकारची गडबड झालेली असू शकते. म्हणून व्यक्तीने आत्मचरित्र-लेखनाच्या पूर्वी प्रेरणांचा अभ्यास स्वतःच्या सचेतन जीवनातील गुंतागुंत समजून घेण्यासाठी आणि ती समग्रतेने मांडता येण्यासाठी करावाच लागतो.

◆

आत्मचरित्राचे प्रकार

आधुनिक साहित्याचे प्रकार हे पाश्चात्त्य साहित्यसृष्टीत विकसित झाले. मराठी साहित्याने ते साधारणपणे १९ व्या शतकाच्या मध्यापासून आत्मसात करण्याचा प्रयत्न केला. मराठी साहित्यात किंवा भारतीय संस्कृत साहित्यात हे प्रकार अगदीच नव्हते असे नाही. उदाहरणार्थ, संक्षिप्त स्वरूपात साहित्यिकांची चरित्रे त्यांच्या साहित्यग्रंथात सापडतात. पण त्यांचा हेतू प्रस्तुतचा ग्रंथ लिहिणारा ग्रंथकार कोण, कुठचा, त्याचे कुल, परंपरा, कार्य यांच्याविषयीची अतिसंक्षिप्त माहिती त्यात असे. भारतीय प्राचीन आणि मध्ययुगीन संस्कृतीत स्वत:विषयी सविस्तर माहिती सांगणे उचित समजले जात नसे. समाजव्यवस्थेत व्यक्ती नगण्य समजली जात असे. कौटुंबिक जीवन, संस्था-जीवन, महान राजपुरुषांचे सार्वजनिक कार्य, इत्यादींना महत्त्व असे. त्यामुळे भारतीय किंवा मराठी साहित्यात अगदी १९ व्या शतकाच्या पूर्वार्धापर्यंत विस्तृत चरित्रे किंवा आत्मचरित्रे स्वतंत्ररूपात दिसत नाहीत. ऋषी-मुनी, त्यांचे महान शिष्य, राजपुरुष, संत, पंडित, इत्यादींच्या नाट्यपूर्ण, जीवनसारदर्शक, उपदेशप्रधान, प्रबोधक, मनोरंजक स्वरूपाच्या कथा, दंतकथा, पुराणकथा मौखिक अथवा लिखित स्वरूपात उपलब्ध होतात. अर्थात त्यांचा हेतू चरित्र लिहिणे हा नसतो. अन्य स्वरूपाच्या विविध कारणांसाठी त्या प्रचलित झालेल्या किंवा ग्रंथगत झालेल्या असतात. त्यांचे संकलन करून, त्यांच्यावर तार्किक संस्कार करून फार तर ढोबळ स्वरूपाचे, गोळाबेरीज चरित्र तयार करता येऊ शकते. पण ते सुसंगतच असेल किंवा जन्मापासून मृत्यूपर्यंत सलग असेल याची खात्री देता येत नाही. नाट्यरूपात किंवा महाकाव्याच्या रूपात राजपुरुषांची जी चरित्रे कथन केली जातात त्यांचा हेतूही गौरवात्मक, पूजनात्मक, संकीर्तनात्मक असतो. व्यक्तीच्या अलौकिक गुणांनी आणि कार्यांनी, अद्भुत रसांनी, अतिशयोक्तिपूर्ण कथनशैलींनी, अतिशयोक्त

घटना-प्रसंगांनी ती भरलेली असतात. त्यामुळे त्यांना आधुनिक अभिप्रेत अर्थाने चरित्रे म्हणता येत नाही.

ऐतिहासिक मोगल काळात मोगल बादशहांनी आपल्या राजकीय घडामोडींच्या दैनंदिन्या लिहिण्याची कार्यालयीन व्यवस्था केलेली दिसते. पत्रे, लखोटे, करारनामे, तहनामे, इत्यादीही उपलब्ध असतात. बखरी मिळू शकतात. हिंदू राजे-महाराजे यांनीही त्याचे काही प्रमाणात अवलंबन केलेले दिसते. या सर्व ऐतिहासिक कागदपत्रांच्या आधारे इतिहास काळातील प्रमुख व्यक्तींची माहिती मिळू शकते, पण स्वतंत्र अशी चरित्रे मिळत नाहीत.

सारांश, भारतीय किंवा मराठी साहित्यात ब्रिटिश राजवट भारतात स्थिर होईपर्यंत चरित्र किंवा आत्मचरित्र हा 'साहित्यप्रकार' म्हणून रूढ किंवा प्रचलित नव्हता. आधुनिक काळातील साहित्यक्षेत्रात ही संकल्पना उदयाला येऊन विकसित झाली. याचा अर्थ असा नव्हे की, 'चरित्र किंवा चरित' हे शब्दच भारतीय भाषांत नव्हते. 'हर्षचरितम', 'उत्तर रामचरितम' किंवा 'लीळाचरित्र' यासारख्या शब्दप्रयोगांत हे शब्द संस्कृतात किंवा मराठी ग्रंथांमधून सापडतात. पण शब्द एखाद्या भाषेत सापडणे वेगळे आणि साहित्य-संकल्पना किंवा साहित्यप्रकाराचे निदर्शक म्हणून ते सापडणे या दोन गोष्टी भिन्न आहेत. भाषेत त्यांना सामान्य अर्थ असतो आणि साहित्य-प्रकारासाठी जेव्हा तोच शब्द वापरला जातो तेव्हा त्याला साहित्यक्षेत्रात एक विशिष्ट पारिभाषिक संकल्पनात्मक अर्थ लाभतो. त्याचे स्वरूप, घटक, व्यवच्छेदक लक्षण स्पष्ट केले जाते. त्याच्या मर्यादा, वैशिष्ट्ये, गुण-दोष, व्याप्ती, सीमारेषा स्पष्ट केल्या जातात. हे सर्व मिळून जेव्हा एखादी साहित्यकृती सिद्ध होते तेव्हाच तिला तो विशिष्ट शब्द योजला जातो. उदाहरणार्थ, आपण जेव्हा 'लघुकथा' असा शब्द साहित्यात वापरतो तेव्हा त्याचा अर्थ कोणतीही किंवा कुणीही उठताबसता सांगितलेली एखादी लहान गोष्ट असा अभिप्रेत नसतो तर कोणत्या गोष्टीला लघुकथा म्हणावयाचे हे साहित्यक्षेत्रात निश्चित झालेले असते. 'उत्तर रामचरित' या शब्दात 'चरित' हा शब्द असला तरी ते मुळात 'नाटक' आहे, हे लक्षात ठेवले पाहिजे. 'हर्षचरित' ही एक शब्द-भूषणांनी तयार केलेली गौरवगाथा आहे. 'लीळाचरित्र' या शब्दप्रयोगात 'चरित्र' हा शब्द असला तरी त्यात उपदेशप्रधान, जीवनसारप्रधान स्वरूपाच्या श्रीचक्रधराच्या स्फुट गोष्टी आहेत, त्यांचा तो ग्रंथ आहे. त्या ग्रंथाला 'चरित्र' या शब्दाला आधुनिक साहित्याच्या परिभाषेत जो अर्थ (एक साहित्यप्रकार म्हणून) लाभलेला आहे तो तिथे कोणत्याही संदर्भाने लागू पडत नाही. म्हणून 'चरित्र' किंवा 'आत्मचरित्र' या साहित्यप्रकाराचे मूळ प्राचीन वा मध्ययुगीन संस्कृत किंवा मराठी वाङ्मयात स्वदेश, स्वसंस्कृती व स्वभाषा यांच्या प्रेमापोटी शोधण्याची गरज नाही. तो कालविपर्यास होतो. तो आधुनिक साहित्याचा प्रकार आहे आणि

पाश्चात्त्य साहित्याच्या संपर्कात आपण आल्यावर तो त्यांच्याकडून आपण स्वीकारलेला आहे, हे मतच तर्काशी सुसंगत ठरते.

पाश्चात्त्य साहित्यक्षेत्रात 'चरित्र' हा प्रकार इ. स. च्या पहिल्या शतकात आणि 'आत्मचरित्र' हा प्रकार इ. स. च्या चौथ्या शतकात सेंट ऑगस्टीनच्या 'कन्फेशन्स'पासून रूढ होऊन हळूहळू अनेक टप्प्यांवर त्याच परंपरेत विकसित होत गेलेला दिसतो. एकोणिसाव्या शतकाच्या उत्तरार्धात मराठी साहित्याने तो जाणीवपूर्वक स्वीकारलेला दिसतो.

'आस्पेक्ट्स ऑफ बायोग्राफी' (१९२६) हा ग्रंथ लिहिणारा आन्द्रे मौरॉज याने 'आत्मचरित्र' हा 'चरित्र' या साहित्यप्रकाराचाच एक उपप्रकार कल्पून त्याची मीमांसा आपल्या ग्रंथात केलेली आहे. आन्द्रे मौरॉज हा नामांकित चरित्रकार होता. नव्या शैलीत त्याने अनेक नामवंत व्यक्तींची चरित्रे लिहिली. त्याच्यानंतरच्या काळात त्याच्या चरित्रलेखनाचा प्रभाव इतर चरित्रकारांवर मोठ्या प्रमाणात झालेला दिसून येतो. चरित्र-लेखनाचा ज्या सखोलतेने त्याने अभ्यास केला तेवढा आत्मचरित्र-लेखनाचा केलेला दिसत नाही. त्यामुळेच की काय त्याने आत्मचरित्र हा चरित्राचाच एक उपप्रकार मानलेला दिसतो. आत्मचरित्राविषयीची त्याची मते निर्विवाद वाटत नाहीत. त्यांना मर्यादा पडलेल्या आहेत. आत्मचरित्र हा चरित्राचाच एक प्रकार मानणारा पाश्चात्त्य समीक्षकांचा एक मोठा वर्ग आहे. समीक्षक-वाचकाच्या दृष्टीने (म्हणजे वाचन-आस्वादनाच्या दृष्टीने) चरित्र आणि आत्मचरित्र या दोहोतही एखाद्या व्यक्तीच्या जीवनाचीच समग्र रूपरेषा असते, हे स्थूलमानाने खरे आहे. पण लेखकाच्या दृष्टीने (म्हणजे निर्मितीच्या दृष्टीने) चरित्र व आत्मचरित्र या दोहोंचे मूलभूत स्वरूप भिन्न भिन्न आहे. त्यांची आव्हाने भिन्न भिन्न आहेत.

'चरित्रात' एखाद्या व्यक्तीच्या जीवनाची, तिच्या कार्याची, गुणदोषांची माहिती अथपासून इतिपर्यंत आलेली असते. चरित्रातील नायकाचे कार्य चरित्रकाराकडून प्रामुख्याने सांगितले जाते. आधुनिक आत्मचरित्रांमध्येही प्रामुख्याने आत्मचरित्राच्या नायकाच्या कार्याची, गुणदोषांची आणि जीवनाची माहिती व मांडणी असते. ती चरित्रातील माहितीप्रमाणेच कालक्रमनिष्ठ ऐतिहासिक स्वरूपाची असते. म्हणून अनेक समीक्षकांना 'आत्मचरित्र' हा चरित्राचाच एक उपप्रकार असे वाटले असावे. आरंभीच्या काळातील आत्मचरित्रे सर्वसाधारणपणे वरील स्वरूपाचीच होती म्हणूनही तो एक उपप्रकार मानणे, हेही स्वाभाविकपणे घडलेले असावे. म्हणून आन्द्रे मौरॉजप्रमाणेच अनेकांनी आत्मचरित्र हा चरित्राचाच एक उपप्रकार म्हणून त्या काळाच्या आसपास त्याचा स्वीकार केलेला दिसतो. मराठीमध्येही अ. म. जोशी यांनी आपल्या 'चरित्र-आत्मचरित्र' (१९५६) या ग्रंथात 'आत्मचरित्र' हा चरित्राचाच एक प्रकार मानून त्याची मीमांसा केलेली आहे.

पण १९५० नंतरच्या काळात 'आत्मचरित्र' हा स्वतंत्र साहित्य-प्रकार मानून पाश्चात्त्यांनी त्याची मीमांसा केलेली आहे. ती योग्यच वाटते. कारण आत्मचरित्राचे स्वरूप व प्रश्न चरित्रापेक्षा वेगळ्या प्रकारचे आहेत.

१९८० साली 'दि फॉर्म्स ऑफ ऑटोबायोग्राफी' हा ग्रंथ लिहिणाऱ्या विल्यम सी. स्पेंजमन या ग्रंथकाराने आत्मचरित्राचे दोन प्रकार सुचविले आहेत. हे प्रकार नायकाला प्राधान्य देऊन सुचविलेले आहेत. पहिला प्रकार : सार्वजनिक क्षेत्रात कार्य करणारे उद्योजक, अधिकारी, व्यापारी, कारखानदार, कार्यकर्ते यांची आत्मचरित्रे आणि दुसरा प्रकार : खाजगीरीत्या वैयक्तिक जीवन जगणाऱ्या प्रापंचिक व्यक्तींची आत्मचरित्रे. सार्वजनिक क्षेत्रात कार्य करणाऱ्या व्यक्तीचा जीवनहेतू वेगळा असतो. तसेच खाजगीरीत्या जीवन जगणाऱ्या व्यक्तीचा जीवनहेतू वेगळा असतो. त्या हेतूनुसार त्यांच्या जीवनांना वेगवेगळे आकार प्राप्त होतात. वेगवेगळे घटना-प्रसंग, अनुभव यांना त्यांच्या आत्मचरित्रांत महत्त्व किंवा गौणप्रधानता लाभू शकते. त्यानुसार त्यांच्या आत्मचरित्राचे घटक भिन्न-भिन्न ठरू शकतात. त्यामुळे आत्मचरित्राची मांडणी अंतर्बाह्य भिन्न भिन्न असू शकते.

सार्वजनिक क्षेत्रांत कार्य करणारी व्यक्ती आपापल्या कार्यक्षेत्रात समाजाभिमुख, कार्याभिमुख असते. म्हणजे ही एका चांगल्या अर्थी बहिर्मुख असते. तिच्याजवळ नेतृत्व-गुण असतात. सर्वांना बरोबर घेण्याचा तिचा स्वभाव असतो. आरंभलेल्या कार्यात ती कार्यरत आणि प्रयत्नशील असते. तिचे यशापयश या सर्वांशी जोडलेले असते. तिच्या आत्मचरित्रात या सर्व घटकांना स्थान असते. प्रापंचिक, वैयक्तिक सुखदु:खे, यशापयश यांना तिच्या आत्मचरित्रात गौण स्थान असते. यादृष्टीने उद्योजक श्री. बी. जी. शिर्के यांचे 'उद्योगपर्व' (१९९५) हे आत्मचरित्र पाहण्यासारखे आहे. शिवाय महर्षी धोंडो केशव कर्वे यांचे आत्मवृत्त (१९१५) या दृष्टीने पाहावे. मराठीतील १९५० पूर्वीची आत्मचरित्रे प्रामुख्याने या स्वरूपाची दिसतात.

दुसऱ्या प्रकारच्या आत्मचरित्रातील व्यक्ती सामान्यपणे अंतर्मुख असते. तिचे कार्यक्षेत्र स्वत:चे कौटुंबिक, वैयक्तिक, नोकरीतील वैयक्तिक बढती, पगारवाढ, बदली, नेमलेली कामे यांच्यातील तिच्या सुखदु:खांशी, यशापयशाशी संबंधित असते. एकटे राहण्यात, एखाद-दुसऱ्या जिवलग मित्रांशी हितगुज करण्यात, कुटुंबात रमण्यात, स्वत:ला सांभाळण्यात, गोंजारण्यात, स्वत:लाच समजून घेण्यात, स्वत:च्या दृष्टीने जग, समाज, लोक यांचे मूल्यमापन करण्यात ती रममाण असते. सामान्यपणे तिचा जीवन-प्रवास या दिशेने चाललेला असतो. नट, नट्या, कलावंत यांची मराठीतील आत्मचरित्रे सामान्यत: या प्रकारात मोडू शकतात.

विल्यम सी. स्पेंजमनने आपल्या ग्रंथात याशिवाय आणखी तीन आत्मचरित्र-

प्रकारांचा उल्लेख केलेला आहे. तत्त्वज्ञानात्मक (Philosophical), इतिहासात्मक (Historical) आणि साहित्यरूपात्मक (Poetic) असे तीन प्रकार कल्पिले आहेत. हे प्रकार १९७० च्या आसपास विशेष रूढ झालेले दिसतात. तत्कालीन टीकाकारांनी हे कल्पिले आहेत.

या अगोदरचे दोन प्रकार नायकाला प्राधान्य देऊन कल्पिले आहेत, तर प्रस्तुतचे तीन प्रकार मांडणीला प्राधान्य देऊन कल्पिलेले आहेत. तत्त्वज्ञानात्मक आत्मचरित्राची परंपरा पाश्चात्त्य वाङ्मयात इसवी सनाच्या चौथ्या शतकापासून दाखविता येणे शक्य आहे. ख्रिस्तीधर्मात पापाच्या आत्मनिवेदनाची एक कल्पना आहे. 'आपल्या जीवनात आपल्या हातून घडलेली पापे आपण परमेश्वराजवळ जाहीरपणे, स्पष्ट शब्दांत बोलून कबूल करावीत. ईश्वर हा अतिशय क्षमाशील आणि दयाघन आहे. आपण कबूल केलेल्या पापांपासून तो आपणास मुक्त करतो. असे निवेदन (कन्फेशन) केल्याने प्रत्यक्षात पुन्हा जीवन जगायला मुक्तता मिळते. पुन्हा पापे करण्यापासून आपण परावृत्त होतो. आपणास मानसिक शांतता लाभते.' अशी ही संकल्पना आहे. ईश्वराचे ठिकाण असलेल्या चर्चमध्ये ईश्वराचा प्रतिनिधी असलेल्या धर्मगुरूजवळ आपण ही पापाची कबुली देण्याची प्रथा पाश्चात्त्य समाजात आजही रूढ आहे.

या संकल्पनेला अनुसरूनच चौथ्या शतकातील सेंट ऑगस्टीन याने 'कन्फेशन्स' हे आत्मनिवेदनात्मक लेखन केले. अशाप्रकारची लेखन नंतरच्या काळात भरपूर झाले. अगदी १८ व्या शतकात (इ. स. १७८१ व १७८८ मध्ये) फ्रेंच तत्त्वज्ञ रूसो यानेही 'कन्फेशन' लिहिलेले आहे. या प्रकारच्या आत्मचरित्रांमुळे प्रामुख्याने तत्त्वज्ञानात्मक आत्मचरित्राचा प्रकार पाश्चात्त्य वाङ्मयात रूढ झाला. ही सगळीच आत्मचरित्रे 'कन्फेशन्स'च्या स्वरूपाची नाहीत. ही कल्पना पुढे अनेक शतके विकसित होत गेली आणि तिच्यातून स्वतःच्या जीवनातील पापे, चुका, प्रमाद का होतात, माणसाच्या मनाचे स्वरूप काय आहे, वासना, विकार, मोह, लोभ यांच्यामुळे माणूस स्खलनशील कसा होतो, आपण इतरांवर स्वार्थापोटी अन्याय कसा करतो, त्याचे वकिली समर्थन कसे करतो, या सर्वांतून माणूस कसा दिसतो, त्याच्या विकासासाठी संस्कृती, धर्म, सत्यप्रियता, नैतिकता, सामाजिक शिस्त, आध्यात्मिकता यांची कशी आवश्यकता आहे, इत्यादींची तात्त्विक मीमांसा स्वतःच्या जीवनातील घटना, प्रसंग, अनुभव, वर्तन, प्रमाद, इत्यादींच्या आधारे केलेली अशाप्रकारच्या आत्मचरित्रांत दिसते. पाश्चात्त्य वाङ्मयात मोठमोठे साहित्यिक, विचारवंत, तत्त्वज्ञ, शास्त्रज्ञ यांनी अशाप्रकारची मानवी जीवनाचा आणि मनाचा शोध घेणारी, स्वतःच्या जीवनाचा जणू दृष्टान्त देऊन माणसाला विकासाच्या वाटेवर आणण्याचा प्रयत्न करणारी आत्मचरित्रे लिहिली. महात्मा गांधींचे 'सत्याचे

प्रयोग’ यासारख्या एखाद्या भारतीय आत्मचरित्राला ‘तत्त्वज्ञानात्मक आत्मचरित्र’ या प्रकारात प्रतिष्ठा मिळू शकते. बाकीच्या अनेक आत्मचरित्रांत ‘विचार’ असतात, पण ‘तत्त्वज्ञान’ असतेच असे नाही.

इतिहासात्मक आत्मचरित्र हा प्रकार आत्मचरित्राच्या प्रकृतीला स्वाभाविकपणे मानवणारा आहे. स्वतःच्या जीवनात स्वतःला कळत असल्यापासून ते आजपर्यंतचा (म्हणजे बहुतेक जीवन जगलो, येथून पुढे आता स्वतःच्या जीवनात अर्थपूर्ण, महत्त्वाचे काही घडेल असे वाटत नाही, जीवनाला आता स्थैर्य आले आहे, जीवनाचा विकास संपून विस्तार सुरू झाला आहे, असे वाटण्यापर्यंतचा) कालपट कालक्रम निष्ठेनेच मांडणे म्हणजे इतिहासात्मक आत्मचरित्राचे लेखन करणे होय. या प्रकारात व्यक्तीच्या जीवनात घडलेल्या महत्त्वाच्या घटना, प्रसंग, अनुभव यांचा परस्पर अर्थपूर्ण अन्वय शोधावा अशी अपेक्षा असते. हे घटना, प्रसंग, अनुभव जसे बाह्य भौतिक जीवनातील असतात, तसेच ते आंतर जीवनातील, मानसिक पातळीवरचेही असतात, असे गृहीत धरलेले असते. ‘अर्थपूर्ण अन्वय’ अभिप्रेत असल्यामुळे आपोआपच घटना, प्रसंग, अनुभव यांच्यात निवड ही करावीच लागते. अन्यथा ते आत्मचरित्र घटना, प्रसंग, अनुभव यांचा निरर्थक बिंडा किंवा भारा बांधल्यासारखे होईल. इतिहासात्मक आत्मचरित्रात विवेचन, भाष्य यांच्यापेक्षा तटस्थ निवेदनाला प्राधान्य असते. इतिहास सांगावयाचा असल्याने भाषा वास्तववादी, वस्तुनिष्ठ चित्रण करणारी असावी, अशी अपेक्षा असते. मांडणीत सरलता, कालक्रमनिष्ठा, प्रवाहीपणा, घटना-प्रसंग-अनुभव यांच्या परस्परसंबंधांची नीट व स्पष्ट स्थापना असणे आवश्यक असते. सारांश, इतिहासात्मक आत्मचरित्र म्हणजे स्वतःच स्वतःचा अथपासून इतिपर्यंत सांगितलेला इतिहास असतो. आत्मचरित्राचा हा प्रकार बहुसंख्य आत्मचरित्रकारांनी अवलंबलेला दिसतो. तो इतक्या मोठ्या प्रमाणात अवलंबलेला आहे की, ‘आत्मचरित्र म्हणजे स्वतः स्वतःचा लिहिलेला इतिहास’ अशीच सर्वांची आत्मचरित्राविषयीची दृढ समजूत आहे.

१९६० नंतरच्या काळात आत्मचरित्राचा वेगळ्या दृष्टीने विचार होऊ लागला. आत्मचरित्र हे एखाद्या साहित्यिकाने लिहिलेल्या कविता, कथा, कादंबरी, नाटक यातही असू शकते. विशेषतः कादंबरीसारखा प्रकार हा साहित्यरूपात्मक आत्मचरित्र असू शकते. आत्मचरित्राचा तो एक वेगळा प्रकार होऊ शकतो, असे मानले जाऊ लागले. हा दृष्टिकोन अत्याधुनिक साहित्यिक आणि समीक्षक यांचा आहे.

हा दृष्टिकोन समजून घेण्यापूर्वी प्रथम त्याची पार्श्वभूमी स्पष्ट केली पाहिजे. ललित साहित्यात साहित्यिक स्वतःला आलेले अनुभव अनेक पद्धतींनी, अनेक रीतींनी साहित्याच्या अनेक प्रकारांमध्ये व्यक्त करू शकतो. आधुनिक भाव-कवितेमध्ये ते उत्कट भावस्थितीच्या स्वरूपात व्यक्त होतात. ही भावस्थिती व्यक्त

करणारा 'मी'च तिथे स्थायी स्वरूपात गृहीत धरलेला असतो. लघुनिबंध, ललितलेख, प्रवासलेख यासारख्या ललित गद्यातही 'मी' हा 'मी'च्या स्वैरमुक्त पातळीवर अवतरत असतो. कथेमध्ये 'मी'च्या जीवनातील अनेक नाट्यपूर्ण, अर्थपूर्ण घटना वेगवेगळ्या पात्रांच्या नावे व्यक्त करता येतात किंवा केल्या जात असतात. कादंबरीसारखा मोठा कालपट असेल तर मग स्वतःच्या जीवनातील प्रदीर्घ कालपट कल्पित पात्रांच्या नावे मुक्तपणे उलगडता येतो. एरवी आत्मचरित्र लिहिताना जे घटना, प्रसंग, अनुभव निःसंकोचपणे मांडता आले नसते ते सर्व अशाप्रकारच्या कादंबरीत मांडता येतात. म्हणून मानसशास्त्रीयदृष्ट्या तिथे 'मी'च्या आत्म्याचा मुक्त आविष्कार असतो, म्हणून तेच खरे आत्मचरित्र मानले पाहिजे, निदान तो आत्मचरित्राचा महत्त्वाचा प्रकार मानला पाहिजे, अशी आधुनिकतावाद्यांची भूमिका आहे. उदाहरणार्थ, मराठीमधील श्री. ना. पेंडसे यांची 'तुंबाडचे खोत' ही महाकादंबरी किंवा गो. नी. दांडेकर यांची 'कुणा एकाची भ्रमणगाथा', साने गुरुजी यांची 'श्यामची आई' ही पुस्तके (किंवा कादंबऱ्या) साहित्यरूपात्मक आत्मचरित्रेच आहेत, असे या भूमिकेनुसार मानावे लागते. विशेषतः गो. नी. दांडेकरांसारखा कादंबरीकार आपल्या विविध साहित्यकृतींच्या रूपांतून आपल्या मुक्त मनाचा आणि स्वतः जीवन जगत असताना आलेल्या म्हणजे आत्मचरित्रातील अनुभवांचा आविष्कारच विविध पद्धतींनी, विविध पात्रांच्या द्वारा, विविध स्थलकालांच्या द्वारा करीत असतो. 'पडघवली'मधील पडघवली हे गाव खुद्द गो. नी. दांडेकरांचं जन्मगाव 'गुडघं' हेच असून, त्यांनी पडघवलीची नायिका अंबूवहिनी ही आपल्या स्वतःच्या 'आई'च्या आधारे वाङ्मयीन पातळीवर निर्माण केलेली आहे. 'पवनाकाठचा धोंडी' किंवा 'माचीवरचा बुधा'मधील 'धोंडी' किंवा 'बुधा' ही नायक पात्रे म्हणजे गो. नी. दांडेकरांचा जीवनमूल्यविषयक दृष्टिकोन स्पष्ट करणारी त्यांच्याच मनाची प्रतिरूप निर्मिती आहे. 'कुणा एकाची भ्रमणगाथा'मध्ये त्यांच्या जीवनातील भ्रमणाचा मोठा पट उलगडला गेलेला आहे. 'श्यामची आई'मधील 'श्याम' म्हणजे खुद्द सानेगुरुजींचाच बाल अवतार आहे. 'आई' ही गुरुजींचीच 'आई' आहे. सारांश, अशी प्रतिरूपात पात्रनिर्मिती करून आत्मचरित्रच मुक्तपणे सांगितलेले असते. 'जीवनात घडलेल्या घटना, प्रसंग, अनुभव व त्यांचा अन्वयार्थ मुक्तपणे व्यक्त करणे हे जर आत्मचरित्राचे ध्येय असले तर ही ललित साहित्याची पुस्तके 'आत्मचरित्रे'च मानली पाहिजेत असा आधुनिकतावाद्यांचा दृष्टिकोन आहे.

अशाप्रकारच्या आत्मचरित्राचे नमुनेदार उदाहरण म्हणून Thomas Carlayle (थॉमस कार्लाइल) च्या 'Sartor Resartus' (सार्टर रेझार्टस) या ग्रंथाचे दिले जाते. हा ग्रंथ १८३६-३७ मध्ये अमेरिकेत प्रथम प्रसिद्ध झाला. थॉमस कार्लाइल हा ऋषितुल्य विचारवंत, तत्त्वज्ञ होता. जागतिक पातळीवर त्याला आणि त्याच्या

वैचारिक ग्रंथांना प्रसिद्धी मिळालेली आहे. त्याच्या या ग्रंथाचे दोन भाग आहेत. पहिल्यात Tuefels drockh (ट्यूफेल्स ड्रक) नावाचे एक काल्पनिक पात्र आहे. हा प्राध्यापक असतो. या प्राध्यापकाचे जीवनविषयक तत्त्वविवेचन त्यात आहे. पहिला भाग या विवेचनाने व्यापलेला आहे. दुसऱ्या भागात या पात्राचे चरित्र आहे. या पात्राच्याद्वारा कार्लाइल आपल्या स्वत:च्या जीवनातील मानसिक संघर्ष व्यक्त करतो. हा ग्रंथ दीर्घकाव्यात्म आहे. हे पर्यायाने मानवी जीवनाविषयीचे मुक्त चिंतन आहे. त्यामुळे हे मानवी मुक्त आत्म्याचे स्वानुभवाच्या पातळीवरचे चिंतन ठरते. रूढ अर्थाने जे आत्मचरित्र लिहिले जाते त्याच्यात एकूण मानवी पातळीवर जाऊन मुक्त चिंतन करता येणे अशक्य असते. समाजबंधनाच्या पलीकडे गेलेली मानसिकता या ग्रंथात काल्पनिक पात्राच्या रूपाने प्रत्ययाला येते. सारांश, साहित्यरूपात्मक आत्मचरित्राचा प्रकार स्वीकारल्यामुळेच मानवी मुक्त आत्म्याच्या पातळीवर जाता येणे कार्लाइलला शक्य झाले. हा या आत्मचरित्राच्या प्रकाराचा विशेष फायदा आहे.

स्पेंजमनने या प्रकाराची आणखी काही वैशिष्ट्ये सांगितलेली आहेत. ती विस्तृत स्वरूपात प्रथम विशद करण्याचा प्रयत्न करतो. १) या आत्मचरित्राच्या प्रकारात मानसशास्त्रीयदृष्ट्या लेखक स्व-पासून अलग होऊन तटस्थपणे पाहू शकतो. या तटस्थतेमुळे तो स्वत:वर (म्हणजे स्वत:च निर्मिलेल्या प्रतिरूप पात्रावर) अनुकूल किंवा प्रतिकूल टीकाही मोकळेपणाने करू शकतो. या प्रकारात निवेदक आणि नायक अलग केल्याने हा फायदा होऊ शकतो. इथे नायकाला स्वत:पेक्षा वेगळे नाव दिलेले असते. आपल्यापेक्षा स्वतंत्र व्यक्तिमत्त्व दिलेले असते. त्यामुळे त्याच्या घोडचुका, अपुरेपणा, वर्तनातील एकारलेपणा, विक्षिप्तपणा यांच्यावर टीका करता येऊ शकते. या वर्तनामागील नेमक्या कोणत्या प्रेरणा होत्या, यांची मीमांसा करता येते. मात्र अशी मीमांसा प्रत्यक्षातील सामाजिक, सांस्कृतिक बंधनामुळे, स्वत:वरील प्रेमामुळे, अहंकारामुळे इतिहासात्मक आत्मचरित्रात करता येत नाही.

२) इतिहासात्मक आत्मचरित्राच्या प्रकारात घडून गेलेल्या इतिहासाचे लेखन, एकप्रकारे वृत्तान्ताचे लेखन असते. एकूण घडून गेलेली स्थितिगती काय होती त्या भूतकाळाची हकिकत सांगितलेली असते. त्यामुळे त्या लेखनातील चैतन्य हरवल्यासारखे झालेले असते. मात्र साहित्यरूपात्मक आत्मचरित्राच्या प्रकारात अशी अवस्था नसते. आत्मचरित्र जर कादंबरीच्या रूपात प्रकटत असेल तर तिचे सर्व कथानक, घटना-प्रसंग, पात्रांचे वर्तन घडत चालले आहे, असे वाचताना वाटते. ते घडणारे जे काही आहे, त्याचे दर्शन निवेदक वाचकाला घडवत चालला आहे, तो जणू एका तटस्थ मध्यस्थाची भूमिका स्वीकारलेला असामी आहे, अशी स्थिती निर्माण करता येते. त्यामुळे वाचकही त्या मध्यस्थाच्या भूमिकेशी समरस होतो आणि घडत

जाणाऱ्या घटनांचा तो एक साक्षी बनतो. त्यातील घडणाऱ्या घटनांचा अनुभव त्याला येत राहतो आणि तो नायकाबरोबरच प्रवास करू लागतो. त्याच्या भावभावनांशी एकरूप होतो. थोडक्यात, परिणामाच्या अंगाने विचार करता इतिहासात्मक आत्मचरित्रातून वाचकास ऐतिहासिक स्वरूपाची माहिती मिळत राहते तर साहित्यरूपात्मक आत्मचरित्रातून साक्षात अनुभव मिळतो. नायकाबरोबर सहप्रवास केल्याचा, त्याचे अनुभव आपल्यालाच येत असल्याचा प्रत्यय येत राहतो.

३) इतिहासात्मक आत्मचरित्रामध्ये प्रत्यक्ष जीवन भोगलेली (आत्मचरित्राचा नायक) व्यक्ती आणि त्याचे कथन करणारी (आत्मचरित्राचा निवेदक) व्यक्ती एकच असते. अशी वस्तुस्थिती असल्यामुळे आत्मचरित्रकार स्वत:चे जीवन कथन करताना भाषिक रचना कशी करतो, काही लपवतो आहे काय, काही एकांगी सांगतो आहे काय, काही वगळूनच टाकतो आहे काय, जे सांगतो त्याचे स्वरूप काय, जे वगळतो त्याचे स्वरूप काय, याची जाणता किंवा अजाणता एक चिकित्सा वाचकाच्या मनात चाललेली असते. या चिकित्सेमुळे वाचक त्या आत्मचरित्रातील नायकाशी संपूर्ण एकरूप होऊ शकत नाही.

अशी परिस्थिती साहित्यरूपात्मक आत्मचरित्राच्या प्रकारात होऊ शकत नाही. तिथे सांगणारा निवेदक-लेखक वेगळा असतो आणि भोगणारा नायक वेगळा असतो. निवेदकाने अगोदरच काय सांगायचे आणि काय वगळावयाचे हे निश्चित केलेले असते. संपादकाचे कार्य (एडिट करण्याचे कार्य) अगोदरच पार पाडलेले असते. संपादकाची ही भूमिका इथे निर्वेधपणे, सुरक्षितपणे बजावता येते. ती भूमिका बजावूनच नायकाचे पात्र उभे केलेले असते. त्या नायकाच्या जीवनात निवेदकाने वगळलेल्या घटना मुळी घडलेल्याच नसतात.

अशी वस्तुस्थिती असल्यामुळे वाचकाचे अवधान नायकाबरोबरच पुढे पुढे जात राहते. नायकावरच लक्ष पूर्णपणे खिळते. निवेदक निमित्तमात्र राहतो. वाचक नायकाशी समरस किंवा एकात्म सहज होऊ शकतो. हे या प्रकारचे आणखी एक वैशिष्ट्य मानता येते.

पण असे असले तरी 'साहित्यरूपात्मक आत्मचरित्र' याला आत्मचरित्राचा प्रकार मानण्यात काही मूलभूत प्रश्न निर्माण होतात असे मला वाटते.

मुळात स्पेंजमनने सांगितलेली या आत्मचरित्र-प्रकाराची जी वैशिष्ट्ये आहेत त्यांचा क्रमानेच विचार करू. १) या प्रकारात मानसशास्त्रीयदृष्ट्या लेखक स्व-पासून अलग होतो, तटस्थ होतो असे त्याचे मत आहे. वास्तविक ऐतिहासिक आत्मचरित्र लिहितानाही आत्मचरित्राचा नायक आणि आत्मचरित्राचा लेखक या दोन वस्तू वेगवेगळ्या कल्पाव्याच लागतात. आत्मचरित्र जगणारा वेगळा आणि आत्मचरित्र या साहित्यप्रकाराचे लेखन करण्यासाठी त्या जगणाऱ्याकडे तटस्थपणे पाहणारा

आणि त्याचे मूल्यमापन करणारा वेगळा कल्पिल्याशिवाय जगणाऱ्याचा यथार्थ इतिहास लेखक 'मी'ला लिहिताच येणार नाही. म्हणून कोणत्याही प्रकारात आत्मचरित्र लिहावयाचे असले तरी 'नायक' (भोगणारा, जगणारा) वेगळा आणि लिहिणारा (लेखक) वेगळा मानल्याशिवाय वस्तुनिष्ठ स्वरूपात आत्मचरित्र लिहिताच येत नाही. अन्यथा, ती स्वत:च निर्मिलेली स्वत:ची गौरवगाथा होऊ शकते. मानसशास्त्रीयदृष्ट्या आत्मचरित्रासह कोणत्याही साहित्य-प्रकारात निर्मिती करताना 'स्व'ला प्रत्यक्ष जीवनात आलेल्या 'व्यावहारिक अनुभवातून' जेव्हा कलात्मक अनुभवाची निर्मिती करावयाची असते तेव्हा त्या व्यावहारिक अनुभवातून मुक्त किंवा अलग होऊन त्याच्याकडे तटस्थपणे पाहिल्याशिवाय कलात्मक अनुभवाची सिद्धी होऊच शकत नाही.

दुसरे असे की, जगातील महान आत्मचरित्रकारांनी जी इतिहासात्मक स्वरूपाची आत्मचरित्रे लिहिली आहेत त्यामध्ये त्यांनी माणूस म्हणून केलेल्या घोडचुका, त्यांच्या स्वभावाच्या मर्यादा, त्यांचा एकारलेपणा किंवा विक्षिप्तपणा, इत्यादीसारख्या स्वत:तील मानवी मर्यादांवर टीका केलेली आहे. त्यापाठीमागील त्या त्या वेळची आपली प्रेरणा कोणती होती, हेही स्पष्ट केलेले आहे. त्यामुळे त्यांची आत्मचरित्रे महान साहित्यकृती म्हणून मान्यता पावलेली आहेत. शेवटी आत्मचरित्र लिहिण्यामागचा हेतूच स्वत:ला समजून घेणे, आत्मशोध घेणे हाच असतो. या शोधाचा उपयोग पुढच्या पिढ्यांना व्हावा, वाचकांना प्रत्यक्षात होऊन गेलेल्या एका माणसाचे, त्याच्या मनाचे, त्याच्या वर्तनाचे स्व-रूप कळावे हाच असतो. म्हणूनच आत्मचरित्रे लिहावयाची असतात. ती केवळ आपल्या स्वत:च्या जीवनात काय घडले यांची जंत्री नसते. सारांश, आत्मचरित्र लेखनामागची प्रेरणा व त्याचे स्वरूप नीट न कळल्यामुळे साहित्यरूपात्मक आत्मचरित्राच्या प्रकाराची भलावण इथे केलेली दिसते. इतिहासात्मक आत्मचरित्र सलगपणे लिहिण्याचे ज्याच्याजवळ धैर्य नाही, अशा पलायनवादी व्यक्तीसाठी शोधलेला हा प्रकार (साहित्यरूपात्मक आत्मचरित्र) वाटतो.

२) साहित्यरूपात्मक आत्मचरित्र फक्त साहित्यिकांनाच लिहिता येणे शक्य असते. इतरांना तो प्रकार हाताळता येणे अशक्य असते. ऐतिहासिक दृष्टिकोनातून आत्मचरित्रांकडे पाहताना असे दिसून येते की, आत्मचरित्राचे लेखन केवळ साहित्यिकांनीच केलेले नाही तर साहित्यिक नसलेल्या, पण जीवनाच्या आणि समाजाच्या विविध सार्वजनिक क्षेत्रांत वावरणाऱ्या कर्तृत्ववान आणि विचारवंत, नामांकित व्यक्तींनीही केलेले आहे. आत्मचरित्रे लिहिण्याचा त्यांचा हेतू स्वक्षेत्रातील आपले कार्य, आलेले भलेबुरे अनुभव हे सांगण्याचा आणि समाजाने त्यांच्यापासून काही बोध घ्यावा आणि त्या शिदोरीच्या जोरावर समाजविकास आणि आत्मविकास

साधावा हा असतो. अशाप्रकारच्या आत्मचरित्रात केवळ कोरडा 'वृत्तान्त' नसतो. त्यांच्यामध्ये वैचारिक, तात्त्विक पातळीवरचे विवेचन आणि मीमांसाही असते. अशी आत्मचरित्रे वाचकाला वैचारिक आवाहन करीत असतात. हे आवाहन स्वानुभवाच्या आधारावरचे आणि विचारप्रवृत्त करणारे, तर्काला धरून असणारे, मानवी कल्याणाच्या तळमळीतून केलेले असते. वाचकाच्या मनावर ललित साहित्याचा जसा प्रभाव पडत असतो तसा वैचारिक वाङ्मयाचाही प्रभाव पडत असतो. किंबहुना वैचारिक वाङ्मयाचा प्रभाव अधिक तर्कसंगत असतो. म्हणून तो अधिक कार्यप्रवण असू शकतो. ललित साहित्याचा प्रभाव पुष्कळ प्रमाणात भावनिक स्वरूपाचा असतो, तो चिरकाल टिकणारा नसतो. चिंतनशील, विचारवंत, तत्त्वज्ञ, सार्वजनिक क्षेत्रांतील नामवंत व्यक्तींच्या आत्मचरित्रांचा हेतू उघड-उघड वैचारिक प्रबोधन करण्याचाच असतो. दुसरा कोणताही नसतो. कादंबरीतल्याप्रमाणे घटनांना प्राधान्य देऊन, वैशिष्ट्यपूर्ण पात्रे किंवा प्रसंग निर्माण करून, या सर्वांचे साक्षात वाटावे असे चित्रण निर्माण करून, अनुभव जिवंत किंवा चैतन्यपूर्ण वाटावा अशा पद्धतीने लिहून वाचकाच्या संवेदनशील, भावनाशील, स्वप्नशील मनाला आवाहन करण्याचा हेतू तर मुळीच नसतो.

कोणत्याही देशाच्या समाजात आरंभीच्या काळातील आत्मचरित्र-लेखनाचा हेतू हा मुळी समाजप्रबोधन करणे हाच दिसतो. स्वत:च्या कोणत्या ना कोणत्या कार्याचा, आपल्या सुधारणा-वृत्तीचा, आपल्या व्यक्तिविकासाचा परिचय करून देण्याच्या हेतूने मान्यवर व्यक्तींनी आत्मचरित्रे लिहिली आहेत. समाजाचे प्रबोधन व्हावे, ही त्यामागे त्यांची धारणा दिसते. आत्मचरित्राचा हा मूलभूत हेतू कोणत्याही आत्मचरित्राच्या प्रकारात किंवा उपप्रकारात डावलून त्यात अन्य कोणतेही हेतू साधण्याचा प्रयत्न केला तरी ते आत्मचरित्र अन्य काही कारणांसाठी गाजूही शकते, वाचलेही जाऊ शकते; पण ते 'आत्मचरित्र' असू शकत नाही. फार तर ती आत्मचरित्राच्या मुखवट्याखाली वावरणारी अन्य वस्तू (उदाहरणार्थ, कादंबरीसारखी ललित साहित्यकृती) असू शकते.

३) तिसऱ्या प्रकारचे वैशिष्ट्य सांगताना एक मूलभूत वैचारिक गफलत स्पेंजमनने केलेली दिसते. इतिहासात्मक आत्मचरित्र वाचत असताना वाचकाच्या मनात आत्मचरित्राचा नायक आणि निवेदक यांच्याविषयी कोणत्याही शंका, संशय आले तरी ते येण्यात काहीच गैर नाही. कारण तो वाचक एखाद्या व्यक्तीचे आत्मचरित्र वाचत असतो. आपण एखाद्या व्यक्तीचे आत्मचरित्र वाचत आहोत, याबद्दल त्याची खात्री असते. त्यासाठी तर त्या पुस्तकाचे वाचन करायला तो प्रवृत्त झालेला असतो आणि कोणतेही आत्मचरित्र वाचताना अशा शंका, संशय येणे स्वाभाविक असले तरी 'आत्मचरित्र वाचल्याचा' त्याला आनंद मिळतो, ही गोष्ट

महत्त्वाची असते.

एखाद्या कादंबरीकाराने आपल्या कादंबरीतील पात्राला अनुकूल अशा आपल्या जीवनातील कितीही घटना, प्रसंग, अनुभव कादंबरीत घेतलेले असले, एवढेच काय आपल्या जीवनाचे सार जरी एखाद्या प्रमुख पात्राच्या द्वारा कादंबरीत सांगितलेले असले तरी वाचकाला आपण कादंबरी वाचत आहोत ही जाणीव असते. कुणा लेखकाचे आत्मचरित्र वाचत आहोत, ही जाणीव नसते. कोणत्याही प्रकारची कादंबरी असो, ती वाचण्याचे हेतू आणि आत्मचरित्र वाचण्याचे हेतू हे पूर्णपणे भिन्न असतात हे लक्षात ठेवले पाहिजे. कादंबरी ही प्रतिभानिर्मित आणि कल्पनाधिष्ठित (Imaginative and fictive form) कलावस्तू असते आणि 'आत्मचरित्र' हे प्रत्यक्षातील एका व्यक्तीच्या घटिताचा, अनुभवांचा आविष्कार असतो. त्यामुळे दोहोंच्या वाचनाचे हेतूही भिन्न-भिन्न असतात. मात्र वाचक जाणकार नसेल, वेळ घालविण्यासाठी त्याला काहीही वाचायला चालणार असेल, तो जाणीवपूर्वक वाचन करीत नसेल तर त्याच्या पुढ्यात पडणारे कोणतेही पुस्तक तो मनोरंजनासाठी, वेळ घालविण्यासाठी वाचू शकतो. पुढे पडलेले पुस्तक कादंबरी असो वा आत्मचरित्र असो किंवा चावट प्रेमकथा, रहस्यकथा, भयकथा काहीही असो त्याच्या लेखी सर्वांना सारखेच मोल असते. साहित्यप्रकारांचा विचार करताना समीक्षकांनी अशाप्रकारच्या वाचकवर्गाचा विचार करून निर्णय किंवा निष्कर्ष काढावयाचे नसतात, हे उघड आहे. तिथे अधिकारी किंवा जाणकार वाचकवर्गाची अपेक्षा गृहीत धरलेली असते.

आत्मचरित्राचा 'साहित्यरूपात्मक' आत्मचरित्र (Poetic Autobiography) हा प्रकार एकूणातच फसवा आहे. कारण साहित्यरूपात्मक आत्मचरित्रात लेखकाच्या जीवनातील अथपासून इतिपर्यंतच्या सर्वच घटना सलगपणे आलेल्या नसतात. उदाहरणार्थ, कादंबरीसारख्या प्रकारात एखादा लेखक आपल्या स्वतःच्या जीवनातील अनेक घटना, अनुभव घेऊन एखादे पात्र निर्माण करत असतो. त्या पात्राचे बालपण, कौटुंबिक घटक, शिक्षण, नोकरी, व्यवसाय, प्रपंच, मुलेबाळे, त्यांच्या निमित्ताने यशापयश, आशा-निराशा, इत्यादी बाबी स्व-जीवनातील सर्व बाबींशी तंतोतंत एकरूप ठेवणे किंवा सलगपणे येणे कादंबरीसाठी घेतलेल्या विषयाच्या मर्यादेमुळे अशक्य असते. स्व-जीवनातील सोयीचा तेवढाच भाग, पात्राला पूरक-पोषक तेवढ्याच घटना-गोष्टी कादंबरीत घेतलेल्या असतात आणि ते पात्र निर्माण केलेले असते.

एवढेच नव्हे तर या पात्राचा नीट परिपोष होण्यासाठी काल्पनिक घटना, प्रसंगही त्या पात्राच्या जीवनात लेखकाने घातलेले असतात. हे प्रसंग कादंबरीकाराच्या जीवनातील नसतात.

पुष्कळवेळा लेखक आपल्या जीवनातील उर्वरित अनुभव दुसऱ्या एखाद्या

कादंबरीत दुसऱ्या एखाद्या पात्राच्या उभारणीसाठी वापरत असतो. त्या कादंबरीत त्या पात्राचे नाव, गाव, स्थळ, काल, कुटुंबसंबंध वेगळेच असू शकतात.

अशावेळी या कादंबऱ्यांना साहित्यरूपात्मक आत्मचरित्र म्हणता येणे अशक्य असते. असे जरूर म्हणता येईल की, लेखक आपल्या स्वतःच्या जीवनातील घटना, प्रसंग, अनुभव, आकलन, जाणिवा, इत्यादी मूलद्रव्य किंवा सामग्री (रॉ मटेरियल) वापरून कादंबरी लिहू शकतो. पण म्हणून ती कादंबरी हे त्याचे आत्मचरित्रच असते, असे म्हणणे तार्किकदृष्ट्या चुकीचे असते. कोणत्याही ललित साहित्यप्रकारात लेखकाच्या जीवनातील एखादा किंवा अनेक अनुभव येऊ शकतात म्हणून ते 'आत्मचरित्र' होऊ शकत नाही. तो तोच ललित साहित्यप्रकार अस्तित्वात राहतो. कारण प्रत्येक ललित साहित्यप्रकाराचे स्वरूप स्थायी स्वरूपात निश्चित झालेले असते. कालप्रवाहाच्या ओघात तो तो साहित्यप्रकार काही बाबतीत हळूहळू बदलत विकास पावत असतो, हे खरे; पण स्थायी स्वरूपात तो तोच राहतो. म्हणजे कादंबरी कितीही बदलत विकास पावत गेली तरी ती कादंबरीच राहते, तिचे नाटक किंवा आत्मचरित्र होऊ शकत नाही. कारण नाटक किंवा आत्मचरित्र हा एक वेगळा साहित्यप्रकार असतो. त्याचे स्थायी स्वरूप निश्चित झालेले असते. त्याचे स्वरूप बदलत, विकास पावत गेले तरी अंतिमतः ते नाटक किंवा आत्मचरित्रच असते.

सारांश आत्मचरित्र हा एक स्वतंत्र साहित्यप्रकार आहे, हे नीटपणे लक्षात ठेवले आणि या स्वतंत्र साहित्यप्रकाराचा व काव्य, कथा, कादंबरी, नाटक या स्वतंत्र ललित साहित्यप्रकारांचा अभ्यास नीटपणे केला तर एवढे लक्षात येईल की, तथाकथित 'साहित्य रूपात्मक आत्मचरित्र' (Poetic Autobiography) हा आत्मचरित्राचा प्रकार संभवत नाही.

साहित्याची मीमांसा करत असताना पुष्कळवेळा आपण 'आत्मचरित्र' हा शब्द दोन निरनिराळ्या अर्थाने वापरत असतो. १) 'माझ्या स्वतःच्या जीवनातील घटना मला सांगायच्या आहेत' असे आपणास म्हणावयाचे असेल तर त्यासाठी 'माझ्या आत्मचरित्रातील घटना' मला सांगावयाच्या आहेत, असा शब्दप्रयोग आपण करतो. इथे 'स्वतःचे जीवन' म्हणजे 'आत्मचरित्र' असा 'आत्मचरित्राचा' आपण अर्थ घेत असतो. २) दुसरा अर्थ 'आत्मचरित्र' हा एक साहित्यप्रकार म्हणून आपण घेत असतो.

आता 'डेव्हिड कॉपरफिल्ड या कादंबरीत 'चार्ल्स डिकन्स'च्या आत्मचरित्रातील पुष्कळ घटना, प्रसंग, अनुभव आलेले आहेत.' या वाक्यातील 'आत्मचरित्रातील' या शब्दाचा अर्थ चार्ल्स डिकन्सच्या 'जीवनातील' असाच घ्यावा लागतो. कारण चार्ल्स डिकन्सने स्वतंत्र 'आत्मचरित्र' (एक साहित्य प्रकार म्हणून) लिहिलेले नाही.

त्याने ते लिहिले असते आणि त्या पुस्तकातील अनेक घटना, प्रसंग, अनुभव 'डेव्हिड कॉपरफिल्ड' या कादंबरीत आलेले असते, तर वरील विधान वेगळ्या अर्थाने घ्यावे लागले असते, पण तशी वस्तुस्थिती नाही. चार्ल्स डिकन्सने आपल्या जीवनातील काही घटना प्रस्तुत कादंबरीत वापरल्या आहेत. म्हणून ती फार तर आत्मचरित्रात्मक 'कादंबरी' होऊ शकते 'आत्मचरित्र' होऊ शकत नाही. कारण कादंबरीचा स्थायिभाव काल्पनिक आणि प्रातिभ (Fictive and imaginative) असतो आणि 'आत्मचरित्र' या साहित्यप्रकाराचा गाभा 'मी'च्या जीवनातील घटित (प्रत्यक्ष घडलेल्या घटना व अनुभव) आणि जन्मापासून ते आजपर्यंतचा प्रदीर्घ सलग जीवनपट असा असतो. सारांश, कादंबरीचा जो हेतू असतो तो आत्मचरित्राचा असू शकत नाही आणि आत्मचरित्राचा जो हेतू असतो तो कादंबरीचा असू शकत नाही. म्हणून लेखकाच्या स्वतःच्या जीवनातील काही किंवा बऱ्याच घटना कादंबरीत आल्या म्हणून ती कादंबरी 'आत्मचरित्र' हा साहित्यप्रकार होऊ शकत नाही. सारांश, तथाकथित साहित्य-रूपात्मक 'आत्मचरित्र' हा वदतोव्याघाताचा प्रकार आहे. तो अस्तित्वात असू शकत नाही.

साहित्यरूपात्मक आत्मचरित्राच्या वेगळ्या हेतूविषयी स्पेंजमन म्हणतो की, '...The effect of such an autobiography will be not to inform the reader but to transform him.'

त्याच्या अवतरणाचे पुढीलप्रमाणे सविस्तर स्पष्टीकरण करता येईल : कलात्मक काव्याचा, कथा-कादंबरीचा वाचकाच्या मनावर जो परिणाम होतो तोच परिणाम अशाप्रकारच्या आत्मचरित्राचाही वाचकमनावर होत असतो. आपण एखादे नाटक पाहताना किंवा कादंबरी वाचताना तद्रूप होऊन जातो. स्वतःला विसरून जातो. नाटक पाहिल्यानंतर किंवा कादंबरी वाचल्यानंतर त्या साहित्यकृतीच्या चिंतनाने आपले चिंतनविश्व, अनुभवविश्व बदलते. आपण बदलून गेल्यासारखे वाटते. तशीच अवस्था अशाप्रकारची साहित्यरूपात्मक आत्मचरित्रे वाचताना वाचकाची होते.

...अशाप्रकारच्या आत्मचरित्रात लेखक आपल्या जीवनाकडे मागे वळून पाहत असताना त्या लेखकाच्या संवेदनशील मनाची जी एक भावस्थिती निर्माण होते ती भावस्थिती वाचकापर्यंत नेऊन पोहोचविण्याचा तो प्रयत्न करत असतो. ही भावस्थिती नीटपणे पोहोचावी म्हणूनच तो भावस्थितीला अनुकूल, पूरक, पोषक वाटतील अशाच आपल्या जीवनातील घटना, प्रसंग, अनुभव, यश-अपयश, वातावरण निवडतो आणि त्यांच्या द्वारा ते साहित्यरूपात्मक आत्मचरित्र उभे करत असतो.

...अशा आत्मचरित्रात लेखकाचे शब्दवास्तव हे वाचकाचे 'वास्तव' होते. कारण हे शब्दवास्तव कलात्मक भाषेत, प्रतीक-प्रतिमांच्या वाङ्मयीन भाषेत

मांडलेले असते. ते वाचकाला व्यापक काव्यात्म पातळीवर नेत असते. त्यामुळे वाचक ते वास्तव स्वत:ला विसरून आणि दुसऱ्या बाजूने सहसंवेदक होऊन, स्वत: आपण ते वास्तव होऊन, 'तन्मय' होऊन अनुभवू लागतो. अशाप्रकारचा अनुभव देण्याची प्रक्रिया साहित्यकृतीच्या किंवा कलाकृतीच्या आस्वादाच्या वेळीच होऊ शकते. हेच ध्येय अशाप्रकारच्या आत्मचरित्रांचेही असते, असे स्पेंजमन सुचवितो.

त्याच्या या म्हणण्याचा सारांश दुसऱ्या भाषेत असा निघतो की, साहित्यरूपात्मक आत्मचरित्रे ही तत्त्वज्ञानात्मक किंवा इतिहासात्मक आत्मचरित्रे नसतात. कारण त्यांचा हेतू प्रत्यक्ष जे जीवन घडलेले आहे, ते वाचकासमोर उभे करणे हा नसतोच. साहित्यरूपात्मक आत्मचरित्राचा हेतू हा कलात्मक काव्य, कथा-कादंबरी यांच्या हेतूसारखा (म्हणजे कलात्मक अनुभव, सौंदर्यानुभव देण्याचा हेतू) असतो आणि यासाठीच त्याच्या निर्मात्या लेखकाने त्याला हवे तेवढेच अनुकूल अनुभव त्याने आपल्या जीवनवास्तवातून घेतलेले असतात.

वास्तविक स्पेंजमन याने सुचविलेली ही सर्व प्रक्रिया आत्मचरित्र-निर्मितीची नसून कलानिर्मितीची (साहित्य-कलाकृतीच्या निर्मितीची) आहे. पुष्कळ साहित्यिक आपल्या स्वत:च्या जीवनातील अनुभवांचा मूलद्रव्यासारखा किंवा कच्च्या सामग्रीसारखा वापर करून तिच्यातून कथा-कादंबरीच्या रूपात कलाकृती साकार करतात. अशाप्रकारच्या कथा-कादंबरीलाच स्पेंजमन 'साहित्यरूपात्मक आत्मचरित्र' असे नाव देतो आहे, हे उघड आहे.

साहित्यरूपात्मक आत्मचरित्राचा त्याने जो एक 'वेगळा हेतू' म्हणून सांगितला आहे, तोही वेगळा नसून तो साहित्य-कलानिर्मितीचाच हेतू आहे, हे उघड आहे.

या सर्व मीमांसेच्या आडून त्याला असे म्हणावयाचे आहे की, एखादा लेखक आपल्या जीवनातून त्याला हवे ते अनुभव घेऊन जेव्हा एखादी साहित्यकलाकृती निर्माण करतो तिला 'साहित्यकलाकृती' न म्हणता 'आत्मचरित्र' म्हणा आणि आत्मचरित्राचा हा एक 'वेगळा' प्रकार माना, असा त्याचा आग्रह आहे. साम्यानुमानात्मक (analogical) तर्कदोषाचे हे उत्तम उदाहरण मानता येईल. म्हणजे 'आत्मचरित्राचे प्रकार' असे जेव्हा आपण म्हणतो, तेव्हा आपण 'आत्मचरित्र' हा एक साहित्याचा प्रकार आहे असे मानलेले असते. त्याचे स्वरूप आणि हेतू निश्चित केलेले असतात आणि मगच त्याचे उपप्रकार आपण पाडत असतो. पण स्पेंजमन यापैकी एकही बाब स्वीकारत नाही. तो साहित्यकलाकृतीचा म्हणजे कलानिर्मितीचा हेतू आणि स्वरूप स्वीकारतो. या कलानिर्मितीसाठी कच्ची सामग्री म्हणून लेखकाने स्वत:च्या जीवनातील व्यावहारिक अनुभव वापरले की, त्या निर्मितीलाच 'आत्मचरित्र' मानतो. म्हणजे तो आत्मचरित्र कशाला म्हणावयाचे आणि साहित्यकलाकृती कशाला

म्हणावयाचे या दोन्हीकडचीही शिस्त (किंवा व्यवस्था) स्वीकारत नाही किंवा ती त्याला कळत नाही. परिणामी एखाद्या लेखकाने आपल्या जीवनातील चारदोन अनुभव जरी साहित्यकृतीत कच्ची सामग्री म्हणून वापरले तरी स्पेंजमन त्याला 'आत्मचरित्र' मानतो. हा सगळा पोरकट प्रकार वाटतो.

याचा अर्थ साहित्यिकांनी अशाप्रकारची निर्मिती करूच नये, असा नव्हे. जेव्हा आहे त्या स्वरूपात आत्मचरित्र लिहिता येणे वैयक्तिक, कौटुंबिक, सामाजिक किंवा तत्सम कारणांनी अशक्य असते, गैरसोयीचे असते तेव्हा आपल्या स्वत:च्या जीवनातील अनुभव साहित्यनिर्मितीसाठी जरूर वापरावेत. त्यामुळे स्वत:ला आविष्कृत केल्याचा, स्वत:चे विरेचन झाल्याचा आनंद जरूर मिळतो. आपल्या जीवनाचे व त्यानिमित्ताने एकूण मानवी जीवनाचे स्वत:ला जे काही आकलन झालेले असते, ते स्वत: सुरक्षित राहून सांगितल्याचे समाधान मिळते. अशा लेखनामुळे वैयक्तिक पातळीवर लेखकाच्या मनात एक कृतार्थतेची भावना निर्माण होते. त्याचा त्याला सात्त्विक आनंद होतो. सर्जनाचाही आनंद मिळतो. सुप्त, अर्धसुप्त मनाचाही आविष्कार अशा लेखनामुळे होत असतो. मन स्वच्छ आणि ताजे होते. हे सगळे ठीक असले तरी अशाप्रकारच्या ललित साहित्यनिर्मितीला मात्र त्याने आत्मचरित्र किंवा आत्मचरित्राचा एक वेगळा प्रकार असे म्हणण्याचा आग्रह धरू नये 'ललित साहित्यच' म्हणावे.

या 'साहित्यरूपात्मक आत्मचरित्रा'च्या प्रकाराची आणखी एक विशेष बाब अशी की, हा प्रकार फक्त ललित साहित्यिकालाच हाताळता येतो. कारण स्वत:च्या जीवनातील घटना, प्रसंग, अनुभव, आकलन प्रतिभेच्या जोरावर वापरून तोच काव्य, कथा, कादंबरी लिहू शकतो. हा आत्मचरित्राचा प्रकार प्रमाण मानून इतरांना हा प्रकार हाताळता येणे अशक्य आहे. त्यांना इतिहासात्मक आत्मचरित्राशिवाय दुसरा पर्याय नसतो. यावरूनही ती साहित्यिकाची साहित्यनिर्मिती असते (आत्मचरित्र-निर्मिती नसते) हे व्यतिरेकाने सिद्ध होते.

लेखकाने निर्माण केलेले सर्वच ललित साहित्य मानसशास्त्रीयदृष्ट्या व्यापक अर्थाने त्याच्या आत्माविष्काराचाच भाग असतो. त्याच्या मुक्त आत्म्याचा, मुक्त मनाचा तो आविष्कार असतो. म्हणून मग त्याचे सर्वच ललित साहित्य 'साहित्यरूपात्मक आत्मचरित्र' मानावयाचे काय, असाही एक प्रश्न उपस्थित करता येण्यासारखा आहे. ते तसे मानले तर पुष्कळवेळा लेखक परस्परविरोधी स्वभावाचे नायक (उदाहरणार्थ, शेक्सपिअरच्या नाटकांतील नायक) निर्माण करतो, त्यांचे काय करायचे? त्यात कुणाला प्रमाण व कुणाला अप्रमाण मानावयाचे? त्याचे निकष कसे ठरवायचे? असे प्रश्न निर्माण होऊ शकतात.

मानसशास्त्रीयदृष्ट्या सर्वच ललित साहित्यांत आत्माविष्कार होतो, हे आपण

गृहीत धरले तर 'साहित्यरूपात्मक आत्मचरित्र' असा आणखी वेगळा प्रकार करण्याची गरज नाही. ती द्विरुक्ती होऊ शकेल. कारण सगळ्याच साहित्याला आपण आत्मचरित्राचा भाग किंवा आत्मचरित्र मानत असतो.

पण ज्या अर्थी आपण आत्मचरित्र हा वेगळा साहित्यप्रकार केलेला आहे, त्याचे व्यवच्छेदक लक्षण आणि त्याचे स्थायी स्वरूप निश्चित केलेले आहे, त्या अर्थी मुळात त्या प्रकाराकडून काही वेगळ्या अपेक्षा करतो, हे लक्षात ठेवावे लागते. हे लक्षात ठेवूनच त्याचे पुन्हा पोटप्रकार किंवा उपप्रकार करावे लागतात.

पाश्चात्त्य साहित्यात दोन महायुद्धांच्या काळात साहित्यक्षेत्रात बऱ्याच घडामोडी झाल्या. या घडामोडींतून नववाङ्मयप्रवाहाची निर्मिती झाली. कलावादाची निर्मिती झाली. फ्रॉइडच्या तत्त्वज्ञानाचा उदय होऊन त्याचा साहित्यावर परिणाम झाला. सौंदर्यशास्त्रातील अलौकिकतावाद्यांचा प्रभाव साहित्यक्षेत्रावर वर्चस्व गाजवू लागला. या सर्वांचा संकलित परिणाम साहित्यावर झाला. त्यातून एक साहित्यविषयक नवी भूमिका सिद्ध झाली. प्रत्येक साहित्यकलाकृती ही अनन्यसाधारण असते. एक दुसरीसारखी असू शकत नाही. त्यामुळे साहित्यप्रकार पाडता येणे, एका विशिष्ट साच्यात साहित्य घालता येणे अशक्य असते. साहित्यकलेत मुळी प्रकारच नसतात. आपण कोणताही लिहिलेला अनुभव ही कथा असू शकते. त्यासाठी कथेचे प्राकारिक नियम वगैरे पाळण्याची गरज नसते. एरवी समाजात व्यक्त करू न शकणारा अनुभव आपण साहित्यकलेत व्यक्त करू शकतो. कारण सामाजिक मूल्यांचा, समाजाचा कलामूल्यांशी व कलेशी संबंध असू शकत नाही. कलेची मूल्ये आणि कला स्वायत्त असते. तिची समाजाशी बांधीलकी वगैरे नसते. कलेतून व्यक्त होणारा अनुभव हा अनुभव म्हणूनच मोलाचा असतो. तो सौंदर्यानुभव असतो. कला म्हणजे आत्माविष्कार; आत्माविष्कार म्हणजे कला. कलेत मुक्त आत्म्याचा आविष्कार असतो. हा आविष्कार काव्य, कथा, कादंबरी, नाटक, आत्मचरित्र यापैकी कशातही करता येऊ शकतो. साहित्यविषयक या भूमिकेचा असर महायुद्धोत्तर काळातही साहित्यिकांवर आणि साहित्याच्या टीकाकारांवर बराच काळ होता. अजूनही नाही असे नाही. या एकारलेल्या, एका टोकाला गेलेल्या आणि साहित्यव्यवहारातील व्यवस्था, शिस्त न मानणाऱ्या भूमिकेमुळे साहित्यक्षेत्रात एकप्रकारची अनागोंदी निर्माण झाली. तिचा परिणाम म्हणजे साहित्यप्रकारांची व्यवस्था न मानणे किंवा कशालाही कोणत्याही साहित्यप्रकारात ढकलून देणे, आत्माविष्काराला एका टोकाची प्रतिष्ठा देणे, कलावंताच्या स्वातंत्र्याच्या नावाखाली वाटेल तसे टोकाचे, तर्कदुष्ट, भावनानिष्ठ, आत्मकेंद्रित उत्स्फूर्त विचार मांडणे व स्वतःला बंडखोर समजणे अशी स्थिती निर्माण झाली. यानंतरच्या अनागोंदीच्या काळात साहित्यरूपात्मक आत्मचरित्र हा प्रकार जन्माला आलेला दिसतो. त्याला

प्रतिष्ठाही मिळाली असावी, असे सर्वसाधारणपणे दिसते. कारण तो ललित साहित्याचीही आणि आत्मचरित्राचीही वाङ्मयीन शिस्त नीटपणे मानत नाही. दोहोंत भेद मानत नाही. किंबहुना ललित साहित्याचा हेतू आत्मचरित्रावर आरोपित करतो आणि 'आत्मचरित्र' या साहित्यप्रकाराचे स्वरूप संकुचित करून ते ललित साहित्यावर आरोपित करतो. ही सबगोलंकारवादी भूमिका आहे. सर्व भूतमात्रांच्या ठिकाणी एकच आत्मा असतो म्हणून त्यांच्यात भेद करता येत नाही. ते सर्व एकच आहेत अशी अध्यात्मवाद्यांची भूमिका असते. तशीच ही भूमिका आहे. शास्त्रीय, बौद्धिक निकषांवर ती टिकू शकत नाही.

आत्मचरित्राच्या एकूण पाच प्रकारांचे स्वरूप आतापर्यंत आपण पाहिले. आत्मचरित्राचे प्रकार याच्यापेक्षा अधिक करता येणे शक्य आहे. पहिले दोन प्रकार हे नायकप्रधान आहेत, हे आपण पाहिले. पण आत्मचरित्राचे नायक असे दोनच प्रकारचे असू शकतील असे नाही. मानसशास्त्रीयदृष्ट्या बहिर्मुखवृत्ती आणि अंतर्मुखवृत्ती (एक्स्ट्रॉव्हर्टिव्ह आणि इन्ट्रॉव्हर्टिव्ह) असे माणसाच्या वृत्तीनुसार प्रमुख दोन प्रकार करता येतात. पण मुळात विविध स्वभावांची माणसे असतात. त्यांच्या स्वभावांची गणती करता येणे अशक्य आहे. बहिर्मुख आणि अंतर्मुख अशा वृत्तींचा समन्वय असलेलीही माणसे असू शकतात. त्यांच्या या दोन वृत्तींचे कमीअधिक प्रमाणात मिश्रण झालेलीही माणसे असू शकतात. जुन्या काळात माणसाच्या जन्मराशीनुसार त्याचे स्वभाव सांगितले जात असत. राशी बारा कल्पिल्या आहेत. म्हणून काही माणसांचे मूळ स्वभावप्रकार बाराच आहेत, असे ठामपणे सांगता येत नाही. त्यांचे कमीअधिक प्रमाणात मिश्रण करून निदान बारा गुणिले बारा इतके स्वभावप्रकार करता येणे शक्य आहे. ते निदान १४४ होतात. म्हणून काही नायकाच्या स्वभावाला प्राधान्य देऊन आत्मचरित्राचे १४४ प्रकार करता येणे शक्य नसते.

आत्मचरित्राच्या काही टीकाकारांनी आत्मचरित्राच्या मांडणीनुसार 'तत्त्वज्ञानात्मक, इतिहासात्मक आणि साहित्यरूपात्मक' असे तीन प्रकार केले. ही मांडणी अंतिम स्वरूपात तीनच प्रकारची असू शकेल असे नाही. ती आत्मचरित्रलेखनामागे असलेल्या विविध प्रेरणांनुसारही वेगळी होऊ शकते आणि प्रेरणांची संख्याही निश्चित करता येणे अशक्य असते. मानवी नैसर्गिक (जैविक) प्रेरणा स्थिर असू शकतात. पण समाज, संस्कृती, धर्म, काळ, स्थल यांच्यात कालौघात बदल किंवा विकास झाला तर त्यांच्याविषयीच्या मानवी प्रेरणाही बदलू शकतात. म्हणजे कालौघात प्रेरणाही बदलतात. म्हणून त्या धारण करणाऱ्या माणसाच्या जगण्यातही मूलभूत फरक पडतो. त्यामुळे कालौघात आत्मचरित्रांची मांडणीही बदलू शकते. १९७० नंतरच्या काळात दलित आत्मचरित्रे आली. त्यांची लेखन-प्रेरणा सामाजिक

चळवळीची, आपल्यावर झालेल्या आणि होणाऱ्या अन्यायाला वाचा फोडणारी होती. याच काळात स्त्रियांची आत्मचरित्रे मोठ्या प्रमाणात आली. त्यांची लेखनप्रेरणा पुरुषवर्गाकडून आणि पुरुषप्रधान समाजाकडून स्त्रियांवर होणाऱ्या सामाजिक, सांस्कृतिक, कौटुंबिक, लैंगिक पातळीवरील अरेरावीला, जबरदस्तीला, अन्यायाला वाचा फोडणारी होती. सिनेक्षेत्रातील नटनट्यांची बरीचशी आत्मचरित्रे आत्माविष्काराच्या व मनोरंजनाच्या प्रेरणेने निर्माण झालेली दिसतात. आत्मचरित्र-लेखनाच्या या सर्व प्रेरणा कालौघात निर्माण झालेल्या असतात. पण म्हणून त्यानुसार आत्मचरित्रांचे प्रकार पाडता येणे शक्य नसते. ते असंख्य होतील आणि त्यांना मग अर्थपूर्णता राहणार नाही. ते निरर्थक होतील. कोणत्याही व्यवस्थेचा अतिरेक झाला, तिच्यात एकांगीपणा, यांत्रिकता आली की, ती व्यवस्थाच निरर्थक वाटू लागते. आत्मचरित्राचे प्रकारही असेच वाढत राहिले तर संस्कृत, साहित्यशास्त्रामधील अलंकारांच्या संख्येप्रमाणे व त्यांच्या प्रकाराप्रमाणे ते निरर्थक ठरतील.

याचा अर्थ प्रकारच असू नयेत असे नव्हे. व्यापक आणि शाश्वत तत्त्वांवर आधारित प्रकार जरूर असावेत, पण संकुचित आणि अशाश्वत तत्त्वांवर आधारित प्रकार नसावेत. प्रकारासाठी व्यापक आणि शाश्वत तत्त्व असले तर तो प्रकार मूलभूत ठरतो. तो शाश्वत स्वरूपाचा होऊ शकतो. त्याचे तत्त्व व्यापक असल्यामुळे त्या तत्त्वाच्या अंतर्गत अनेक साहित्यकृती येऊ शकतात. उदाहरणार्थ, ज्या पाच प्रकारांची आपण चर्चा केली त्यातील शेवटचा प्रकार सोडला तर उर्वरित चार प्रकार व्यापक आणि शाश्वत तत्त्वावर आधारित मानता येतात.

पण संकुचित आणि अशाश्वत तत्त्वांवर आधारित पाडलेले प्रकार हेही संकुचित ठरतात. ते तात्कालिकही असतात. संकुचित तत्त्वे अनेकानेक असू शकतात. त्यामुळे प्रकारांची संख्याही अनेकानेक होऊ शकते. उदाहरणार्थ, मराठी समाजापुरतेच बोलायचे तर जात, प्रदेश, स्थळ, काल, स्त्री, पुरुष, धर्म अशी सूत्रे किंवा तत्त्वे शाश्वत किंवा दीर्घकाल टिकणारी असली तरी ती संकुचित आहेत म्हणून त्यावर आधारित प्रकारही संकुचित होतात. चळवळीच्या प्रेरणेने लिहिलेली आत्मचरित्रे वेगळी काढून त्यांचे (उदाहरणार्थ, दलित आत्मचरित्रे, स्त्रीवादी आत्मचरित्रे असे) प्रकार पाडता येतील, पण ही तत्त्वे किंवा सूत्रे संकुचित नसली तरी अशाश्वत म्हणजे तात्कालिक स्वरूपाची आहेत. तो काळ निघून गेला की, ती भूतकाळात जमा होतात. त्यामुळे त्यावर आधारित साहित्यप्रकार आणि त्या प्रकारांतील साहित्यही भूतकाळात जमा होते.

याउलट 'प्रकार'च न मानण्याची कलावाद्यांची भूमिका ही दुसऱ्या टोकाची आणि अनागोंदीची आहे. ही भूमिका प्रत्येक व्यक्ती ही दुसऱ्या कोणत्याही व्यक्तीपेक्षा वेगळी म्हणजे अनन्यसाधारण असते, म्हणून तिचे अनुभवही अनन्यसाधारण

असतात, म्हणून तिची कलाकृतीही अनन्यसाधारण असते, अशी ही अनन्यसाधारणवादी भूमिका आहे. ती साहित्याचे वा कलेचे अंतर्गत प्रकारही मानत नाही. म्हणून ही भूमिका एका टोकाची आणि अनागोंदी निर्माण करणारी म्हणजे 'व्यवस्था' न मानणारी आहे.

असंख्य प्रकार पाडणे आणि एकही प्रकार न पाडता फक्त आत्माविष्कार करणे ही दोनही टोके वर्ज्य करून व्यापक आणि शाश्वत तत्त्वावर किंवा सूत्रावर आधारित प्रकार पाडणे ही एक त्या त्या क्षेत्रातील व्यवस्था असते. तिला धरून आत्मचरित्राचे निदान चार प्रकार मानणे आवश्यक आणि फायद्याचे आहे. 'साहित्यरूपात्मक आत्मचरित्र' हा पाचवा प्रकार मला 'आत्मचरित्रा'चा वाटत नाही. स्वत:च्या जीवनातील अनुभव एखादा साहित्यिक विविध ललित साहित्यप्रकारांतून व्यक्त करतो. ती त्या साहित्यिकाची वाङ्मयीन प्रकृती असते. तो आत्मचरित्राचा प्रकार नव्हे. प्रकार ही एक वस्तुनिष्ठ व्यवस्था असते.

साहित्याचा टीकाकार हा साहित्यक्षेत्रावर भाष्य करून त्याचे व्यवस्थापन करणारा समीक्षक असतो. टीकाकारांनी जरूर त्या त्या क्षेत्रांतर्गत साहित्य-प्रकारांचा अभ्यास करावा आणि साहित्याचे पोटप्रकार, उपप्रकार जरूर पाडावेत. ते वादग्रस्त ठरतीलही कदाचित, पण साहित्यिकाने किंवा इथे आत्मचरित्रकाराने या वादात सहभागी होण्याची गरज नसते. या वादात पडू नये, अशीच शिफारस करावी लागेल. याचे मूळ कारण तो समीक्षक नसतो, निर्माता असतो. साहित्यवस्तू (इथे आत्मचरित्र) निर्माण करणे एवढेच त्याचे कार्य प्रस्तुत असते आणि ते सर्जन कार्य आहे, समीक्षाकार्य नव्हे.

समीक्षेच्या वादात साहित्यिकाने पडू नये याचा अर्थ त्याने समीक्षाच वाचू नये, असा मात्र नव्हे. उलट त्याने समीक्षा जरूर वाचावी. तिचा फायदा त्याची निर्मितिप्रक्रिया अधिक सुजाण होण्यासाठी होतो. उदाहरणार्थ, आत्मचरित्र लिहिण्यापूर्वी आत्मचरित्राचे पाचही प्रकार वाचले तर पहिल्या दोन प्रकारांतून आपली स्वत:ची संभाव्य आत्मचरित्राचा नायक म्हणून प्रकृती कोणती आहे, हे समजण्यास मदत होऊ शकते. उर्वरित तीन प्रकारांचा अभ्यास केला तर इच्छुक आत्मचरित्रकाराला असे दिसून येईल की, आपल्याही जीवनात आलेल्या अनुभवांचा अर्थ आपण शोधला पाहिजे तरच त्या अनुभवांचे मानवी मूल्य कळू शकेल. आपल्या जीवनातील अर्थपूर्ण चिंतनाला प्रवृत्त करणारे अनुभव कोणते हेही कळू शकेल. आपले नुसतेच अनुभव लिहून भागणार नाही, त्यांचे मानवी जीवनाच्या संदर्भातील महत्त्व काय, हेही सूचित करावे लागेल. आत्मचरित्राचा जीवनपट कोठून कुठवर असतो, आत्मचरित्र हा इतिहास असतो म्हणजे नेमके काय असते, त्याची अंगोपांगे कोणती आहेत, हेही कळू शकेल.

सारांश, हे प्रकार अभ्यासल्यामुळे स्वत:च्या संभाव्य अशा आत्मचरित्राचा

गाभा कोणता आणि त्याची अंगोपांगे कोणती व त्यांचे मोल काय यांचे समग्र आकलन होऊन आत्मचरित्र डोळसपणे लिहिण्यास मदत होऊ शकते. कोणताही एक प्रकार न स्वीकारता सर्वच प्रकारांतून आपल्या प्रकृतीला अनुरूप काय घ्यावयाचे व काय टाळावयाचे, हे कळते. त्यामुळे आत्मचरित्राचे लेखन नेटके आणि बांधेसूद होण्यास साहाय्य होते.

आत्मचरित्र नव्हे, पण आत्मचरित्राला जवळचे असे काही प्रकार आहेत. स्मृतिचित्रे, संस्मरणे, दैनंदिनी, खासगी पत्रे, दिलेल्या मुलाखती, ख्रिस्ती धर्मातील पापनिवेदने अशी लेखने किंवा जीवनाच्या पूर्वार्धापुरती मर्यादित असलेल्या मराठीतील दलित 'आत्मकथा' यासारखी लेखने आत्मचरित्राला जवळची आहेत, पण ती आत्मचरित्रे नव्हेत. त्यांच्या स्वरूपाविषयी इथे सविस्तर सांगण्याची आवश्यकता वाटत नाही. मात्र ही सर्व लेखने प्रसिद्धीपूर्व काळात आत्मचरित्राची कच्ची सामग्री म्हणून वापरता येण्यासारखी असतात, एवढे लक्षात ठेवणे आवश्यक आहे.

लेखनासाठी आत्मचरित्राचा कोणताही प्रकार स्वीकारला तरी त्याची मांडणी कलात्मक असावी लागते. ही कलात्मकता प्रमाणबद्ध आकृतिबंधाशी निगडित असते. त्यामुळेच आत्मचरित्र हा एक साहित्यप्रकार आहे, अशी मान्यता त्याला मिळते.

पण आत्मचरित्रात आणखी एका प्रकारे कलात्मकता अवतरू शकते. आत्मचरित्रकार साहित्यिक असेल तर तो जीवनातील घटना, प्रसंग, अनुभव, एकूण जीवन-रेखा या सर्वांतील नाट्य, काव्य, विनोद, भावना, भावसत्ये, इत्यादींना आपल्या साहित्यिक लेखणीने चैतन्यपूर्ण करू शकतो. असे कलात्मक आत्मचरित्र एखादी वास्तववादी, व्यक्तिप्रधान, प्रथमपुरुषी निवेदनात्मक कादंबरी वाचल्याचा कलात्मक आनंद देऊ शकते. अशाप्रकारचे आत्मचरित्र कलात्मकतेशी अधिक आंतरिक नाते सांगते.

आत्मचरित्रकाराचे व्यक्तिमत्त्व किंवा प्रकृती एकूण जीवनविषयक चिंतनाला प्राधान्य देणारी असेल तर तो आरंभापासूनच 'तत्त्वज्ञानात्मक' आत्मचरित्राचा प्रकार लेखनासाठी स्वीकारतो. जे आत्मचरित्रकार विचारवंत आणि कलावंतही नसतात ते सामान्यतः 'ऐतिहासिक आत्मचरित्राचा' प्रकार लेखनासाठी स्वीकारतात.

व्यक्तीच्या स्वभावधर्मानुसार सोयीचे वाटणारे आत्मचरित्राचे हे प्रकार असले तरी प्रत्यक्ष मानवी जीवनात मात्र संमिश्रता असते. प्रत्यक्ष जीवन घटना, प्रसंग, अनुभव व त्याचे गुणधर्म यांनी भरलेले असते. त्यामुळे त्यात कलात्मक आत्मचरित्राला उपयुक्त अशी भरपूर कच्ची सामग्री असते. या घटनाप्रसंगादींचा माणूस त्या त्या वेळी किंवा सतत विचार करत असल्याने त्याच्या नकळत त्याचे जीवनविषयक विचार सतत चालूच असतात. त्यामुळे वैचारिक किंवा तत्त्वज्ञानात्मक आत्मचरित्राला

उपयुक्त असाही ऐवज जीवनात असू शकतो. शिवाय जो ऐवज या दोन्ही प्रकारांत नीटपणे सामावू शकणार नाही, पण आत्मचरित्राच्या प्रदीर्घ जीवनपटात सांगण्याची आवश्यकता असते, असाही ऐवज जीवनात असतो. तो 'ऐतिहासिक आत्मचरित्र' या प्रकारातच नीटपणे सामावू शकेल अशा स्वरूपाचा असतो.

त्यामुळे आत्मचरित्राचा कोणताही एक प्रकार विचारपूर्वक स्वीकारला तरी त्या प्रकाराला न मानवणारा ऐवज शिल्लक राहतोच. त्यामुळे जीवनात अथपासून इतिपर्यंत काय काय घडले हे जर आत्मचरित्रात नीटपणे सांगायचे असेल तर 'ऐतिहासिक आत्मचरित्र' हा प्रकारच लेखनासाठी स्वीकारणे हे जास्तीत जास्त सोयीचे असते. कारण या प्रकारात जीवनविषयक चिंतन आणि घटना, प्रसंग, अनुभव यांना त्यांच्या गुणधर्मासह कलात्मकतेने मांडता येऊ शकते. अर्थात त्यांची अंतर्गत प्रमाणबद्धता कटाक्षाने सांभाळावी लागते.

◆

आत्मचरित्राचा विषय

आत्मचरित्रातील मानवी जीवन हे 'मी'चे मानवी जीवन असते. अधिक अचूकपणे सांगायचे झाल्यास असे म्हणता येईल की, 'मी'च्या मानवी जीवनाचे स्व-रूप शोधणे, हा आत्मचरित्राचा विषय असतो. हा विषय नीटपणे समजण्यासाठी प्रथम मानवी जीवनाचे मूलभूत स्वरूप समजून घेणे आवश्यक असते.

मानवी जीवनात माणसाचे मूलभूत स्वरूपाचे तीन संबंध प्रस्थापित होतात. माणूस आणि निसर्ग, माणूस आणि समाज आणि तिसरा माणूस आणि माणसातील मी. आत्मचरित्राच्या भाषेत बोलायचे तर मी आणि निसर्ग, मी आणि समाज व मी आणि मी यांचे मूलभूत संबंध समजून घेतल्याशिवाय माणसाला स्वत:चे जीवन नीटपणे जगता येत नाही.

माणूस निसर्गात एक जीव म्हणून जन्माला येतो. भोवताली पसरलेल्या निसर्गाच्या बाहेर त्याला जाता येत नाही. निसर्गातून अन्न, पाणी, हवा आणि इतर अनेक सुविधा तो मिळवत असतो. त्यामुळे त्याला जीव म्हणून जगता येते. अन्नासाठी त्याला भोवतालच्या निसर्गाचे ऋतुमान, ज्या जमिनीतून त्याला पिके काढावयाची आहेत त्या जमिनीचे स्वरूप, कस, प्रत, जात, दर्जा हे समजून घ्यावे लागते. झाडांवरील फळे, शेंगा, पाने, फुले कोणती खाता येण्यासारखी आहेत, कोणती नाहीत. कोणत्याचा कसा उपयोग करता येईल याचे ज्ञान करून घ्यावे लागते. त्यासाठी हवा, पाणी यांचेही स्वरूप समजून घ्यावे लागते. कोणत्या हवेत कोणती पिके, पाणी कधी देणे, चांगले पाणी, शुद्ध पाणी, अशुद्ध पाणी, उपयुक्त (गोडे) पाणी, निरुपयोगी (खारे) पाणी, हेही समजून घ्यावे लागते. उन्हाळा, पावसाळा, थंडाळा कधी येतात, कधी जातात, जमिनीच्या पोटातील खनिजे कशी वापरता येतील, लाकूड, माती, उष्णता, वारा, पाऊस यांचा उपयोग कसा करता

येईल, निसर्गाचे नियम शाश्वत स्वरूपाचे असतात ते कसे समजतील, त्यांचा स्वतःच्या हितासाठी कसा वापर करता येईल, निसर्ग नियमांच्या उलट वागल्यास माणसाला दुखापत कशी होते, क्वचित मरण कसे ओढवते, निसर्गाचे नियम आपपरभाव न ठेवता सर्वच जीवमात्रांना कसे लागू पडतात, त्यामुळे ते सर्वांनाच कसे पाळावे लागतात हे सर्व नीट समजले तर माणसाला जगायला निसर्ग उपयुक्त ठरतो, तसेच त्याच्या धोक्यापासून सावध राहता येते.

निसर्गाचे नियम मूलतः कार्यकारण संबंधावर आधारित असून, ते शाश्वत आणि स्थिर स्वरूपाचे आहेत. मानवी बुद्धीला ते आकलन होतात. कार्यकारण संबंध शोधणारी मानवी बुद्धी ही फार मोठी मानवी शक्ती आहे. ती इतर प्राण्यांमध्ये विकसित स्वरूपात नाही. म्हणूनच निसर्गाची नियम-रहस्ये, त्याच्या मूळ स्वरूपाचे सूत्ररूप अंश फक्त मानवालाच कळू शकतात. या शक्तीमुळे माणूस इतर प्राण्यांपेक्षा वेगळा पडतो. ही खास मानवी म्हणता येईल अशी शक्ती आहे. या शक्तीमुळेच इतर प्राण्यांपेक्षा माणसाला निसर्गाचे फायदे अधिक मिळतात. त्यांच्या आधारे तो अधिकाधिक स्वजीवन सुधारत, विकसित करत जातो. भौतिक सुधारणांचा पाया म्हणजे ही आद्यशक्ती होय. तिनेच भौतिक शास्त्रे (फिजिकल सायन्सेस) जन्माला घातलेली आहेत आणि निसर्गाला वेठीस धरले आहे.

माणसाचा दुसरा संबंध आहे तो समाजाशी. माणसाची तर्कशास्त्रीय व्याख्या केली जाते की, माणूस हा बुद्धिशील (रॅशनल) प्राणी आहे. पण माणसाची समाजशास्त्रातही व्याख्या केली जाते. ती अशी की, माणूस हा सामाजिक (समाज निर्माण करणारा व समाजात राहणारा) प्राणी आहे. समाज आणि कळप हे दोन्ही समूहवाचक शब्द असले तरी दोहोंमध्ये मूलभूत फरक आहे. कळप हा स्वाभाविक आहे. प्राणी कळपाने राहतात. कळपाला त्या त्या प्राण्यांनी अंतर्गत असे काही नियम केलेले नसतात. उदाहरणार्थ, वानरांचे कळप सर्वत्र सारखेच दिसतील. कोणत्याही प्राण्यांचे कळप सर्वत्र सारखेच, स्वाभाविक प्रेरणांनी जगताना, राहताना दिसतील. पण समाज ही संकल्पना तशी नाही. ती मानवी आहे. माणसाने ती अंतर्गत नियमांनी सिद्ध केलेली आहे. म्हणून जगाच्या पाठीवरचे विविध देशांतील समाज वेगवेगळे नियम, रूढी, परंपरा, कायदे, संकेत, धर्म, पापपुण्याच्या कल्पना, शुभाशुभाचे संकेत किंवा समजुती यांनी बांधले गेलेले दिसतात. त्या त्या मानवी समाजांना संघटित करणारी सूत्रे किंवा तत्त्वे समाजांतर्गत माणसांनी तयार केलेली असतात. म्हणून 'कळप' हे स्वाभाविक आणि 'समाज' हे मानवनिर्मित मानले जातात.

माणूस समाज निर्माण करतो. त्यासाठी त्या समाजाचे खास नियम, कायदे, संकेत, परंपरा निर्माण करतो. त्यामागची त्याची प्रेरणा मानवी कल्याणाची असते.

या मानवी कल्याणात त्याचेही कल्याण अभिप्रेत असते. 'सर्वांना सुख लाभावे', 'दुरितांचे तिमिर जावे', 'ज्याची जी इच्छा आहे ती ती पूर्ण व्हावी' असे माणसाच्या आत्मिक शक्तीला वाटते. एवढेच नव्हे तर ही फळे-फुले, प्राणी, पक्षी, नद्या-नाले, सूर्य-चंद्र-तारे, निसर्ग, जीवमात्र यांनी नटलेली सृष्टी अशीच राहावी, असे त्याला वाटते. म्हणून तो निर्हेतुकपणे आत्मप्रेरणेने प्राणी, पक्षी तसे फायदेशीर नसताना आनंदाप्रीत्यर्थ पाळतो. दान-धर्म करतो. असहायांना साहाय्य करतो. नष्ट होणारे प्राणी-पक्षी, झाडे पुन्हा वाढविण्याचा प्रयत्न करतो. त्यांना 'अभय' देतो. ट्रस्ट निर्माण करून संघटित प्रयत्न करतो... माणसाजवळ ही कल्याणाची प्रेरणा आतूनच उद्भवते. ती स्वाभाविक मानवीय प्रेरणा मानली जाते. या प्रेरणेला शिवत्वाची प्रेरणा, कल्याणाची प्रेरणा मानले जाते. या प्रेरणेतूनच समाजाची निर्मिती करावी, तसा समाज करून आपण त्यात राहावे, समाजाचे नियम पाळावेत, समाजासाठी आपण काही करावे, असे त्याला वाटते. त्यातूनच त्याचे समाजाशी आणि विश्वाशी वेगळे संबंध निर्माण होतात. हे संबंध निसर्गाशी असलेल्या बौद्धिक संबंधांपेक्षा वेगळ्या प्रकृतीचे असतात. त्यात कल्याणाची प्रेरणा प्रमुख असते. माणसाची ही दुसरी शक्तीही इतर प्राण्यांपेक्षा वेगळी आहे म्हणून ती 'मानवी' समजली जाते. या प्रेरणेतूनच धर्म आणि धर्मशास्त्र, नागरिकशास्त्र, नीतिशास्त्र, विविध प्रकारची सामाजिक मूल्ये, नीतिमूल्ये, विविध प्रकारच्या संघटना, सहकार, सहअस्तित्व, विविध प्रकारांनी समाजाला उपयुक्त ठरणारी सामाजिक शास्त्रे (सोशल सायन्सेस), संस्कृती यांचा जन्म समाजात होत असतो. हे सर्व त्या त्या समाजाच्या उत्तम धारणेसाठी आणि मानवी कल्याणासाठी असते.

माणूस निसर्गात आणि समाजात राहत असला आणि त्यांच्याशी त्याचे घडोघडी संबंध येत असले तरी माणसाचे स्वतःशीही घनिष्ठ संबंध असतात. हे संबंध पहिल्या दोन संबंधांपेक्षा वेगळे असतात. माणूस प्रत्यक्षात जगत असताना त्याच्यावर स्वाभाविकच निसर्गाची आणि समाजाची बंधने पडत असतात. मनातल्या मनात मात्र माणसाची कल्पनाशक्ती या बंधनांच्या पलीकडे जाऊन स्वतःला हवे तसे जगू इच्छिते. नैसर्गिक आणि सामाजिक बंधनाच्या पलीकडे जाण्याची ही प्रेरणा दुसऱ्या भाषेत मुक्ततेची प्रेरणा, स्वतःला हवे तसे नवे विश्व निर्माण करण्याची प्रेरणा, ते विश्व निर्माण करून मानसिक सुख मिळविण्याची प्रेरणा असते. तिलाच सौंदर्याची प्रेरणा, नव्या सर्जनाची प्रेरणा, प्रातिभ विश्वनिर्मितीची प्रेरणा, सौंदर्यसुख निर्मितीची प्रेरणा असेही म्हटले जाते. ही प्रेरणा 'मी'च्या आंतर्विश्वाशी, अंतरंगाशी, 'मी'ला सुंदर करण्याशी संबंधित असते. हिला थोडक्यात सौंदर्यनिर्मितीची प्रेरणा असे म्हणता येईल. हीही प्रेरणा मानवेतर प्राण्यांत आढळत नाही. ती खास 'मानवी' आहे. प्रामुख्याने या प्रेरणेतूनच अनेक कलांचा जन्म होतो.

हे तीन प्रकारचे मानवी संबंध मूलभूत स्वरूपाचे आहेत. मानवी जीवनात ते अटळ आहेत. निसर्गाशी असलेले त्याचे संबंध तो टाळू लागला की, अंतिमत: मृत्युमुखी पडण्याची शक्यता असते, समाजाचे मूळ संबंध तो टाळू किंवा डावलू लागला तर अंतिमत: तो बहिष्कृत किंवा गुन्हेगार ठरण्याची शक्यता असते आणि स्वत:चे स्वत:शी असलेले संबंध तो टाळू किंवा डावलू लागला तर एक तर अतिसामान्य पातळीवर किंवा प्राणीपातळीवर त्याचे अस्तित्व राहते. म्हणून ते तीनही मानवी संबंध एक 'मानव' म्हणून त्याला अटळ आहेत. या संबंधांमुळे त्याची 'मानव' म्हणून प्रतिष्ठा होते. तिचा मानवतेत किंवा माणुसकीत आविष्कार होतो. सत्य, शिव, सुंदर ही मानवी मूल्ये या तीन मूलभूत संबंधांतूनच आकाराला आलेली आहेत. मानवी जीवनाला यांच्यामुळे बौद्धिक, नैतिक आणि सौंदर्यात्मक अधिष्ठान लाभते. ही तीनही मूल्ये समान महत्त्वाची आहेत. त्यांच्यात गौणप्रधानभाव नाही किंवा त्यातील कोणतेही मूल्य एकमेकाला पर्याय होऊ शकत नाही. मानवी भौतिक जीवनात ती एकमेकांना पूरक, पोषक आणि विकासक होऊ शकतात, तशी एकमेकांचा तोल सावरू शकतात. एकमेकांवर योग्य ते नियंत्रण ठेवून समतोल मानवी जीवन जगण्यास मदत करू शकतात. याहून आध्यात्मिक मूल्ये आणखी वेगळ्या आणि अधिक व्यापक पातळीवरची आहेत. शिव मूल्यात ती बीजरूपात असू शकतात. उच्च कोटीचे, उदात्त मानवी जीवन जगण्यास ती अत्यावश्यक आहेत. पण ती बहुसंख्य माणसांच्या सर्वसामान्य कुवतीच्या कक्षेपलीकडची आहेत.

या तीन प्रकारच्या मूलभूत संबंधांतून प्रत्येक मानवाचे जीवन विशिष्ट स्वरूपात आकाराला येते. प्रत्येकाचे जीवन विशिष्ट आणि इतरांपेक्षा काही प्रमाणात वेगळे होते. याला अनेक कारणे असतात. प्रत्येक मानवी व्यक्तिमत्त्व हे इतरांपेक्षा काहीना काही प्रमाणात वेगळे असते. त्याच्या भोवतालची सामाजिक परिस्थिती, त्या परिस्थितीचा तपशील वेगळा असू शकतो. त्याच्या वाट्याला येणारा निसर्गसंबंध तपशिलात वेगळा असू शकतो. उदाहरणार्थ, एकाच समाजात, एकाच स्थळी जन्माला आलेल्या दोन व्यक्तींपैकी एक मध्यमवर्गीय व दुसरी शेतकरी असेल तर दोघांच्या वाट्याला भिन्न भिन्न तपशील असलेले निसर्ग-संबंध येऊ शकतात. तसेच समाजही एक असला तरी समाजातील भिन्न भिन्न स्तरांत, वर्गात, जातीत, श्रीमंतीत, गरिबीत माणसे जन्माला येतात आणि त्यांचे सामाजिक संबंध एकाच समाजातील असले तरी तपशिलाने भिन्न भिन्न असू शकतात.

एका विशिष्ट स्थल-काल-परिस्थितीमध्ये माणूस जन्माला येतो. त्याला कळू लागले की, 'आपण काहीतरी, कोणीतरी व्हावं' असे वाटू लागते. हे त्याचे वाटणे म्हणजे त्याला त्याच्या जीवनाचे प्रयोजन सापडणे किंवा ध्येय सापडणे म्हणता

येईल. हे ध्येय सापडल्यावर त्याचा 'आहे' त्या स्थितीतून बाहेर पडण्याचा प्रवास सुरू होतो आणि त्याला जे 'व्हावयाचे आहे' त्या दिशेने त्या प्रवासाला गती मिळते. ही विशिष्ट दिशेने प्रवास करणारी त्याची गती म्हणजेच त्याचे जीवन होय. जीवन म्हणजे पाणी आणि 'जिवा'चे वर्तन ते 'जीवन' असे त्याचे दोन अर्थ आहेत. दोन्ही इथे लागू पडतात. मानवी जीवन हे पाण्यासारखे असते आणि हा प्रवाह एका ठिकाणाहून निघून दुसऱ्या इच्छित ठिकाणी जाऊ पाहणाऱ्या मानवी जिवाच्या वर्तनसातत्यातून निर्माण झालेला असतो. हा प्रवास विकसनशील असतो. तो साधा, सरळ, सपाटीच्या प्रदेशातील किंवा उंचावरून सखल भागाकडे जाणारा नसतो. तो गुंतागुंतीचा, संघर्षमय, खाचखळग्यांचा, उंच-सखल डोंगर-दऱ्यांतून वेडीवाकडी वाट काढत जाणारा आणि संत एकनाथांच्या भाषेत सांगावयाचे झाले तर वळचणीचे पाणी अढ्याकडे नेणारा, म्हणजे 'आहे' त्यापेक्षा 'उंचावर जाऊन प्रतिष्ठित' होण्याची धडपड करणारा असतो.

हा प्रवास तसा एकाकी असतो. या प्रवासात वाटचालीसाठी आपणालाच शिक्षण घ्यावे लागते, आपणालाच सुविधा निर्माण कराव्या लागतात, आहेत त्या सुविधा-शस्त्रे-साधने यांच्यानिशी परिस्थितीशी संघर्ष करावा लागतो. कधी हार होते तर कधी थोडा जय मिळतो. कधी आशा फुलतात तर कधी निराशेचा अंध:कार पसरतो. कधी नाट्य जन्मते तर कधी काव्य जन्माला येते. तिखट, तुरट, आंबट, कडू, खारट, गोड अशा विविध चवींनी तो भरलेला असतो. अपेक्षिलेले ध्येय अपेक्षेप्रमाणे साध्य होतेच असे नाही, बहुधा ते अर्धेमुर्धेच पदरात पडलेले असते. तेही पुष्कळवेळा मोडलेल्या, तुटलेल्या, भग्न झालेल्या विद्रूप अवस्थेत प्राप्त होते. अपेक्षित संघर्षापेक्षा कितीतरी अधिक पटींनी संघर्ष करावा लागलेला असतो. अपेक्षित काळापेक्षा कितीतरी अधिक काळ त्याच्यासाठी वेचावा लागतो. या अनपेक्षित दीर्घ संघर्षात गात्रे आणि मन थकून गेलेले असते, तसेच अनपेक्षित दीर्घकालामुळे शरीरही थकून गेलेले असते. अशा अंतर्बाह्य थकलेल्या अवस्थेमुळे ध्येयपूर्तीचा आनंदही नीटपणे मिळत नाही... आत्मजीवनाची अशी चित्तरकथा असते.

या चित्तरकथेत सांगितलेले मानवाचे तीनही मूलभूत संबंध सक्रिय झालेले असतात. 'मी'ला जेव्हा मानवी जीवनाविषयी कळू लागते तेव्हा 'मी'मध्ये एक 'सुंदर मी' दिसू लागतो. त्यालाच आपण 'मी'चे ध्येय म्हणतो. हा 'सुंदर मी' साकारण्यासाठी 'मी'ला अनुकूल अशी समाजस्थिती आणि निसर्गस्थिती निर्माण करावी लागते. त्यातूनच (अ) मी आणि प्रस्थापित समाजस्थिती व (ब) मी आणि निसर्गस्थिती यांत संबंध सक्रिय होतात. त्यातूनच 'मी'चा संघर्ष, समन्वय समाजाशी आणि निसर्गाशी सुरू होतो. त्यात 'मी'ला यश किंवा अपयश येऊ शकते. कित्येक वेळा या दोन्ही स्थिती 'मी'चा 'मी'शी असलेला सौंदर्यसंबंधही आपल्या प्रस्थापित

झालेल्या दणकट आणि बळकट अस्तित्वाने बदलून टाकू शकतात.

वस्तुस्थिती अशी असल्यामुळे समाजातील कोणत्याही 'मी'चे जीवन हे या तीन संबंधांनी अर्थपूर्ण होत असते, हे विसरता येत नाही. पुष्कळ वेळा आत्मचरित्रात जे 'मी'चे जीवन येते ते एकारलेल्या स्वरूपात येते. त्यात पुष्कळ वेळा 'मी'चा 'मी'शी असलेला संबंधच तारतम्य विसरून एकांगीपणाने विस्तृत स्वरूपात विशद केलेला असतो. अशी आत्मचरित्रे आत्मकेंद्रित होतात. काही आत्मचरित्रांत 'मी'चा आणि समाजाचा संबंध नीटपणे स्थापन झालेला नसतो किंवा तो एकांगी स्वरूपात स्थापन झालेला असतो. अशी आत्मचरित्रेही एकांगी वाटतात. जेव्हा निसर्गसंबंध आत्मचरित्रात विसरला जातो तेव्हाही नायक आपल्या जीवनातील काही सांगावयाचे विसरला आहे, असे वाटते. म्हणून मानवाचे तीनही मूलभूत संबंध आत्मचरित्रात सक्रिय स्वरूपात अवतरण्याची गरज असते. दुसऱ्या भाषेत 'मी'ने जीवनभर केलेल्या सत्य, शिव आणि सुंदर या मानवी मूल्यांची जोपासना, उपासना आणि प्रार्थना आणि त्यात 'मी'ला आलेले यशापयश हा आत्मचरित्राचा विषय असतो.

आत्मचरित्राचे मूलभूत स्वरूप लक्षात घेता असे दिसून येते की, जीवनाच्या एका विशिष्ट टप्प्यावर आल्याशिवाय आत्मचरित्र लिहू नये. कोणत्याही प्रकारच्या आत्मचरित्रात काही गुणधर्म असावे लागतात. त्यामुळे ते रोचक होते, मानवी ज्ञानात काही अर्थपूर्ण भर घालू शकते.

या दृष्टीने विचार करता आत्मचरित्राचे लेखन हे निदान वयाच्या साठ एक वर्षांपर्यंतचे तरी असावे, अशी अपेक्षा केली जाते. अर्धेअधिक जीवन पार केल्यानंतरच्या काळात ते लिहायला घेण्यास हरकत नाही. त्यामुळे त्यात मानवी जीवनाचे म्हणजे स्वतःच्या जीवनाचे समग्र आकलन येऊ शकते.

समग्र जीवनाचा गाभा त्यात येऊ शकला नाही तर ते आत्मचरित्र अर्ध्याकच्च्या जीवनाचा अन्वय लावणारे होते. आत्मचरित्र म्हणजे समग्र मानवी जीवनाचा एक विशिष्ट नमुना मानले जाते. त्या दृष्टीने त्याच्याकडे पाहिले जाते. अशा जाणकार वाचकाला अर्धेकच्चे जीवन असलेले आत्मचरित्र काही देऊ शकत नाही. अपुऱ्या जीवनाची लिखित कहाणी ही आयुष्यात मधेच गतप्राण झालेल्या माणसाच्या कहाणीसारखी असते.

मराठीमध्ये अशा प्रकारची अर्धीकच्ची आत्मचरित्रे लिहिण्याची १९७० नंतरच्या काळात एक लाट आली होती. अशी आत्मचरित्रे पुष्कळ वेळा वाचनीय असतात पण ती अंतिमतः प्राथमिक जिज्ञासापूर्ती किंवा मनोरंजनापलीकडे फारसे काही देऊ शकत नाहीत. मराठीत अशी आत्मचरित्रे लिहिण्याचे कारण असे की, महाराष्ट्रीय समाजात १९६० नंतर म्हणजे महाराष्ट्र राज्याची स्थापना झाल्यानंतर सर्वांगीण समाजविकासाला एक गती प्राप्त झाली. साहित्यक्षेत्रापासून तोपर्यंत अनेक कारणांनी

वंचित राहिलेल्या समाजस्तरांत जागृती आली आणि तो शिक्षणाकडे खेचला गेला. याच काळात विविध सामाजिक चळवळी सुरू झाल्या. त्यांच्या जागृतीचे हत्यार म्हणून साहित्यनिर्मिती होऊ लागली. त्यातील तरुण पिढीने अशा प्रकारची, आपल्या आयुष्याच्या ऐन तारुण्याच्या काळापर्यंतची आत्मचरित्रे लिहिली. साहित्यात या नवजागृत समाजाचे जीवन या निमित्ताने प्रथम रेखाटले जात होते. त्या समाजावर होणाऱ्या अन्यायाचे स्वरूप त्या जीवनात प्रतिबिंबित होत होते. पण त्या आत्मचरित्राच्या नायकाच्या समग्र जीवनाची अर्थपूर्णता, त्याचे स्वत:च्या जीवनाविषयीचे आकलन, स्वानुभवावर आधारित तत्त्वज्ञान, मानवी जीवनातून साचत आलेले शहाणपण अशा प्रकारच्या अपेक्षांची पूर्ती अशा आत्मचरित्रांतून होऊ शकत नाही. मिळते ती आजवर उपेक्षित वा दुर्लक्षित राहिलेल्या समाजस्तराची जीवनविषयक माहिती. ती माहिती मनाची प्राथमिक जिज्ञासा शमवत राहते. ती नवी माहिती वाचण्यात मन रमून जाते.

आयुष्याच्या ऐन उमेदीच्या काळात लिहिलेली अर्धीकच्ची आत्मचरित्रे आणखी एका दृष्टीने मनोरंजक ठरतात. अशा आत्मचरित्रात जीवनाचा पूर्वार्धच आलेला असतो. हा पूर्वार्ध गतिमान असतो. ऐन उमेदीचा हा काळ मानवी जीवन-स्थैर्याच्या दृष्टीने आणि शारीरिक व मानसिक दृष्टीनेही वेगाने विकास पावणारा काळ असतो. या काळात मनात अनेक आशा, आकांक्षा, संकल्प असतात. त्यांच्या पूर्तीसाठी रग असलेले तरुण शरीर नाना प्रकारच्या धडपडी, उलाढाली, निरनिराळ्या योजना आखून प्रत्यक्षात आणण्याचा प्रयत्न करीत असते. भोवतालच्या समाजात, परिस्थितीत स्थैर्यासाठी संघर्ष करण्याचे ते दिवस असतात. व्यक्तिमत्त्वाचा अनेक अंगांनी विकास करण्यासाठी आक्रमक भूमिका ठेवावी लागत असते. कोवळ्या मनाला उद्ध्वस्त करून त्याची नवी मांडणी करणारे थरारक अनुभव याच काळात येत असतात. सारांश, जीवनातील पूर्वार्धाचा हा काळ अनेक नाट्यपूर्ण घटना-घडामोडींनी, संघर्षांनी, थरारक अनुभवांनी भरलेला असतो. त्यामुळे पूर्वार्धापुरतीच लिहिलेली आत्मचरित्रे एखाद्या वास्तववादी घटनाप्रधान कादंबरीसारखी मनोरंजक झालेली असतात.

पण पूर्वार्धातील या घटना घडामोडींचे परिणाम उत्तरार्धात 'मी'च्या जीवनावर काय झाले, त्याला तो पुढे कसा सामोरा गेला, त्याचे यशापयश कोणत्या स्वरूपाचे होते, त्यांतून ती व्यक्ती केव्हा, कुठे, कशी स्थिर झाली? तिच्या या स्वभावाचे, व्यक्तिमत्त्वाचे परिणाम तिच्या घरच्या माणसांवर, पत्नीवर, मुलांवर कसकसे झाले? आक्रमक भूमिकेतून निर्माण झालेल्या सामाजिक परिणामांना नंतर त्याने कसे तोंड दिले? त्याच्या भूमिकेत परिवर्तन झाले की नाही? परिवर्तन झाले असेल तर का झाले? जीवनातील कोणती मानवी मूल्ये स्वीकारून ही व्यक्ती समाजात पुढे स्थिर झाली? यासारख्या प्रश्नांची उत्तरे जी त्या आत्मचरित्रातून

मिळावी लागतात ती त्यात मिळू शकत नाहीत. त्यामुळे ती अर्धीकच्ची वाटतात. शेवटी ती घटनाप्रधान मनोरंजक कादंबरीसारखी वाटू लागतात. दर्जेदार चांगल्या आत्मचरित्राचे ध्येय ती गाठू शकत नाहीत.

अर्धीकच्ची आत्मचरित्रे लिहू नयेत हे जसे खरे, तसे कालिकदृष्ट्या आत्मचरित्राचे लेखन कुठवर करावे, ते कधी संपवावे, हाही प्रश्न महत्त्वाचा आहे. आयुष्यात साधारण वयाच्या पाचव्या-सहाव्या वर्षापासून कळू लागते. तेथून प्रवास सुरू होतो. प्रवासात येणाऱ्या प्रत्येक बाह्यगोष्टीला आपण पिंडधर्मानुसार सामोरे जातो. यातून जीवनाचा इतिहास घडत जातो. स्थैर्यासाठी जीवनात जसा संघर्ष करावा लागतो, तसा तो काळाच्या विशिष्ट टप्प्यावर संपुष्टातही येतो. जीवन कळण्याची, त्याचे स्वरूप समजून घेण्याची प्रक्रिया स्थूल मानाने कुठेतरी संपते किंवा कमी होते. कधीतरी जीवनात आपण स्थिर आणि प्रस्थापित होतो. तेथून पुढचे जीवन विकासाचे नसते, तर ते स्वास्थ्याचे, विस्ताराचे असते. त्याच त्या गोष्टींचे ज्ञानात्मकदृष्ट्या पुनरावर्तन होऊ लागले आहे असे वाटते. आपणास कळले आहे त्यापलीकडे आपल्या जीवनात आता काही राहिले आहे, असे वाटत नाही. संघर्ष संपून मानसिक स्वास्थ्य आले आहे, असे वाटते. असे वाटण्याची दोन कारणे असतात. (१) आपले शरीर आणि मन संघर्ष करण्याच्या दृष्टीने, आणखी विकास घडवून आणण्याच्या दृष्टीने वयोमानानुसार किंवा अन्य कारणांनी थकलेले असते. त्यामुळे ते आहे त्या टप्प्यावर स्थैर्य, स्वास्थ्य शोधते. पुढे जाण्याची त्याच्याजवळ उभारी, ताकद नसते. (२) दुसरे कारण बुद्धी किंवा विचार-शक्ती थकलेली असू शकते. ती पूर्वीच्या तडफेने जीवनाचे नवे-नवे कानेकोपरे शोधू शकत नाही. तिच्यामध्येच त्याच त्या विचारांची आवर्तने सुरू झालेली असतात आणि तिला सगळे ओळखीचे, पूर्वी पाहिलेले, पूर्वी अनुभवलेले वाटू लागते. या दोहोंपैकी कोणत्याही कारणाने जीवनाचा विस्तारकाळ सुरू होतो. मानवी जीवनाचीच ती मर्यादा आहे.

जेथे विस्ताराचा काळ सुरू होतो, तेथे आत्मचरित्राच्या लेखनाला पूर्णता द्यायला काहीच हरकत नाही. पुढची पुनरावृत्ती त्यामुळे टळते. त्या पुनरावृत्तीमुळे वाचकाला नवे काहीच मिळू शकत नाही. पुष्कळवेळा या विस्ताराच्या काळात मानमरातब, सन्मान, गौरव, सत्कार, प्रतिष्ठा, प्रवास, इत्यादी मौज, आनंद निर्माण करणाऱ्या घटना घडत असतात.

आपण कुठल्या तरी संस्थेचे अध्यक्ष वगैरे झालेले असतो किंवा उच्च पदावर प्रमोशन मिळून नोकरीत स्थानापन्न झालेले असतो. अधिकार हातात आलेले असतात. त्यांच्या जोरावर बरीच स्वक्षेत्रातील कामे करता येतात. जणू ती आपणच केली असे आपणास वाटत असते. यानिमित्ताने आपल्या जीवनाचे फलित आपल्यास मिळू लागले आहे, असे वाटते आणि हे सर्व आत्मचरित्रात आले पाहिजे, असेही

वाटते. पण हा सर्व आत्मगौरवाचा मोह असतो. अनेक आत्मचरित्रांत अशा सार्वजनिक क्षेत्रात आपण केलेल्या कार्याच्या याद्या दिसतात किंवा 'पदावर' असताना कोणती शासकीय किंवा सार्वजनिक कामे केली यांनीही भरपूर पाने भरलेली असतात. हे सगळे खरे असले तरी त्यात मानवी मनाचा संघर्षात्मक विकास सापडत नाही. त्यात मानवी अनुभवाचे चैतन्य नसते. त्यात नायकाची मानसिक प्रवासाची स्पंदने दिसत नाहीत; विश्रांतिस्थलामध्ये बसून केलेली गौरव-सूचक कर्तव्ये फक्त दिसतात. हा मोह आवरतच नसेल तर अतिसंक्षिप्त स्वरूपात आपल्या जीवनाचे फलित सांगून मोकळे व्हावे. नाहीतर शेवटचा भाग कंटाळवाणा होण्याची फार शक्यता असते.

आत्मचरित्र हा एक वाङ्मयप्रकार आहे. एखाद्या चरित्रात जर चरित्रकाराने चरित्रनायकाच्या जन्मापासून मृत्यूपर्यंतची सर्व वाटचाल सांगितलेली असते, तसे आत्मचरित्राचे स्वरूप नसते. 'आत्मचरित्र' हा कला-प्रकार मानला जातो. म्हणून तो वेडावाकडा, बेडौलपणे अस्ताव्यस्त पसरू देऊ नये. त्यात मूलत: मानवी जीवनाच्या विकासाचा चैतन्यमय अनुभवांनी काढलेला चढत्या क्रमनिष्ठेचा आलेख असतो. म्हणून जेथे विकास संपतो तेथून पुढचे जीवन सारांशात यावे किंवा परिशिष्टात विस्तारपूर्वक यादीतून यावे. ज्या आत्मचरित्रकारांनी कलात्मक भान राखले आहे आणि ज्यांनी मनाच्या व जीवनाच्या प्रौढ व परिपक्व अवस्थेत आत्मचरित्रे लिहिलेली आहेत ती अर्थपूर्ण, वेधक ठरलेली आहेत. त्यांना साहित्यक्षेत्रात मान्यता मिळालेली दिसते. प्राकारिक क्षेत्रात ती मानदंड मानली गेली आहेत.

आत्मचरित्र कधी लिहावे, कधी संपवावे, या प्रश्नाइतकाच आत्मचरित्र कोण लिहू शकतो, हा प्रश्नही महत्त्वाचा आहे. याचे सरळ उत्तर असे की, व्यक्तीला स्वत:च्या व्यक्तिमत्त्वाची, समाजातील स्वत:च्या अस्तित्वाची, अस्तित्वाच्या अर्थपूर्णत्वाची, कर्तृत्वाची जेव्हा स्पष्ट जाणीव होते, तेव्हाच तिच्याकडून आत्मचरित्राची निर्मिती होऊ शकते.

व्यक्तीला आपल्या व्यक्तिमत्त्वाची व अस्तित्वाची खास जाणीव होण्यासाठी त्या समाजाची जडणघडण अनुकूल असणे आवश्यक असते. मराठी समाजात १८ व्या शतकाच्या अखेरपर्यंत आजच्या अर्थाने एकही आत्मचरित्र लिहिले गेलेले दिसत नाही. याचा अर्थ तो समाज वरील प्रकारची जाणीव व्यक्तीच्या ठायी निर्माण करण्यास अनुकूल नव्हता, असे दिसते. १८ व्या शतकाअखेरपर्यंतचा काळ आपण मध्ययुगीन मानतो. या काळात मनुष्य हा परमेश्वराच्या हातातील बाहुले मानला जात होता. 'आपल्या वाट्याला आलेली सर्व दु:खे पूर्वजन्मीच्या आपल्या कर्मातून निर्माण झालेली आहेत, ती सोसली पाहिजेत. आपली जात, कर्म, धर्म ही कितीही दु:ख देणारी असली तरी, ती सांभाळण्यातच पुरुषार्थ आहे. देह क्षुद्र

आहे. संसार मायारूप आहे. परमेश्वरच सर्व कर्ताकरविता आहे. भौतिक जीवन शून्यवत आहे, परलोकात आपणास स्वर्गसुख मिळणार असते.' अशी स्वत:चं विसर्जन करणारी जीवनसृष्टी त्या काळात रूढ आणि सर्वमान्य होती.

अशा समाजव्यवस्थेत माणूस 'आत्मचरित्र' लिहिणे शक्य नव्हते. सारांश, आधुनिकतापूर्व काळात आत्मचरित्र लिहिण्यास काळ, समाजव्यवस्था अनुकूल नव्हती, असा निष्कर्ष काढता येतो. १८४० नंतर म्हणजे १९ व्या शतकाच्या मध्याच्या दरम्यान महाराष्ट्रात प्रबोधनाची लाट हळूहळू निर्माण झाली. जुनी समाजव्यवस्था, जुनी पारलौकिकवादी समाजदृष्टी हळूहळू मागे पडून आधुनिक समाजरचनेला अनुकूल असा काळ निर्माण झाला. भौतिकवादी, बुद्धिवादी दृष्टिकोन प्रभावी ठरला. परिणामी समता, स्वातंत्र्य, बंधुता यासारखी आधुनिक मूल्ये समाजात रुजू लागली नि व्यक्तीला स्वत:च्या व्यक्तिमत्त्वाची, आपल्या अस्तित्वाची जाणीव होऊ लागली आणि त्यातूनच 'आत्मचरित्रे' लिहिली जाऊ लागली. सारांश, स्वत:च्या व्यक्तिमत्त्वाचे आणि स्वत:च्या जीवनअस्तित्वाचे, स्वकर्तृत्वाचे, भौतिकवादी भान आल्याशिवाय आणि त्या समाजात त्याला अनुकूल वातावरण असल्याशिवाय व्यक्ती आत्मचरित्र लिहू शकत नाही आणि त्या समाजात आत्मचरित्र जन्मालाही येऊ शकत नाही. देशाला स्वातंत्र्य मिळाल्यानंतर समाज लोकशाहीवादी, समाजवादी, व्यक्तिस्वातंत्र्यवादी, स्वत:च्या हक्काविषयी जागरूक, होणाऱ्या शोषणाविरुद्ध संघटित होऊन उठणारा झाला. परिणामी १९७० नंतर महाराष्ट्रात पुन्हा आत्मचरित्र-लेखनाची लाट उसळली.

सांगण्याचा हेतू असा की, समाजव्यवस्थेत व्यक्तिस्वातंत्र्याला जेव्हा प्रतिष्ठा मिळते तेव्हा नवी नवी व्यक्तिमत्त्वे आकाराला येतात. समाजात स्वतंत्रपणे पराक्रम करून स्वत:ला घडवू लागतात. तेव्हा समाजात आत्मचरित्राच्या लेखनाची प्रेरणा निर्माण होऊ शकते.

वास्तविक आधुनिक समाजव्यवस्थेत प्रत्येकजण आपापले व्यक्तिमत्त्व जपत, विकसित करतच असतो. म्हणून प्रत्येकजण आत्मचरित्र लिहू शकतो काय? त्याचे ते आत्मचरित्र अर्थपूर्ण होऊ शकेल काय? असे प्रश्न उपस्थित करता येतात. याचे उत्तर आत्मचरित्रातील 'मी'च्या जीवनाचे स्वरूप व त्याची वैशिष्ट्ये शोधण्यातून मिळू शकते.

व्यक्तिस्वातंत्र्याच्या काळात कोणीही आत्मचरित्र लिहू शकतो. त्याला कोणीही प्रत्यवाय करू शकत नाही. पण आत्मचरित्र लिहिणे वेगळे आणि ते अर्थपूर्ण (सिग्निफिकंट) असणे वेगळे. या दोन गोष्टी भिन्न आहेत.

आत्मचरित्र अर्थपूर्ण होण्यासाठी आत्मचरित्राचा नायक असलेल्या 'मी'चे जीवन अर्थपूर्ण असणे आवश्यक असते. 'मी'चे जीवन अर्थपूर्ण होण्यासाठी 'मी'चे

व्यक्तिमत्त्व अर्थपूर्ण असण्याची गरज असते. 'मी'चे व्यक्तिमत्त्व अर्थपूर्ण कधी होऊ शकते? ते इतर सर्वसामान्य व्यक्तिमत्त्वापेक्षा खास वेगळे असेल तर त्याच्याकडे इतरांचे लक्ष जाऊ शकते, तसे त्याच्या आत्मचरित्राकडेही वाचकांचे लक्ष जाऊ शकते.

प्रत्येक व्यक्तीला काही पिंडधर्म लाभलेले असतात. बुद्धी, भावना, कल्पना, विचारशीलता, संवेदनशीलता, धैर्य, वीरता, उपक्रमशीलता, प्रामाणिकपणा, तत्काळ निर्णय घेण्याची वृत्ती, वास्तववादी, ध्येयवादी वृत्ती, इत्यादी गुणधर्म असतात, असे आपण मानू. हे गुणधर्म किंवा यातील काही गुणधर्म एखाद्या व्यक्तीजवळ सर्वसामान्यांच्या तुलनेने विशेष स्वरूपात, उत्कट स्वरूपात, अधिक कुशाग्र स्वरूपात, अधिक प्रमाणात असतात. त्यातून त्या व्यक्तीची खास अशी जीवनशैली तयार होते, तसेच तिचे खास असे व्यक्तिमत्त्व सिद्ध होते. त्यामुळे इतरांपेक्षा तिच्या जीवनानुभवांची प्रत वेगळी होते आणि वेगळी जीवनशैली, वेगळे व्यक्तिमत्त्व, वेगळे जीवनानुभव हा तर आत्मचरित्राचा गाभा असतो.

आत्मचरित्रातील 'मी' इतरांपेक्षा वेगळा असला तरी तो संपूर्ण भिन्न नसतो. तसा असला तर तो इतरांना (वाचकांना) कळणारच नाही. 'मी' हा शेवटी माणूसच असतो. प्रत्येक माणसात निसर्गाची समान सूत्रे असतात. जगण्याच्या मूलभूत समान प्रेरणा (इन्स्टिक्ट्स) असतात. हा 'मी' समान समाजातच, समान काळात इतरांबरोबरच वाढत असतो. त्या समाजातील अनेक घटनांचा परिणाम जसा 'मी'वर होतो, तसा इतरांवरही होत असतो, पण 'मी'च्या पिंडातील इतरांना समान असलेल्या गुणधर्मांची प्रत किंवा दर्जा मात्र इतरांपेक्षा विशेष स्वरूपाचा असल्यामुळे त्याच समाजात, त्याच घटनांचा परिणाम 'मी'वर जो होतो त्याची प्रतही इतरांपेक्षा विशेष स्वरूपाची असते. म्हणून अशा 'मी'चे जीवन इतरांच्या मनात जिज्ञासा निर्माण करते. त्याच समाजात, त्याच घटनाव्यूहात इतरांना जे मिळाले नाही ते 'मी'ला कसे बरे मिळाले, यातून ती जिज्ञासा निर्माण झालेली असते. सारांश, समान पिंडधर्म, समान समाज, समान घटनाव्यूह, समान काल या समान तत्त्वामुळे 'मी'चे आत्मचरित्र इतरांना कळू शकते आणि 'मी'च्या व्यक्तिमत्त्वाला लाभलेल्या विशेष गुणधर्मामुळे ते वाचकांच्या मनात वाचनाची जिज्ञासा निर्माण करू शकते, तसेच ते वाचकांना मार्गदर्शकही ठरू शकते.

म्हणून आत्मचरित्र लिहिताना एक दक्षता घेतली तर ती लेखनाला उपकारक ठरू शकते. आत्मचरित्राचे लेखन करताना नायक-मीचा वेगळा दृष्टिकोन कोणता आहे, त्या अंगावर विशेष भर देऊन लेखन करता आले तर करावे, 'त्या अंगावर विशेष भर देणे' याचा अर्थ ते अंग रंगवून, नटवून ढंगदार भाषेत सांगणे असा नाही. तर त्या वेगळेपणाच्या अंगाने (आत्मचरित्रात सांगण्यासाठी) घटना, प्रसंग, अनुभव

यांची विशेष निवड करणे, असा आहे. बाकीची सर्वसामान्य 'अंगे' ही सांगावयाचीच असतात, पण विशेष अंग सांगण्यासाठी 'विशेष निवड' करावी, अशी अपेक्षा असते. त्यामुळे आत्मचरित्राचे अर्थपूर्ण वेगळेपण सिद्ध होण्यास मदत होते.

'बायोग्राफी अ‍ॅज अ‍ॅन आर्ट' या पुस्तकातील लेखात सर हेरॉल्ड निकल्सन म्हणतो की, 'मृत माणसांच्या स्मृती जपाव्यात म्हणून मुळात चरित्रे लिहिली जात होती. त्यांचे गुण आणि पराक्रम जपून ठेवावेत, त्यापासून आपणाला प्रेरणा मिळावी, अशी त्यांच्या कुटुंबीयांची धारणा होती. अशा चरित्रांत मृत माणसांच्या गुणांवर लक्ष केंद्रित करत असत आणि दोष, अवगुण दुर्लक्षित करून दडपून टाकत असत. पुढे अशी चरित्रे त्या घराण्याला आपल्या घराण्याचे मानदंड वाटत. चरित्रनायक महाकाव्याचे नायक वाटत.'

निकल्सन चरित्र आणि आत्मचरित्र यांच्या स्वरूपाचा एकत्रच विचार करतो. आत्मचरित्र म्हणजे स्वतःच स्वतःचे लिहिलेले 'चरित्र' असे तो मानतो. निकल्सनने या लेखात पुढे चरित्राविषयी पुष्कळ तात्त्विक चर्चा केलेली असली तरी प्रस्तुत स्थानी तिची माहिती करून घेण्याची आवश्यकता नाही. उद्‌धृत केलेले त्याचे मत चरित्राचे मुळात काय स्वरूप होते हे समजण्यासाठी आणि तदनुषंगाने आत्मचरित्राच्या स्वरूपासंबंधी थोडे मार्गदर्शन करण्यासाठी चर्चा करावयाची आहे.

निकल्सनच्या मतानुसार मुळात ज्या कारणासाठी आणि ज्या भावनेने चरित्रे लिहिली गेली त्या कारणात आणि भावनेत अजूनही काही फारसा फरक पडला आहे असे नाही. आजच्या समाजातही अशी चरित्रे लिहिली जातात. त्यातील चरित्रनायक त्या त्या देशाला, समाजाला, ज्ञातीला, एखाद्या जातीला, एखाद्या कुलाला आपापले मानदंड वाटतात. जी चरित्राविषयी समजूत आहे, तशीच सामान्यतः आत्मचरित्राविषयी जनसामान्यांत विशेषतः आत्मचरित्रे लिहू इच्छिणाऱ्यांमध्ये असते.

पण पुढे निकल्सन असे म्हणतो की, अशी चरित्रे ही (आणि आत्मचरित्रेही) 'शुद्ध चरित्रे' नसतात. त्याच्या म्हणण्याचा हेतू असा की, अशी चरित्रे आत्मचरित्रे अपुरी, एकांगी असतात. कोणताही माणूस केवळ सद्‌गुणांचा पुतळा असत नाही. म्हणून कोणताही चरित्रनायक (किंवा आत्मचरित्र नायक) केवळ सद्‌गुणांचा पुतळा असू शकत नाही. तसा तो रेखाटला तर 'ठोकळा' वाटू शकतो, असे त्याला सुचवावयाचे आहे.

समाज हा माणसांचा असतो. म्हणून कोणताही समाज, समाजगट, त्यातील कोणतीही जात, कोणतेही कुटुंब केवळ सद्‌गुणांचा पुतळा किंवा केवळ दुर्गुणांचा पुतळा असू शकत नाही. म्हणून कोणताही आत्मचरित्रकार आपण सद्‌गुणांचा पुतळा आहोत आणि इतर समाज मात्र दुर्गुणांचा पुतळा आहे, असा मनाशी सिद्धान्त बांधून आत्मचरित्र लिहू शकत नाही. लिहिले तरी ते निकल्सनच्या दृष्टीने 'शुद्ध

आत्मचरित्र' असू शकत नाही. मानसशास्त्रीयदृष्ट्या स्वत:ला गोंजारण्याचा तो एक प्रकार असू शकतो.

अशी आत्मचरित्रे एकूण समाजाला आणि सर्वसाधारण माणसाला त्याच्या जीवनात खऱ्या अर्थाने मार्गदर्शक ठरू शकत नाहीत. मुख्यत: ती विश्वासार्ह वाटत नाहीत.

दुसरे असे की, एखाद्या आत्मचरित्रकारास जाणीवपूर्वक असे वाटत असेल की, आपले आत्मचरित्र अमुक एका चळवळीचे प्रमुख हत्यार बनावे, तर त्याने तशा प्रकारचे हत्यारवादी (मार्क्सवादी) आत्मचरित्र जरूर लिहावे. त्याचे फायदे त्याला मिळतील, तसे त्याचे तोटेही त्याला भोगावे लागतील.

कारण प्रत्यक्षात माणूस जन्मापासून ते त्याच्या मृत्यूपर्यंत स्वत:च्या प्रेरणेने जगत असतो. त्याच्या स्वभावावर काही मर्यादा नैसर्गिकरीत्याच पडलेल्या असतात. त्या केवळ सामाजिक, सांस्कृतिक किंवा बाह्य परिस्थितिजन्य नसतात. आपल्या स्वाभाविक प्रेरणा, पिंडधर्माच्या मर्यादा, त्यावर झालेले संस्कार, शिक्षण, अनुकूल-प्रतिकूल परिस्थितींनी दिलेल्या संधी आणि ठेवलेली नियंत्रणे या सर्वांचा एकत्रित परिणाम होऊन आपले जीवन घडत असते. ते अन्य कुणाच्या बाह्य विचारांचे, कुठल्या तात्कालिक चळवळींचे केवळ साधन नसते. उदाहरणार्थ, जन्मत:च आपण काही मार्क्सवादी नसतो. जीवनाच्या फार पुढच्या टप्प्यावर तो भेटलेला असतो.

वस्तुस्थिती अशी असल्यामुळे आत्मचरित्रे ही कशाचेही हत्यार वा साधन बनू शकत नाहीत. बनवली तरी ती वाचताना अविश्वसनीय वाटल्याने हत्यार म्हणूनही निष्प्रभ ठरतात. 'आत्मचरित्र' म्हणूनही एकांगी, बनावट, अपुरी, हीण मिसळलेली वाटतात. म्हणून मुळातच आत्मचरित्रांना त्यांची स्वत:ची अशी एक स्थितिगती असते, हे ओळखून, पुरेशा अभ्यासपूर्वकतेने त्यांचे मूळ स्वरूप समजून घेऊनच ती लिहावी लागतात तरच ती 'माणसाला' शेकडो वर्षं मार्गदर्शक दीपासारखी उपयुक्त ठरतात. त्यांचा हा उपयोग इतर कोणत्याही तात्कालिक साधनांपेक्षा अतिशय महत्त्वाचा आणि चिरकालीन असतो.

आत्मचरित्राच्या विषयाचे मूळ स्वरूप आत्मशोध घेणे, तो विशद करणे हेच असते, त्याचे मन:पूर्वक लेखन केले तर ते स्वत:च पुष्कळ काही सांगून जाते. ते स्वयंप्रकाशी असल्याने पुष्कळ वाचकांना हव्या असलेल्या अनेक वाटांवर त्याचा आपोआप प्रकाश पडतो. म्हणून या प्रकाशावर मर्यादा घालून त्याचा झोत ठरावीक एका वाटेवरच पाडू नये. म्हणजे दुसऱ्याला अमुक एक धडा शिकविण्यासाठी, ठरावीक चळवळीचे शहाणपण सांगण्यासाठी त्याचे लेखन करणे म्हणजे आत्मचरित्रांची मूळ ताकद, मूळ विषय, मूळ स्वरूपच विसरणे होय.

◆

आत्मचरित्र - लेखनाची पूर्वतयारी

जेव्हा एखाद्या व्यक्तीच्या मनात आत्मचरित्राचे लेखन करावे, असे येते तेव्हा तिच्या बौद्धिक पातळीवर एक विघटनाची विचारप्रक्रिया सुरू होते. हे विघटन कशाचे असते? ही व्यक्ती आजवर जगलेल्या स्वत:च्या जीवनाचा अलिप्त होऊन विचार करू लागलेली असते. ही अलिप्त होण्याची प्रक्रियाच पुढे वाढीला लागते आणि जीवन जगलेला 'मी' आणि जगलेल्या जीवनाचा तटस्थ होऊन विचार करणारा 'मी' असे बौद्धिक पातळीवर अलग होतात.

जेव्हा ही प्रक्रिया त्या व्यक्तीच्या मनातच चालू असते किंवा स्वत:पुरताच तिचा विचारबंध असतो तेव्हा कोणताही प्रश्न निर्माण होत नाही. काही माणसे आपल्या जीवनाचा तटस्थ होऊन विचार करू शकतात. त्यातून काही निष्कर्ष काढून ते स्वत:च्या पुढील जीवनासाठी उपयोगात आणण्याचा प्रयत्न करीत असतात. स्वत:पुरती चाललेली ही प्रक्रिया अस्पष्ट, संदिग्ध, कळत नकळत चाललेली आणि आत्मनिष्ठ असते.

पण जेव्हा हीच व्यक्ती आत्मचरित्र लेखनाचा संकल्प सोडते, तेव्हा ही विघटनाची आणि विचारांची प्रक्रिया स्वत:पुरती मर्यादित राहत नाही. तिच्यातून 'आत्मचरित्र' नावाची एक साहित्यकृती तयार होणार असते आणि ती नंतर वाचकांच्या स्वाधीन होऊन सर्वांना उपलब्ध होणारी सार्वजनिक वस्तू होणार असते. म्हणून आजवरची स्वत:शी वा मनाशी चाललेली विघटनाची आणि तटस्थ होऊन विचार करण्याची प्रक्रिया आता जाणीवपूर्वक, स्पष्ट, नि:संदिग्ध आणि वस्तुनिष्ठ स्वरूपात होण्याची गरज असते.

आत्मचरित्राची ही प्रक्रिया थोड्या तार्किक शिस्तीने मांडली तर तिचे नीटपणे आकलन होईल. एखादी व्यक्ती आत्मचरित्र-निर्मितीच्या प्रक्रियेत लेखक म्हणून

वर्तन करू लागते तेव्हा तिथे चार प्रकारची कारणे सक्रिय झालेली असतात. (१) प्रत्यक्ष जीवन जगलेला मी. (२) या प्रत्यक्ष जीवन जगलेल्या 'मी'च्या आधारे व त्याच्या जगलेल्या जीवनाच्या आधारे त्यातील घटना, प्रसंग, अनुभव, व्यक्तिमत्त्वाची वैशिष्ट्ये यांचा तारतम्याने, गौणप्रधानभावाने निवड-पाखड करून विचार झाल्यावर सिद्ध झालेला आत्मचरित्राचा नायक-मी. (३) आत्मचरित्राच्या निर्मितीच्या हेतूने विचार करणारा, प्रत्यक्षात निवड-पाखड करणारा, गौण-प्रधान भाव ठरविणारा, मांडणीचा क्रम, भाषेची निवड, तिचा वापर आणि या सर्वांचा समग्र विचार करून आत्मचरित्राचा व नायकाचा आकार साधू पाहणारा लेखक-मी. (४) आणि या सर्वांची फलश्रुती म्हणून निर्माण होणारे साहित्यवस्तुरूप आत्मचरित्र. अशी ही चार कारणे असतात.

तर्कशास्त्रात यांना कार्यसिद्धीची कारणे म्हटले जाते. आत्मचरित्र ही कार्यसिद्धी समजून त्या कारणांचा व त्यांच्या वेगवेगळ्या भूमिकांचा विचार करता येईल. जोडीला एक सोपे उदाहरण घेऊ. शाडूची गणेशमूर्ती तयार करणे ही कार्यसिद्धी मानू.

पहिल्या प्रकारच्या कारणाला 'मूलद्रव्यात्मक कारण' (मटेरिअल कॉज) मानले जाते. गणेशमूर्तीचे मूलद्रव्य शाडू (एकप्रकारची माती) मानले जाते. ही शाडू गणेशमूर्तीमध्ये अस्तित्वात असते, पण तिच्या अस्तित्वाला गणेशरूप प्राप्त झालेले असते. म्हणून मूर्ती शाडूची असते, पण मूर्ती म्हणजे शाडू नसते, अधिक काही असते. तसेच संपूर्ण जीवन जगलेला प्रत्यक्षातील मी हे आत्मचरित्राचे मूलद्रव्य असते. या 'मी'चे आत्मचरित्र असते, पण संपूर्ण जीवन जगलेला मी म्हणजे त्याचे आत्मचरित्र असे समीकरण मांडता येत नाही. कारण 'आत्मचरित्र' अधिक काही असते.

दुसऱ्या प्रकारच्या कारणाला आकारिक कारण (फॉर्मल कॉज) मानले जाते. गणेशाची एक विशिष्ट उंचीची, जाडीची, आकाराची मूर्ती तयार करण्याचा हेतू असतो. त्या हेतूनुसार शाडूमधील केरकचरा, बारीकसारीक खडे, वाळू, मूर्तीला ठिसूळपणा आणणारे इतर घटक काढून टाकावे लागतात. मूर्ती खणखणीत, टिकाऊ रेखीव व्हायची असेल तर हे हीण काढून टाकावे लागते. तसेच आकारमानानुसार शाडू किती घ्यायची, योग्य तो आकार घडविता येण्यासाठी तिच्यात इतर द्रव्ये किती मिसळायची हे निश्चित होते. त्यापासून गणेशमूर्तीचा आकार साधावयाचा आहे, मडक्याचा वगैरे नव्हे हेही निश्चित होते. आत्मचरित्राच्या निर्मिती प्रक्रियेतही प्रथम आत्मचरित्राचे स्वरूप मनोमन निश्चित करावे लागते. मनोमनीच्या स्वरूपाला प्रत्यक्षात आकार देण्यासाठी निवड-पाखड करावी लागते. कोणते घटना, प्रसंग, अनुभव घ्यायचे, त्यांच्या आधारे तयार होणारा आत्मचरित्राचा नायक कसा असणार

आहे, या सर्वांचे परस्पर संबंध कसे स्थापन करावयाचे यांची निश्चिती झालेली असते. आत्मचरित्रकाराच्या मनातील 'आकार' आत्मचरित्राला द्यावयाचा हेतू असतो. त्यातून आत्मचरित्राचा नायक मनोमन सिद्ध झालेला असतो. सारांश, दुसऱ्या प्रकारच्या कारणात शाडूवर किंवा प्रत्यक्षातील 'मी'वर गणेशमूर्तीसाठी किंवा आत्मचरित्रासाठी साधावयाच्या 'आकारा'चे नियंत्रण राहते. म्हणून आकार मातीचा असतो, पण आकार म्हणजे माती नसते. 'आकार' वेगळा असतो आणि माती वेगळी असते. तसेच प्रत्यक्षातील 'मी'च्या आधारे आत्मचरित्रातील नायकाचा आकार साधावयाचा असतो. त्यांचा कारण-कार्य असा संबंध असतो, पण आत्मचरित्रातील नायकाचा आकार म्हणजेच प्रत्यक्षातील मी नसतो. संबंध असूनही नायक वेगळा असतो व प्रत्यक्षातील मी वेगळा असतो एवढे लक्षात ठेवावे लागते.

तिसऱ्या प्रकारच्या कारणाला निमित्त कारण (इफिसिअंट कॉज) म्हटले जाते. मूर्तिकार आपल्याजवळ असलेल्या ज्ञानाचा आणि साधनांचा वापर करून आपल्या अंगभूत कौशल्याने शाडूवर संस्कार करून मूर्ती निर्माण करतो. म्हणून मूर्तिकार हा 'मूर्ती' या वस्तूचे निमित्त कारण समजला जातो. त्याचप्रमाणे आत्मचरित्रकार आपल्याजवळ असलेल्या तत्संबंधी ज्ञानाचा आणि वैचारिक व भाषिक साधनांचा कौशल्याने मूलद्रव्यात्मक कारणावर (प्रत्यक्षात जगलेल्या मीवर व त्याच्या जीवनावर) संस्कार करतो आणि आत्मचरित्राची निर्मिती करतो. म्हणून आत्मचरित्रकार-लेखक हा आत्मचरित्र या साहित्यवस्तूचे निमित्त कारण समजला जातो.

चौथ्या प्रकारचे कारण अंतिम कारण (फायनल कॉज) समजले जाते. माणूस एखादी वस्तू निर्माण करतो तेव्हा तिचा अंतिम हेतू वेगळा असतो. उदाहरणार्थ, गणेशमूर्ती तयार करण्यामागे माणसाचा मूळ हेतू पूजा करण्यासाठी, उपासना करण्यासाठी तिचा उपयोग व्हावा असा असतो. तसेच आत्मचरित्राची निर्मिती करण्याचा हेतू ते समाजाला उपयुक्त, मार्गदर्शक ठरावे, आपले जीवनाविषयीचे संचित ज्ञान व्यक्त करावे, इत्यादी प्रकारचा असतो. म्हणून गणेशमूर्ती किंवा आत्मचरित्र ही वस्तू आपल्या मूलभूत साध्याचे किंवा कार्याचे अंतिम कारण मानले जाते.

आत्मचरित्राच्या निर्मितिप्रक्रियेत पहिली तीन कारणे ही 'मी'चीच तीन रूपे असतात आणि त्यांच्या भूमिका भिन्न-भिन्न असतात. या भिन्न-भिन्न भूमिका नीटपणे आणि काटेकोरपणे बजावल्याशिवाय आत्मचरित्राची निर्मिती व्यवस्थितपणे होऊ शकत नाही. ही 'मी'ची तीन रूपे बौद्धिक पातळीवर आपण भिन्न भिन्न मानतो. प्रत्यक्षात मात्र एकच 'मी' अस्तित्वात दिसतो. बौद्धिक पातळीवरची ही तीन भिन्न रूपे ज्याला समजू शकत नाहीत किंवा जो वरवर विचार करतो त्याला प्रत्यक्षातील एकच मी माहीत असतो किंवा जाणवत राहतो. त्यामुळे आत्मचरित्राच्या निर्मितीची

प्रक्रिया (आत्मचरित्राच्या लेखनाची प्रक्रिया) त्याच्याकडून सदोष पद्धतीने हाताळली जाते. ती सुजाण नसते, अज्ञान-जन्य असते. बारकावे लक्षात घेऊन ती केली जात नाही. स्थूलपणे, बटबटीतपणे, कशीबशी किंवा धसमुसळेपणाने हाताळली जाते. त्यातूनच आत्मचरित्राची निर्मिती सामान्य स्वरूपाची, सदोष किंवा अर्धीकच्ची होते. सारांश, एरवी आत्मचरित्रे लिहिण्यास फार सोपी वाटत असली तरी त्यांच्या अंत:स्वरूपाचा अभ्यास करून लिहिताना ती एक गुंतागुंतीची निर्मितिप्रक्रिया आहे, हे निदर्शनास येते.

व्यक्ती जेव्हा जीवन जगत असते तेव्हा ती विविध जीवनप्रेरणांनी आपल्या आयुष्याला थोडा थोडा आकार देत असते. यशापयशाचा ती धनी असते. आकार देत असताना तिला सुखदु:खाचे, आशानिराशेचे, हर्षामर्षाचे, कर्तेपणाचे, निर्मातेपणाचे अनेकविध अनुभव आलेले असतात. ते ते जीवनाकार आठवताच किंवा प्रत्यक्षात पाहताच त्या त्या क्षणी त्यांच्याशी निगडित असलेले अनुभव मनात जागे होतात. त्यामुळे त्या त्या आकारांवर व्यक्तीचे प्रेम जडते. अशा रीतीने व्यक्तीने जीवनात मिळवलेली प्रत्येक वस्तू, प्रसंग, घटना, पद, पदवी, वास्तू, विविध स्थळे यांच्याशी व्यक्तीच्या अनेक सुखद आठवणी (आणि अनुभव) जोडल्या गेलेल्या असतात. हे संबंध वैयक्तिक पातळीवरचे असतात.

दुसरे असे की, आपल्या आयुष्यात व्यक्ती प्रत्येक गोष्ट काही विचारपूर्वकच करते असे नाही. सुप्त-अर्धसुप्त मनाच्या अनेक प्रेरणा जीवनातील अनेक घटनांना कारणीभूत झालेल्या असतात. विशेषत: मोहाचे, रागाचे, आत्मसंरक्षणाचे, वादविवादाचे अनेक क्षण, अनेक प्रसंग विवेकाला न जुमानता तात्कालिक उत्स्फूर्त प्रेरणांनी घडत असतात. यातील काही प्रसंग नंतर अनैतिक, लज्जास्पद, अशोभनीय असेही वाटतात. ते करायला नको होते, असे त्या व्यक्तीला नंतरच्या क्षणी वाटू लागते, पण म्हणून ती व्यक्ती स्वत:ला शिक्षा वगैरे करत नाही. ज्या व्यक्तीशी आपण भांडलो तिची क्षमाही मागत नाही. दुसऱ्याच्या हक्काची जी वस्तू मोहापोटी तिने स्वत: बळकावलेली असते, ती जाऊन परतही करत नाही... तिचा अहंकार तिथे आड येतो. एवढेच काय एखादा गुन्हेगार, दरोडेखोर, अतिरेकी, खुनी हेही आपल्या वाईट कृत्याचे नैतिक समर्थन करत असतात. आपण काही चुकलो असे त्यांना वाटत नाही. हे सर्व जीवनाच्या अस्तित्वासाठी, स्वत:वरील प्रेमामुळे, स्वत:ला जगायला बळ देणाऱ्या अहंकारामुळे व्यक्तीकडून घडत असते. अशा क्षणांवरही व्यक्तीचे अहंकारापोटी प्रेम असते. क्वचित तिला ते स्व-पराक्रमाचे क्षण वाटू लागतात. ती त्यांचे समर्थन करू शकते.

व्यक्तीचे बरेचसे जीवन अन्न, वस्त्र, निवारा, मौजमजा, विरंगुळा यासारख्या प्राथमिक किंवा सामान्य गोष्टी मिळविण्यासाठी व्यतीत झालेले असते. अशाप्रकारे

व्यतीत झालेल्या जीवनांशाला किंवा जीवनातील भागाला समाजाच्या दृष्टीने फारसा काही अर्थ नसतो. नोकरी, व्यवसाय, घरदार, इस्टेट, इत्यादी सांभाळण्यासाठी व्यक्तीच्या आयुष्यातील बराच काळ गेलेला असतो. या गोष्टी करण्यात व्यक्तीने इतरांपेक्षा काही वेगळे केलेले नसते तरी तिचे त्या गोष्टीवर प्रेम असते. याबरोबरच जीवनात काही ध्येये, आदर्श, महत्त्वाकांक्षा मनासमोर ठेवून आपण पुष्कळसे जीवन सार्थकी लावलेले असते. हे जीवन अर्थपूर्ण झालेले असते. ध्येये-आकांक्षा यांच्या परिपूर्तीमुळे जीवनात समाधान लाभलेले असते. हे मिळविण्यासाठी खूप संघर्षही करावा लागलेला असतो. तो संघर्ष आठवणीतही अंगावर शहारे आणणारा असतो.

यातूनच व्यक्तीच्या जीवनाला जीवन-रस मिळालेला असल्याने या सर्वांवरच व्यक्तीचे प्रेम असते. ती बारीक बारीक प्रेमाची निधाने झालेली असतात. त्या सर्वांतून त्या व्यक्तीचे चैतन्य, तिची मानसिकता, तिचे प्रेमपाझर वाहत असतात. या सर्व घटकांनी मिळून तिचे जीवन झालेले असते.

पण हे सर्व मिळून जरी त्या व्यक्तीचे जीवन घडलेले असले तरी हे सर्व तिच्या आत्मचरित्र या 'साहित्यवस्तूत' येऊ शकत नाही. कारण लिखित आत्मचरित्र म्हणजे व्यक्तीच्या जीवनात घडलेल्या घटना, प्रसंग, अनुभव यांचा तपशीलवार, इत्थंभूत वृत्तान्त नसतो. मात्र प्रत्यक्षातील 'मी'ला आपल्या जीवनप्रेमापोटी तो सर्व वृत्तान्त आत्मचरित्रात यावा असे मनोमन वाटते. कारण जगणारा मी भावनिक गुंतवणुकीमुळे त्या जीवनापासून अलग होऊ शकत नाही.

हा प्रत्यक्षात जगणारा मी जोवर बौद्धिक पातळीवर अलग होऊन प्रत्यक्षात जगलेल्या 'मी'कडे तटस्थपणे पाहू शकत नाही, तोवर आत्मचरित्राचा संभव अशक्य असतो.

(१) ही प्रक्रिया ज्यांच्या आत्मचरित्र-लेखनाच्या वेळी झालेली नसते त्यांची तथाकथित आत्मचरित्रे अनेक दोषांनी डागळलेली एकांगी आणि सामान्य दर्जाची लेखने झालेली असतात.

(२) ज्यांची प्रक्रिया अर्धीकच्ची झालेली असते त्यांची आत्मचरित्रे गुण व दोष या दोहोंनी युक्त असून, दुसऱ्या श्रेणीची झालेली असतात.

(३) ज्यांची प्रक्रिया परिपूर्ण स्वरूपात झालेली असते त्यांची आत्मचरित्रे दर्जेदार आणि कलात्मक झालेली असतात.

पहिल्या प्रकारच्या आत्मचरित्रांची मराठीमध्ये भरपूर संख्या आहे. १९७० नंतरच्या काळात ती विशेष वाढलेली आहे. अशा आत्मचरित्रांच्या लेखकांनी 'आत्मचरित्र म्हणजे स्वत: जे जगलो ते लिहून काढायचे' अशी सोपी कल्पना केलेली असते. यापलीकडे त्यांनी कशाचाच विचार केलेला नसतो. लाटेवर आरूढ झालेली आत्मचरित्रे प्रामुख्याने अशाप्रकारची असतात. अनुकरण-सुलभ उत्साहाने

ती लिहिली गेलेली असतात. दुसऱ्या प्रकारच्या आत्मचरित्र-लेखनाच्यावेळी ही प्रक्रिया अर्धीकच्ची झालेली असते. त्याची दोन कारणे संभवतात. (अ) अशी आत्मचरित्रे लिहिणाऱ्या व्यक्ती सामान्यत: विचारी, औचित्यविचार करणाऱ्या, घरात वाचनाची परंपरा असलेल्या, इतरांबरोबर विचारविमर्श करणाऱ्या असतात. त्यांनी काही आत्मचरित्रेही वाचलेली असतात.

(ब) पण आत्मचरित्र या साहित्य-प्रकाराचा, त्यातील खाचखळग्यांचा त्यांचा खास अभ्यास नसतो. अलिप्ततेची प्रक्रिया कळत नकळत अस्पष्ट, संदिग्ध स्वरूपात झालेली असते. तिची त्यांना स्पष्ट जाणीव नसते. त्यामुळे त्याची आत्मचरित्रे मध्यम दर्जाची होतात. अशा आत्मचरित्रांचे प्रमाणही बरेच असते. त्यांच्याविषयी उलटसुलट वाङ्‌मयीन चर्चा होत असते. त्या त्या काळातील ती असल्याने आणि काही ना काही दर्जा असल्याने त्यांना त्या त्या काळात मान्यताही मिळालेली असते, पण लवकरच ती मागे पडत जातात.

तिसऱ्या प्रकारच्या प्रक्रियेतील आत्मचरित्रांची संख्या नेहमीच कमी असते. त्या लेखकांनी स्व-जीवनाचा सर्वांगीण अभ्यास जाणीवपूर्वक करून त्यातून आत्मचरित्राचा नायक-मी आकाराला आणलेला असतो. तसेच 'आत्मचरित्र' या साहित्यप्रकाराचा अभ्यासही जाणीवपूर्वक करून आत्मचरित्राचे लेखन केलेले असते. अशी आत्मचरित्रे भडक, बहिर्मुख नसतात. त्यांनी केवळ वर्तमान समाजव्यवस्थेतील वाचकवर्ग समोर ठेवलेला नसतो तर त्यानंतरच्या पिढ्यांचाही विचार केलेला असतो. मानवी जीवनाच्या गाभ्याला हात घालून त्याचे पदर उलगडून दाखविण्याचा प्रयत्न अशा आत्मचरित्रात केलेला असतो. त्यांचे प्रत्यक्षातील जगणेही गंभीर प्रकृतीचे, मूल्यात्मक, उदात्त, विवेकाचा प्रभाव असलेले असते. त्यामुळे त्यातून आकाराला आलेला आत्मचरित्राचा नायकही सामान्यांचा नायक शोभावा अशा योग्यतेचा असतो. अशी आत्मचरित्रे जीवनप्रकाश देणारी, वाचकाचे व्यक्तिमत्त्व बदलून टाकणारी असतात.

आत्मचरित्राच्या निर्मितिप्रक्रियेत जी चार कारणे सांगितली त्यातील निमित्त कारण (इफिसिअंट कॉज) हे प्रस्तुत निर्मितिप्रक्रियेत महत्त्वाचे ठरते. साहित्यसमीक्षेच्या नेहमीच्या भाषेत तो आत्मचरित्राचा कर्ता किंवा आत्मचरित्रकार असतो. या आत्मचरित्रकारामध्येच पहिली दोन कारणे अंतस्थ स्वरूपात अस्तित्वात असतात. मनोमन आत्मचरित्रकाराला वाटते की, 'जगायचे ते बहुतेक जीवन जगून झाले आहे. त्यातील 'मी' भूतकाळात जमा झालेला आहे. त्यातूनच 'निवडक, ठळक मी' मला उभा करावयाचा आहे. 'उभा करावयाचा आहे' याचा अर्थ आत्मचरित्राचे लेखन करावयाचे आहे.' असा विचार करून तो आत्मचरित्र लेखनाकडे वळतो.

या वस्तुस्थितीवरून असे दिसते की, आत्मचरित्राच्या निर्मितिप्रक्रियेत प्रत्यक्षात उर्वरित तीन कारण-प्रकारांवर त्याचेच नियंत्रण असते. या नियंत्रणामुळे तोच

आत्मचरित्राचा लेखक कर्ता-करविता आणि निर्माता ठरतो.

आत्मचरित्राच्या बाबतीत आणखी एक वस्तुस्थिती लक्षात घ्यावी लागते. आत्मचरित्रे लिहिणारे सगळेच काही साहित्यिक नसतात. साहित्यक्षेत्राच्या बाहेरच्या व्यक्तीही आत्मचरित्रे लिहू शकतात. अशा व्यक्तींच्या आत्मचरित्रांचे लेखन हे साधे, सरळ, कालक्रमनिष्ठ, हकिकतसदृश, वृत्तान्तसदृश असे असते. 'मी' या व्यक्तीचा तो इतिहास असतो. इतिहास-लेखनासाठी जी भाषिक सामग्री आणि लेखनाचा सराव अपेक्षित असतो तेवढा त्या व्यक्तीजवळ असतो. अशा काही व्यक्तीजवळ सांगण्याची, कथन करण्याची एक अनघड सहजप्राप्त भाषिक हातोटीही असते. तीमुळे कथनात जे काही चैतन्य आणि गोडवा मर्यादित प्रमाणात निर्माण होईल तेवढा खरा. साहित्यक्षेत्राबाहेरच्या व्यक्तींनी लिहिलेली बहुतेक आत्मचरित्रे अशी 'इतिहास-रूपात्मक' असतात.

साहित्यिकांनी लिहिलेली बहुतेक आत्मचरित्रे कलात्मक स्वरूपाची असतात. त्यांच्या साहित्यिक व्यक्तिमत्त्वाचा प्रभाव त्यांच्या आत्मचरित्रलेखनावर पडलेला असतो. त्यांच्या आत्मचरित्र-लेखनाला त्यांच्या साहित्यिक व्यक्तिमत्त्वाचे काही फायदे मिळत असतात की, जे साहित्यिक क्षेत्राबाहेरच्या आत्मचरित्रकाराच्या लेखनाला सामान्यत: मिळू शकत नाहीत.

यातून असा एक प्रश्न निर्माण होतो की, साहित्यक्षेत्राबाहेरची कोणीही व्यक्ती आत्मचरित्र लिहू शकेल काय? आत्मचरित्र-लेखनासाठी प्रतिभेची, साहित्यिक गुणांची तत्त्वत: काहीच गरज नसते काय?

साहित्यक्षेत्राबाहेरच्या व्यक्तींची आत्मचरित्रे या दृष्टीने अभ्यासताना काही व्यक्तींनी आत्मचरित्रे लिहिली नसती तर बरे झाले असते, इतकी ती रटाळ, अस्ताव्यस्त, कंटाळवाणी आणि अनेक दोषांनी भरलेली वाटतात. ती प्रामाणिक असूनसुद्धा रटाळ आण दृष्टिहीन असतात. काहींची आत्मचरित्रे मात्र चटकदार, वेधक, विचारप्रवर्तक वाटतात.

अशा चटकदार, वेधक आत्मचरित्रांचा विचार करताना प्रस्तुत संदर्भात असे दिसून येते की, या व्यक्ती साहित्यक्षेत्राच्या, कलाक्षेत्राच्या बाहेरच्या असल्या तरी त्यांच्याजवळ प्रतिभेचे, कलेचे काही गुणधर्म स्वाभाविक स्वरूपात सहजपणे अस्तित्वात असावेत.

हे गुणधर्म केव्हा, कुठे, कसे प्रत्ययाला येतात? हे आत्मचरित्रकार आपले बालपण, वैयक्तिक आवडीनिवडी यात फारसे रमलेले दिसत नाहीत. जीवनातील महत्त्वाच्या घटना कोणत्या असतात, याचे ज्ञान त्यांना असते. त्यांच्यामध्ये विवश होऊन, भावव्याकूळ होऊन त्या न सांगता ते अतिशय थंडपणे, तटस्थपणे तरी त्या घटनांतील चैतन्य हरवू न देता कथन करीत असतात. आपल्यावर झालेल्या

अन्यायाकडेही ते तेवढ्याच तटस्थपणे पाहत असतात. त्याविषयी अभिनिवेशाने लेखन करत नाहीत. मानवी समाज, मानवी जीवन, मानवी घडामोडी याविषयींचा त्यांचा दृष्टिकोन व्यापक, उदार आणि समंजस असतो. हे सहजपणे त्यांच्या आत्मचरित्रात होत असते. यावरून असा निष्कर्ष काढता येतो की, आत्मचरित्रकार साहित्यिक, कलावंत असो अथवा नसो, त्याच्याजवळ काही प्रतिभागुण, कलागुण हे असावेच लागतात तरच तो यशस्वी आत्मचरित्रकार होऊ शकतो.

ही आत्मचरित्रे वाचताना असेही वाटते की, प्रतिभागुण, कलागुण, साहित्यगुण हे काही खास दैवीगुण नसतात. ते मानवी गुणच असतात. जगण्यातल्या शहाणपणासाठी, जगण्याचा अलिप्तपणे विचार करून अधिक समृद्धतेने जगण्यासाठी प्रत्येक माणसाजवळ कमीअधिक प्रमाणात प्रतिभा ही असतेच. प्रतिभा ही काही साहित्य-कलादी क्षेत्रातीलच शक्ती नव्हे. ती त्या क्षेत्राच्या बाहेरही निरनिराळ्या स्वरूपात कार्य करीत असते. लोकनृत्ये, लोककला, लोकसाहित्य यामध्ये समूहपातळीवर सर्वांचेच प्रतिभागुण, कलागुण, साहित्यगुण कार्यरत झालेले असतात. पण त्यांची जाणीव त्या समूहातील कुणाला खास स्वरूपात नसते. ते गुण तिथे सहजपणे किंवा अभावितपणे आविष्कृत होतात. आत्मचरित्राचे लेखन हेही असेच एक सहजपणे प्रतिभागुण, कलागुण, साहित्यगुण आविष्कृत होण्याचे ठिकाण आहे. साहित्यिक, कलावंत नसलेल्या अनेक आत्मचरित्रकारांच्या आत्मचरित्रामधून त्याचा पडताळा येतो. सारांश, साहित्यकला क्षेत्राबाहेरील व्यक्तींनी लिहिलेल्या इतिहासरूपात्मक आत्मचरित्रासाठीही काही प्रतिभागुण, कलागण, साहित्यगुण यांची आवश्यकता असते. ते गुण अजिबातच नसून चालत नाही.

पण या गुणांची कार्ये कथाकादंबऱ्यात आणि आत्मचरित्रांत काही प्रमाणात वेगवेगळ्या स्वरूपाची असतात. कथाकादंबऱ्यात बरेचशा घटना, प्रसंग, अनुभव कल्पनाशक्तीने निर्माण करावे लागतात. कलात्मक संघटनेला आवश्यक तेवढे घटना, प्रसंग, अनुभव निर्माण केले की, बराच कार्यभाग साधला जातो. ललित-साहित्यक्षेत्रातील प्रतिभेला अशा रीतीने कल्पनाशक्तीचा उपयोग प्रामुख्याने करावा लागतो. पण आत्मचरित्रात प्रतिभेचे कार्य वेगळ्या प्रकारे चालते. जीवनातील विविध घटना, प्रसंग, अनुभव यातून निवड करावी लागते. बाकीचे मूलद्रव्य बाजूला सारावे लागते. जगलेल्या जीवनातील विविध जीवनध्येये व प्रयोजने शोधावी लागतात. त्यांना अनुसरून संवादी, विरोधी, पूरक-पोषक तोलक असे घटना, प्रसंग, अनुभव निवडावे लागतात. त्यांची आत्मचरित्रात रचना किंवा संघटना तयार करावी लागते. त्यांचा परस्पर संबंध सिद्ध करून आकृतिबंध साधावा लागतो. त्यामुळे आत्मचरित्राला आंतरिक नीटसपणा प्राप्त होतो. प्रतिभेत असलेल्या वेधशक्ती, कल्पकता यांच्या मदतीने हे कार्य करावे लागते.

निवडलेल्या घटना, प्रसंग, अनुभव यांचे आपल्या समाजाशी, संस्कृतीशी, धर्मपरंपरांशी, कुटुंबाशी, स्थलकालाशी संबंध असतात. हे संबंधही भावनिक, नाट्यात्मक, संवेदनात्मक, मानसिक आणि प्रत्यक्षातील असू शकतात. तेही प्रतिभेच्या आधारे शोधावे लागतात. सारांश, कथाकादंबरीतील आशय आणि अनुभवविश्व प्रतिभेचा घटक असलेल्या कल्पनेने निर्माण केलेले असतात तर आत्मचरित्रातील आशय आणि अनुभवविश्व प्रतिभेचाच घटक असलेल्या वेधशक्तीने, निवडशक्तीने, कल्पकतेने निवडावे लागतात. प्रतिभाशक्तीला मदत करणाऱ्या अभ्यास आणि बुद्धिमत्ता यांचीही इथे विशेष मदत घ्यावी लागते.

प्रतिभाशक्तीला मदत करणारी स्मरणशक्ती किंवा प्रतिभाशक्तीचेच घटक मानलेल्या संवेदनशक्ती, कल्पकता, उत्कटता, कल्पनाशक्ती यांचाही उपयोग आत्मचरित्राच्या निर्मितीत करावा लागतो. स्मरणाने भूतकाळ आठवावा लागतो. कल्पकतेने भूतकालीन घटना, प्रसंग, अनुभव मनासमोर साक्षात ठसठशीत चित्रासारखे उभे करावे लागतात. संवेदनशक्तीने आणि उत्कटतेने भिडण्याच्या वृत्तीने ते चैतन्यपूर्ण किंवा जिवंत करावे लागतात. ते पुन्हा घडताहेत अशी स्थिती कल्पकतेने उभी करावी लागते. अचूक आणि मार्मिक शब्दांत ते पकडता येण्यासाठी भाषा प्रभुत्व असावे लागते. हे सर्व गुणधर्म साहित्यिक प्रतिभाशक्तीचे आहेत. आत्मचरित्रात ते उपयोगात आणले जात असतात. साहित्यिक या गुणधर्मांना सततच्या साहित्यनिर्मितीमुळे सरावलेला असतो. त्यामुळे या गुणधर्मांचे उपयोजन तो आत्मचरित्रातही सहजपणे, सवयीने करू शकतो. या गुणधर्मांच्या सततच्या उपयोजनामुळे त्यांच्या ठिकाणी उत्तम दर्जाची कुशलता, वाकबगारी आलेली असते. त्यामुळे त्यांची कार्यप्रवणता अधिक आणि दर्जेदार असते. साहित्यक्षेत्राबाहेरच्या आत्मचरित्रकाराची प्रतिभा व तिचे विविध गुणधर्म एवढे निष्णात झालेले नसतात. त्यामुळे त्यांची आत्मचरित्रे साहित्यिकाच्या कलात्मक आत्मचरित्राच्या तुलनेत काहीशी कमी पडतात, काहीशी जाडीभरडी वाटू शकतात. पण म्हणून त्यांच्याजवळ प्रतिभाशक्ती नसतेच असे म्हणता येत नाही. सारांश, कोणतेही बरे किंवा चांगले आत्मचरित्र लिहिण्यासाठी प्रतिभाशक्तीची आवश्यकता असते.

आत्मचरित्र लिहिणाऱ्याजवळ ही जी प्रतिभाशक्ती असावी लागते ती जीवन जगणाऱ्या प्रत्येकाजवळ असेलच असे नाही. असली तरी ती जीवनाच्या धबडग्यात गंजून गेलेली असते. म्हणून आत्मचरित्र त्याच्याकडून नीटपणे लिहिले जात नाही. साहित्यक्षेत्राबाहेरील आत्मचरित्रकाराच्या या प्रतिभाशक्तीचा वापर आत्मचरित्र-लेखनाच्या वेळीच प्रामुख्याने आणि जाणीवपूर्वक होत असतो किंवा करावा लागतो आणि हा वापर वेगळ्या पातळीवरचा म्हणजे निर्मितीच्या पातळीवरचा असतो; प्रत्यक्ष जगण्याच्या पातळीवरचा नसतो. त्यामुळे प्रत्यक्षात जगणारा मी आणि

आत्मचरित्राचे लेखन करणारा लेखक मी यांची दोन वेगळी रूपे कल्पावी लागतात. ते वेगवेगळे मी असतात. त्यांच्या भूमिका व कार्ये भिन्न भिन्न असतात, असे पूर्वी म्हटले ते याच अर्थाने.

वस्तुस्थिती अशी असल्यामुळे साहित्यक्षेत्राबाहेरील ज्या व्यक्तींना आत्मचरित्र लिहिण्याचे स्फुरण होते, लेखनासंबंधी पुष्कळ काही स्फुट स्वरूपात, संदिग्धपणे सुचते, पुन:पुन्हा लिहिण्याची ऊर्मी येते त्यांनी प्रथम काही ग्रंथ वाचण्याची गरज असते. याबाबतीत साहित्यनिर्मिती करणारी जी प्रतिभाशक्ती असते तिचा अभ्यास प्रथम करावा, अशी शिफारस करता येईल. साहित्यक्षेत्रात प्रतिभाशक्तीच्या स्वरूपाविषयी, तिच्या घटकांविषयी, तिला पूरक इतर विविध शक्तींविषयी, त्यांच्या कार्याविषयी, स्थानाविषयी भरपूर ग्रंथचर्चा उपलब्ध होऊ शकते.

या ग्रंथांचे वाचन जरूर करावे. कारण या ग्रंथांत केलेल्या विवेचनाच्या प्रकाशात आपल्या ठिकाणी असलेल्या प्रतिभेच्या गुणधर्मांची चाचपणी करता येते, त्या गुणधर्मांचा गौण-प्रधानभाव, अग्रक्रमभाव निश्चित करता येतो. प्रत्येक गुणधर्माचे कार्य स्पष्ट होते. आपल्या ठिकाणी पडून राहिलेल्या प्रतिभाशक्तीला जागृती येते, स्पष्टता येते. म्हणून आत्मचरित्र-लेखनापूर्वी अशा ग्रंथांचे वाचन करावेच लागते.

शिवाय आत्मचरित्राच्या आशयाशी संबंध असलेल्या समाज, संस्कृती, धर्म, परंपरा, निसर्ग, स्थलकाल यांच्याशी संबंधितही ग्रंथांचा अभ्यास प्राथमिक स्वरूपात का असेना, करावा लागतो. उदाहरणार्थ, समाजशास्त्र, सांस्कृतिक इतिहास, भारतीय तत्त्वज्ञान, हिंदुधर्माचे तत्त्वज्ञान वा आपल्या धर्माचे तत्त्वज्ञान, निसर्ग आणि मानवसंबंध, आपल्या गावाचा, प्रदेशाचा भूगोल आणि इतिहास, इत्यादींचा आपल्या स्वत:च्या जगण्याशी प्रत्यक्ष किंवा अप्रत्यक्ष संबंध असतो, त्यांचाही अभ्यास करावा लागतो.

नमुनेदार आत्मचरित्र-लेखनासाठी उत्तम आत्मचरित्राचे अभ्यासपूर्वक आणि सजगपणे वाचन करण्याचीही आवश्यकता असते. हे नमुने आपल्या लेखनासाठी उपयुक्त ठरतात. स्वत:च स्वत:ची ओळख कशी करून घ्यायची याचे पाठ त्यात मिळतात. मूलभूत मानवी मन, सहजप्रेरणा सर्वत्र एकसारख्या असल्याने त्यांच्या प्रवासांची, विकासांची, वाटचालींची तोंडओळख होते. वाचनाने त्यांचे प्रवाही स्वरूप कळते. आपण या सर्वांत कुठे बसू शकतो, याची जाणीव होते. आपल्या समाजातील व्यक्तींची ही आत्मचरित्रे असतील तर आपण सामाजिक, सांस्कृतिक, ऐतिहासिकदृष्ट्या कोण आहोत याची ओळख या वाचनाने होऊ शकते. आपल्या जन्माच्या अगोदर जी सामाजिक स्थितिगती होती की, जिची कडू-गोड फळे आपल्याला जीवनभर मिळत गेली ती कुणाकुणाच्या कार्यामुळे, त्यागामुळे, योगदानामुळे निर्माण झालेली आहेत, ते कळते.

आत्मचरित्राची मांडणी किती तऱ्हांनी, किती प्रकारांनी होऊ शकते याचे ज्ञान या वाचनामुळे होते. आपल्या जीवनातील नाजूक, गंभीर, विनोदी, प्रमादशील, करुण, रौद्र, कठोर, इत्यादी विविध घटना-प्रसंगांकडे कसे पाहायचे यांचे शिक्षण यातून मिळते.

स्वतःच्या आत्मचरित्राच्या लेखनाला सामोरे जाताना आपण कोणता दृष्टिकोन स्वीकारायचा, आत्मचरित्रातील आत्मनिष्ठा, व्यक्तिनिष्ठा, वस्तुनिष्ठा, विचार-चिंतन यांचे स्थान, व्याप्ती आपल्या आत्मचरित्रात जागोजागी कशी निश्चित करायची, त्यासंबंधी तारतम्य कसे ठेवावे लागते, यासंबंधीचा विचार मनाशी स्पष्ट होतो.

कोणतेही आत्मचरित्र वाचत असताना त्याला समान्तर अशा त्या त्या काळातील स्वतःच्या जीवनातील असंख्य आठवणी मनात जागृत होतात. आठवणींतील हे घटना-प्रसंग वाचत असलेल्या घटना-प्रसंगांशी संवादी, विरोधी किंवा त्याहून अगदी वेगळ्या स्वरूपाचेही असू शकतात. एरवी ते कधीही आठवत नसतात, पण वाचनाच्या वेळी अनपेक्षितपणे आठवतात.

आत्मचरित्राचे लेखन हे प्रामुख्याने आपल्या आठवणींवर विसंबून असते. त्यासाठी आठवणींवर विशेष भर द्यावा लागतो. त्यांचा कसून शोध घ्यावा लागतो. इतरांची आत्मचरित्रे वाचताना या जागृत होणाऱ्या आठवणी त्या त्या वेळी टिपणवहीत नोंदवून ठेवता येतात. त्यामुळे कच्च्या सामग्रीची तयारी आपोआप होत राहते.

अनेक चांगली आत्मचरित्रे वाचली की, स्वतःच्या संकल्पित आत्मचरित्राविषयी स्वतःलाच काही प्रश्न पडू लागतात. आपणास आत्मचरित्र का लिहावेसे वाटते? आपल्या आयुष्यात खरोखरीच काही अर्थपूर्ण घडले आहे काय? समाजाला हे सर्व सांगण्याची खरोखरच गरज आहे काय? त्याला यातून काही मौल्यवान मिळणार आहे काय? खरोखरच माझे आत्मचरित्र मी समाजासाठी लिहिणार आहे की, स्वतःला व्यक्त केल्याशिवाय राहवत नाही म्हणून लिहिणार आहे? लिहिण्यामागची आपली प्रेरणा आत्मशोधाची आहे, असे स्वतःलाच आपण मोठमोठ्याने सांगत आहोत, पटवून देण्याचा प्रयत्न करीत आहोत; पण खरे काय आहे? त्यामागे आत्मप्रदर्शनाची हौस, आत्मसमर्थनाची गरज, आत्मप्रौढीचे आविष्करण हे तर लपून बसलेले नाही ना? असे प्रश्न स्वतःलाच पडतात आणि त्या प्रश्नांचा अंतर्बाह्य धांडोळा आपल्याकडून घेतला जातो. त्याविषयी आपण सावध राहतो. लिहिण्यामागचा आपला हेतू स्वतःशी तावून-सुलाखून स्पष्ट करून घेतो. त्या हेतूला बाध येणार नाही असेच घटना, प्रसंग, अनुभव, भाषा यांची ठेवण राहावी याची पूर्वदक्षता घेतो.

एरवी आपण आत्मचरित्र-लेखनाविषयीचा विचार एवढ्या गंभीरपणे सहसा

करत नाही. आत्मचरित्राविषयी एरवी आपल्या कल्पना जरा उथळच असतात. आत्मचरित्र लिहायचं म्हणजे स्वत:चं जीवन, त्यातील किस्से, गमतीजमती, आपल्याला भेटलेली चित्रविचित्र माणसे, त्यांचे व स्वत:चे समर-प्रसंग, असतील तर चित्तथरारक घटना, स्वत:ला व्याकूळ, भावविवश करून टाकणाऱ्या हृदयद्रावक आठवणी, इत्यादी लिहिणे म्हणजे आत्मचरित्र अशी बऱ्याच जणांची समजूत असते. स्वत:विषयी खूप काही सांगण्याची ही प्रेरणा असली तरी ती खऱ्या अर्थाने, मूल्यात्मक दृष्टीने आत्मचरित्राची प्रेरणा असते, असे मानता येत नाही. म्हणून चांगल्या आत्मचरित्रांच्या वाचनाच्या प्रभावामुळे आपल्या संकल्पित आत्मचरित्राचे प्रयोजन आपणास शोधता येऊ शकते.

काही आत्मचरित्रे वाचताना प्रवाही वाटतात. काही आत्मचरित्रे प्रकरणाप्रकरणातून उड्या मारत गेल्यासारखी, आयुष्याचा काही भाग वगळून पुढे गेल्यासारखी वाटतात. आत्मचरित्रे प्रवाही केव्हा होतात किंवा वाटतात, असा एक प्रश्न त्यातून उभा करता येतो. असे दिसून येते की, ज्या व्यक्तींच्या आयुष्याला काही महत्त्वपूर्ण ध्येये, आकांक्षा लाभलेल्या आहेत आणि त्यांनी ज्यांचा आयुष्यभर पिच्छा पुरवलेला आहे, त्या व्यक्तींचे जीवन प्रवाही झालेले असते. ते सतत त्या ध्येयामागे, प्रयोजनामागे प्रवास करत असते. एखादे ध्येय आत्मसात करण्यासाठी काही ना काही साधना सतत करावी लागते. प्रयत्न, कष्ट, उपक्रम करावे लागतात. त्यामुळे ध्येय जवळ-जवळ येत राहते, जीवनात एकच ध्येय किंवा आकांक्षा ठेवली पाहिजे असे नाही. एकाच वेळी अनेक ध्येये, आकांक्षा असू शकतात किंवा एका ध्येयाच्या पूर्तीनंतर दुसऱ्या ध्येयाची निर्मितीही होऊ शकते, त्यासाठी साधना करता येऊ शकते. जीवनात यशस्वी होणे, याचा अर्थ इच्छिलेल्या ध्येयांची पूर्ती होत राहणे, असाचा असतो. मानवी जीवनाचे इतर प्राणीजीवनापेक्षा वेगळेपण कशात असेल तर माणूस काही इच्छा मनात धरून तिच्या परिपूर्तीसाठी आयुष्यभर झगडत, धडपडत राहत असतो. या इच्छाच ध्येय, आकांक्षा यांची उदात्त रूपे धारण करतात. प्रत्येक यशस्वी माणसाजवळ असा आयुष्यभराचा प्रवास असतो. आत्मचरित्राचे लेखन करण्यापूर्वी आपण आयुष्यात कशाकशाचा ध्यास घेतला आणि त्यांची परिपूर्ती करण्यासाठी कसे कसे धडपडलो, याचे स्पष्ट चित्र आपणासमोर उभे राहिले तर आपले आत्मचरित्र प्रवाही होण्याचे रहस्य आपल्याला सापडले, असे जरूर समजावे.

चांगली आत्मचरित्रे ही त्याचे दृष्टान्त असतात. म्हणून ध्येय-आकांक्षापूर्तीचे किंवा धडपडीचे सूत्र धरून आत्मचरित्राची रूपरेषा आखावी लागते. ती मध्यवर्ती ठेवून घटना, प्रसंग, अनुभव, इत्यादींची निवड करून मांडणी करावी लागते. या ध्येय-आकांक्षांबरोबर अनुषंगाने आपण इतरही चारजणांसारखे सामान्य जीवन जगतच

असतो. पण त्यांच्या अनुभवांचे स्थान आपल्या आयुष्यात गौण असते. म्हणून आत्मचरित्रातही ते पदर गौणच ठेवावे लागतात. त्यांनी लेखनात मोठी जागा व्यापता कामा नये, याचे तारतम्य आपणास यावे लागते. त्यामुळे आत्मचरित्र प्रवाही तर राहतेच, पण त्या प्रवाहाला आजूबाजूच्या इतर अनुभवांनी उठाव येतो किंवा रंगत येते. मुख्य म्हणजे आत्मचरित्रांना नीटस आकार येतो. ती घाटदार होतात. त्यांना जीव मूल्यात्मकता प्राप्त होते. वाङ्मयाच्या इतिहासात ती महत्त्वाची ठरतात. प्रवाहीपणा नसेल किंवा ध्येय-आकांक्षा यांचा अभाव असेल तर मात्र आत्मचरित्रे म्हणजे घटना, प्रसंग, अनुभव यांचा दिशाहीन ढिगारा ठरतात. भले ती कितीही वाचनीय वा चटकदार असोत अशी आत्मचरित्रे यशस्वीच मानावी लागतात. इतरांची आत्मचरित्रे वाचता वाचताच हे कळते.

वास्तविक पाहता आपल्या जीवनातील ठळक ध्येये, आशाआकांक्षा आपणास ठोस स्वरूपात माहीतच असतात. कारण तो आपल्या जीवनाचा गाभाभूत भाग झालेला असतो. पण इतरांची आत्मचरित्रे वाचत असताना आपल्यापुढेही आपला जीवनपट अनुषंगाने नकळत उलगडत जात असतो. त्यातील अनेक बारकावे त्या त्या वेळी दिसू लागतात. हे बारकावे त्या त्या वेळच्या बारीकसारीक आशा-आकांक्षांचे असतात. ते स्वाभाविक मोहाचे, विवशतेचे, कशाच्या तरी, कुणाच्या तरी नादी लागल्याचे, कशाचेतरी वेड काही काळ घेतल्याचे रंगीबेरंगी जीवन-पदर असतात. त्यांत यशापयश भरपूर असते. मुख्य वृक्षाच्या फांद्यासारखे त्यांचे स्वरूप असते. त्या फांद्या असल्या तरी वृक्षाला त्यामुळे डेरेदारपणा, फळा-फुलांचा भरघोसपणा प्राप्त झालेला असतो. खरेतर त्या फांद्या वृक्षाला वृक्षत्व प्राप्त करून देत असतात. माणसाचेही तसेच असते. नुसते ध्येय किंवा महत्त्वाकांक्षा एवढेच जीवन नसते, आजूबाजूचे सामान्य व स्वाभाविकपणे पसरलेले आपले फांद्यासदृश जीवनही जोडीला असतेच असते. त्यामुळे तर आपणाला 'माणूस' पण आलेले असते अन्यथा आपण 'देव'पदाला पोहोचलो असतो. आत्मचरित्रात आपापल्या स्थानी राहून हेही पदर येणे अत्यावश्यक असते. त्यांच्यामुळे आत्मचरित्रातील नायकाचे 'माणूस' म्हणून दर्शन घडते. त्याचे अनेक कोन-कंगोरे दिसतात. तो त्यामुळे चार सामान्य माणसांशी, वाचकांतील माणसांशी संबंध जोडू शकतो. त्यांना त्यांच्यातलाच एक वाटतो. तरी ध्येयामुळे त्यांच्यापेक्षा वेगळा, वरचा, मार्गदर्शक असाही वाटतो. अशी आत्मचरित्रे प्रवाही, वृक्षासारखी डेरेदार आणि समृद्ध असतात. ती सरळसोट, एकदेशीय कालव्यासारखी बंदिस्त नसतात. चांगल्या आत्मचरित्राच्या वाचनाचा हा प्रभाव असू शकतो.

हे पुन:पुन्हा विशेष भर देऊन सांगावे लागते याचे कारण मराठीमध्ये सामान्य दर्जाच्या आत्मचरित्रांची भर मोठ्या संख्येने पडते आहे. त्यांच्यावर वर्तमानपत्री

परीक्षणे कौतुकाचा वर्षाव करीत असतात. वाचकही अशाच प्रकारच्या चटकदार, मनोरंजक आत्मचरित्रांना सरावलेला असल्याने त्यालाही ती महत्त्वाचीच आत्मचरित्रे वाटतात व ते आत्मचरित्राविषयी संकुचित कल्पना करून घेतात. याचे मूळ कारण सामान्य व्यक्ती आत्मचरित्रासारख्या जबाबदार साहित्य-प्रकाराला सहज हात घालतात आणि लेखन करून स्वत:लाच मिरवून घेतात. त्या आत्मचरित्रात खरेखोटे मिसळून गेलेले असते. त्यामुळे आत्मचरित्रे खोटी असतात अशी जाणकार समीक्षकांकडून वरचेवर तक्रार होत असते. आत्मचरित्राची विश्वासार्हता नष्ट करायला अशीच आत्मचरित्रे कारणीभूत ठरतात. त्यामुळे हळूहळू या प्रकाराकडे चांगले साहित्यिक किंवा विचारवंत व्यक्ती वळायला कचरतील, या बदनाम साहित्य-प्रकाराची संगत नको, असे त्यांना वाटेल की काय, अशी काळजी वाटते.

वास्तविक स्वत:च स्वत:ला समजून घेण्याचा, स्वत:च स्वत:ला मुक्तपणे व्यक्त करण्याचा आत्मचरित्र हा सामर्थ्यवान अजोड साहित्यप्रकार आहे. एवढेच नव्हे तर स्वत:ला सुंदर रूपात मांडण्याचा हा प्रकार आहे. त्यामुळे तो स्वत:ला खूप मोठे सात्त्विक समाधान तर देतोच, पण आपल्या समाजातील अनेक समसंवेदन जनांना जगायला, काही करायला फार मोठे आत्मबळही देऊ शकतो. म्हणून तो मोठ्या जबाबदारीने, पुरेशा तयारीनिशी हाताळण्याची गरज असते.

आत्मचरित्र लेखनाची पूर्वतयारी करण्यासाठी काही अभ्यासपूर्वक वाचनाची जशी आवश्यकता असते तशी इतरही साधनसामग्री मिळविण्याची गरज असते. आपल्या आठवणी आपल्याला असतात. त्यांची टिपणे काढण्याची गरज असते. दैनंदिनी ठेवण्याची सवय असेल तर साधनसामग्रीचा बराच मोठा आणि महत्त्वाचा भाग आपणास मिळतो. घरातल्या इतर व्यक्तींच्याही आपल्याविषयी आठवणी असतात. त्यांच्या नजरेतून आपण कसे असतो हे त्या आठवणींतून कळते. म्हणून त्यांचीही टिपणे काढण्याची गरज असते. आपण इतरांना लिहिलेली पत्रे पाहण्यास मिळाली तर आणखी बरे असते. इतरांची पत्रे आपल्याकडे असतातच. त्यात मित्रांच्या नजरेतून आपले चित्र रेखाटलेले असण्याची शक्यता असते. प्रत्यक्षात आवश्यक त्या मित्रांना विचारूनही आपण स्वत:विषयीची माहिती गोळा करू शकतो. जीवनातील काही वादग्रस्त, आणीबाणीचे, अन्याय-अतिरेकाचे घटना-प्रसंग असतील तर आणि त्या व्यक्ती हयात असतील तर त्यांना (शक्य असेल तर) समजून घेणे, त्यांची बाजू ऐकून घेणे लेखनाच्या दृष्टीने सोयीचे असते. पुष्कळवेळा आपण काही स्वत:विषयी वेळोवेळी लेखन प्रसिद्ध केलेले असते, आपल्यावर इतरांनी काही लेख प्रसिद्ध केलेले असतात. ही सगळी कच्ची सामग्री प्रथम एकत्र करण्याची गरज असते. एकत्र झाल्यावर कालक्रमाने तिच्या फायली तयार कराव्या लागतात. त्या एकदा केल्या की, क्रमाने त्या दोनतीनदा वाचाव्या

लागतात. त्यातील घटना, प्रसंग, अनुभव, व्यक्ती यांच्यावर काही टीका-टिप्पणी, प्रतिक्रिया त्याचवेळी सुचत असते. ती तिथल्या तिथे लिहून त्याचवेळी ठेवणे सोयीचे असते. नंतरच्या ग्रंथलेखनाच्या ओघात त्या प्रतिक्रिया उपयुक्त ठरतात. एरवी त्या आठवतीलच असे सांगता येत नसते. शिवाय टिपण करताना काही गोष्टी तिथल्या तिथेच मनाशी स्पष्ट होत असतात. त्यांचा विचार मनोमनी तिथल्या तिथे पूर्ण होतो. नोंद केल्याने लक्षात ठेवण्याच्या जबाबदारीतून मोकळे होता येते. त्यामुळे निर्वेधपणे एकूण लेखन करता येते. त्यांचा परिणाम लेखनात सलगता, एकात्मता येण्यात होतो. त्यात विनासायास अव्वलपासून अखेरपर्यंत सुसंगती राहू शकते. भलत्याच विचारांना ऐनवेळी चालना मिळत नाही आणि लेखन भरकटत जात नाही. लेखन प्रवाही राहू शकते.

म्हणून टीकाटिप्पणी शेवटपर्यंत पूर्ण झाल्यावर पुन्हा एकदा ती सर्व सामग्री केलेल्या टिपणांसह वाचावी. या दुसऱ्या वाचनाच्या वेळी आपल्यावर टीकाटिप्पणी करण्याची जबाबदारी नसते. म्हणून दुसरे वाचन आपला अथपासून इतिपर्यंतचा प्रवास समजून घेण्याच्या हेतूने निर्वेधपणे होते. या वाचनात आपल्या मनासमोर आत्मचरित्र-नायकाचा धूसर आकार दिसू लागतो. त्याच्या जीवनाची विविध ध्येये, प्रयोजने स्पष्ट झाली आहेत की नाहीत हे कळते. वैयक्तिक जीवनावर परिणाम करणाऱ्या सर्व घटनांची, व्यक्तींची नोंद झाली आहे की नाही ते कळते.

(१) आत्मचरित्र-नायकाचा जन्म व त्याचे बालपण, (२) कौटुंबिक पार्श्वभूमी, आई-वडिलांच्या घराण्याचा थोडक्यात इतिहास. विशेषत: 'मी'कडे वारशाने आलेल्या गुणदोषांची माहिती, स्वभाव-वैशिष्ट्यांची नोंद, (३) 'मी'चे तारुण्य आणि त्याला फुटणारे नवे नवे धुमारे, स्वभावपरिवर्तन, कर्तृत्व, महत्त्वाकांक्षा, (४) कुटुंब, शिक्षण, गुरू, मित्र, वाचन व समाज यांचे विविध संस्कार, (५) प्रौढपणाचा काळ, नोकरी, व्यवसाय, कार्य यांच्याविषयी, (६) वार्धक्याचा काळ, शेवटचा टप्पा, एकूण जीवनाविषयी काय वाटते. आत्मचरित्राची ही प्रमुख अंगे मानता येतात.

या सर्वांविषयी पुरेशी माहिती, नोंदी, टिपणे, त्यावरील आपली चिंतने-मनने नीटपणे तयार झालेली आहेत की नाहीत, यांची पाहणी या दुसऱ्या वाचनात करता येते. त्या पाहणीबरोबरच काय काय घ्यावे, काय काय वगळावे हेही कळू लागते. कोणते पैलू अगोदर सांगावेत, कोणते त्यानंतर सांगावेत यांचा लेखनक्रम कळतो. तिथे तिथे तशा प्रकारच्या आपल्या सोयीच्या खुणा करत किंवा सूचना मांडत जावे. त्यामुळे हळूहळू एकूण आत्मचरित्राचा आकार दिसू लागतो, स्पष्ट होत जातो. तो तसा होत गेला की, लेखनाची पूर्वतयारी झाली असे समजावे.

◆

आत्मचरित्र - लेखनातील संभाव्य दोष

'आस्पेक्ट्स ऑफ बायोग्राफी' (Aspects of Biography) या ग्रंथाचे लेखक आणि प्रसिद्ध चरित्रकार आन्द्रे मौरॉज यांनी आत्मचरित्राच्या लेखनातील काही महत्त्वाचे धोके आणि दोष सांगितले आहेत. त्यांना डॉ. डी. जी. नाईक यांनी आपल्या ग्रंथात समर्पक उत्तरेही दिलेली आहेत, हे दोन्हीही मुळातूनच अभ्यासण्यासारखे आहे.

(१) 'सर्वसामान्य माणूस आपले बालपण विसरून जातो. बालपणानंतरचा काळ आपण सहसा विसरत नाही. कारण आपल्या मेंदूत स्मरणशक्तीचा विकास झालेला असतो. बालपणाचा काळ, विशेषत: या काळातील आपणास पडलेली किंवा मनात असलेली स्वप्ने आपण फार विसरून जातो. त्यामुळे आत्मचरित्राच्या लेखनात त्यांची विशेष उणीव जाणवते.'

या आक्षेपाला डॉ. नाईक यांनी असे उत्तर दिले आहे की, 'सर्वसामान्य माणूस जरी बालपण विसरून जात असला तरी साहित्यिक कलावंतांची स्मरणशक्ती तीव्र असते. ती वेधक असते. तिच्या जोरावर त्यांना बालपणातील अनेक गोष्टी आठवत असतात. अनेक साहित्यिकांच्या आत्मचरित्रांत त्यांच्या बालपणातील आठवणी आलेल्या दिसतात, त्यावरून हे सिद्ध होते. म्हणून मौरॉजचे वरील मत नियम म्हणून स्वीकारता येत नाही.'

(२) दुसरा दोष सांगताना आन्द्रे मौरॉज म्हणतो की, 'आत्मचरित्रकार कलात्मकतेसाठी सेन्सॉरशिपच्या भूमिकेचा आधार घेऊन स्वत:च्या जीवनातील घडलेल्या, पण आत्मचरित्रात यायला नको असलेल्या अनेक घटना जाणीवपूर्वक विसरतो किंवा आत्मचरित्रातून वगळून टाकतो... शिवाय माणूस हा एक असा प्राणी आहे की, त्याला नको असलेल्या आठवणी काळाच्या ओघात तो पूर्णपणे विसरून जात

असतो. त्यामुळे त्याच्या आत्मचरित्रात प्रतिबिंबित होणारे जीवन विश्वसनीय असतेच असे नाही.'

या आक्षेपाला डॉ. नाईक यांनी मार्मिक उत्तर दिले आहे. ते म्हणतात की, 'सगळ्याच आठवणी आत्मचरित्रात येण्याची गरजच नसते. कलात्मक आत्मचरित्राला त्या मारकच असतात. एवढेच नव्हे तर आत्मचरित्रात सर्व आठवणी लिहिणे अशक्यही असते. आत्मचरित्रात निवडक अर्थपूर्ण आठवणीच (घटना, प्रसंग, इ.) येणे महत्त्वाचे असते. या आठवणींमुळे आत्मचरित्राला कलात्मकता, रेखीवपणा लाभतो. निवडक आठवणी घेणे आणि पुनरावृत्ती वाटणाऱ्या, सामान्य आठवणी वगळणे हाच आत्मचरित्रकाराचा हेतू असतो. त्यामुळे जीवनाचे वास्तव कळण्यास पुरेशी मदत होते. उलट अशा निवडक आठवणींनीच आत्मचरित्रे कलात्मक होत असतात.'

प्रस्तुत संदर्भात डॉ. नाईक यांनी हर्बर्ट स्पेन्सर याचेही मत उद्धृत केले आहे. त्याचे मत थोडे वेगळे आहे. 'रोजच्या जीवनातील सामान्य घटना, प्रसंग आत्मचरित्रकाराला वगळावेच लागतात. निवडक आणि महत्त्वाच्या घटना, प्रसंग, कृतीच त्याला आत्मचरित्रात घ्याव्या लागतात. त्यामुळेच आत्मचरित्र कलात्मक आणि वाचनयोग्य होते, पण अशा रीतीने सामान्य स्वरूपाच्या घटना, प्रसंग, कृती वगळण्याने आत्मचरित्रातील 'मी' हा सामान्यांच्या जीवनापासून वेगळा होतो आणि महत्त्वाच्या व अर्थपूर्ण तेवढ्याच घटना, प्रसंग, कृती सांगितल्यामुळे तो सामान्यांपेक्षा वरच्या पातळीवर जगणारा वाटू लागतो. आत्मचरित्राचा हा दोष अटळ आहे,' असे हर्बर्ट स्पेन्सरला वाटते.

डॉ. नाईक म्हणतात की, 'हे काम तर आत्मचरित्रकाराला किंवा कोणत्याही कलावंत साहित्यिकाला कलानिर्मितीमध्ये करावेच लागते. त्यामुळेच ती कलाकृती जीवनाचे वास्तव कलात्मकतेने सादर करू शकते. अन्यथा जीवनातील सामान्य, रटाळ जीवनाचे सगळेच्या सगळे वास्तव सादर केले तर कलाकृती आणि प्रत्यक्ष जीवन यात फरकच करता येणार नाही. शिवाय अशा कलाकृती कुणी हातातही घेणार नाही. म्हणून हर्बर्ट स्पेन्सरला जो आत्मचरित्राचा 'अटळ दोष' वाटतो तो कलाकृतीचा (म्हणजे आत्मचरित्राचा) अटळ गुणधर्म मानावा लागतो.

(३) आन्द्रे मौरॉज याने सांगितलेला तिसरा धोका अधिक महत्त्वाचा आहे. तो म्हणतो की, 'पुष्कळवेळा आपणाला काही घटना इतरांना सांगायलाच नको वाटतात त्या आपण वगळतो. काही असमाधानकारक घटना वगळाव्यात असे वाटते, पण त्या अनेक कारणांमुळे वगळता येत नाहीत. मग त्या घटनांची, प्रसंगांची, कृत्यांची निवेदन-शैली आत्मचरित्रकार बदलतो. ती अधिक मोहक करतो, अधिक अनुकूल पद्धतीची मांडणी करतो. त्यातील काही लपविण्यासाठी

त्या घटनेत आपल्या अंगाने चैतन्य भरतो, नाट्यपूर्णता आणतो. भाबडेपणाचे पांघरूण घालतो. पण मुळात ती घटना तशी नसते. आत्मचरित्रकार त्या घटनेतील सत्याचा चेहरामोहराच अशा रीतीने बदलून टाकतो. हा एक प्रकारचा खोटेपणा असतो. त्याच्या जीवनात असे काही घडलेले नसते.'

प्रस्तुत मुद्याला डॉ. नाईक नीटपणे उत्तर देऊ शकले नाहीत. वास्तविक त्यांनी तो टाळलेला दिसतो. जो उत्तर म्हणून विचार मांडलेला आहे तो 'सेन्सॉरशिप' संबंधीचा आहे. तो स्वतंत्रपणे पटण्यासारखा आहे. पण वरील वस्तुस्थितिविपर्यासाला तो उत्तर म्हणून सुसंगत नाही.

(४) 'एखादी घटना, गोष्ट किंवा कृती आपणास लाजिरवाणी किंवा लज्जास्पद ठरणारी आहे, असे वाटल्याने आत्मचरित्रकार निवडीच्या स्वातंत्र्याच्या अधिकारात ती वगळून टाकू शकतो. उदाहरणार्थ, फार थोड्या व्यक्तींजवळ लैंगिक जीवनविषयक सत्य सांगण्याचे धाडस असते. ते त्याविषयी मूग गिळून बसलेले असतात.' असा एक आक्षेप आन्द्रे मौरॉज याने आत्मचरित्रकारांवर घेतलेला आहे.

डॉ. नाईक यांनी त्याचे उत्तर वेगळ्या पातळीवर दिले आहे. 'हा आत्मचरित्र या साहित्यप्रकाराचा दोष नसून माणसाचाच कमकुवतपणा किंवा दोष आहे. फार थोडी माणसे उच्च विचारांची, धैर्यवान किंवा असामान्य कर्तृत्व असलेली असतात.' ट्रोलॉपच्या अवतरणाचा आधार घेऊन डॉ. नाईक पुढे सांगतात की, 'जीवनातील क्षुद्र, लांच्छनास्पद, लाजिरवाण्या घटना कुणीही सांगत नसतो. प्रत्येकाच्या जीवनात अशा घटना घडलेल्या असतात. त्या सांगण्याचीही काही गरज नसते. लैंगिक जीवन हा तर प्रत्येक स्त्रीपुरुषाच्या आयुष्याचा एक अपरिहार्य भाग असतोच. त्याचे चर्वितचर्वण सार्वजनिकरीत्या करण्याची खरोखर आवश्यकताच नसते आणि औचित्यही नसते. पण चांगल्या, उत्तम दर्जाच्या कलावंतांना तो जर त्यांच्या वैशिष्ट्यपूर्ण व्यक्तिमत्त्वाचा एक ठळक पैलू वाटत असेल आणि तो आत्मचरित्रात कलात्मकदृष्ट्या येणे आवश्यक वाटत असेल तर ते 'लैंगिक जीवन' मोकळेपणाने सांगू शकतात. अशाप्रकाराने लैंगिक जीवन आत्मचरित्रात येणे उचितही असते. काहींच्या आत्मचरित्रात ते तशा स्वरूपात आलेलेही आहे, पण केवळ एक जीवनातील खासगी कृत्याचा किंवा धाडसाचा भाग म्हणून आत्मचरित्रात ते येण्याने आत्मचरित्राचे कलासौंदर्य बिघडवून टाकायलाच मदत करते.'

(५) पुष्कळवेळा अपघाताने, योगायोगाने किंवा केवळ प्राणावर बेतले म्हणून मरणाच्या भयाने आपल्या जीवनात काही घटना आपणाला निभावून न्याव्या लागतात. त्या अगदीच अंगावर कोसळल्याने कशाबशा निवाराव्या लागतात. पण त्याच घटनांना आत्मचरित्रात मात्र जणू आपण त्या वीर-वृत्तीने, स्वपराक्रमाने, स्वतःमधील दिव्य पुरुषार्थ-वृत्तीमुळे निकराचा संघर्ष करून त्यांच्यावर विजय

मिळविला, असे भासवतो. अशा दाखवेखोर वृत्तीमुळे आत्मचरित्रे खोटी वाटतात, असे आन्द्रे मौरॉजला सुचवावयाचे आहे.

डॉ. नाईक यांनी 'मानवी वृत्ती' ही अशी असू शकते हे मान्य केले आहे. अशी वृत्ती आत्मचरित्रात डोकावल्याने ती आत्मचरित्रे डागाळतात, दोषास्पद ठरतात, हेही मान्य केले आहे. पण हा दोष 'आत्मचरित्र' या साहित्य-प्रकाराचा नसून ते लिहिणाऱ्या व्यक्तीचा आहे, हे त्यांनी शेवटी सांगितले आहे.

(६) स्वतःच्या मित्रांना किंवा घरच्या लोकांना सांभाळून घेण्याची, त्यांची बिंगे न सांगण्याची अशी एक प्रवृत्ती आत्मचरित्रांमध्ये उघड-उघड दिसते. आत्मचरित्रातील घटना-प्रसंगांचे निवेदन करताना ही प्रवृत्ती जाणवत असते असे मौरॉज म्हणतो.

डॉ. नाईक यांनी हीही एक मानवी प्रवृत्ती आहे, सुसंस्कृतपणाचे ते लक्षण आहे, असे सांगितले आहे. प्रसंगी माणूस स्वतःविषयी स्पष्टवक्तेपणाने दोष सांगू शकेल, पण आपल्याबरोबर असलेल्या जोडीदाराचे दोष, बिंगे, चुका सांगण्याचा त्याला अधिकार नसतो, असे त्यांनी स्पष्टीकरण देऊन सहमती दर्शविली आहे. पण असे केल्याने आत्मचरित्राची काही हानी होत नाही, असेही त्यांनी सांगितले आहे. कलात्मकदृष्ट्या ते सांगणे अपरिहार्यच असेल तर मात्र टाळता येणार नाही, पण असे प्रसंग आत्मचरित्रात क्वचितच येतात, असेही त्यांनी ध्वनित केले आहे. 'आत्मचरित्र लिहिताना अशी संकटे निर्माण होतात. त्यामुळे अस्सल आणि यथार्थ स्वरूपाचे आत्मचरित्र कधी लिहिले जाईल, असे वाटत नाही.' अशी आन्द्रे मौरॉजने काळजी व्यक्त केलेली आहे. त्याला असे सुचवावयाचे आहे की, आत्मचरित्राचे लेखन करणे ही फार कठीण गोष्ट आहे.

पुढे त्याने असेही सुचविले आहे की, यशस्वी आत्मचरित्र ही एक आश्चर्यकारक कला आहे. तिची तोड इतर कोणत्याही साहित्यकला-प्रकाराला येऊ शकणार नाही.

डॉ. नाईक यांनी हेरॉल्ड निकल्सनचे विचार उद्धृत करून असे पटवून दिलेले आहे की, 'आत्मचरित्र ही कला मुळातच अवघड आहे. ती हाताळण्यासाठी आत्मचरित्रकाराजवळ उत्तम दर्जाची बुद्धिमत्ता आणि त्याच दर्जाची तटस्थता असावी लागते. स्वतःच्या व्यक्तिमत्त्वाची नाडी आत्मचरित्रकाराच्या हाती लागली तरच तो निरोगी, सुदृढ आत्मचरित्र लिहू शकेल. आत्मचरित्र लेखनासाठी लागणारी महत्त्वाची जणू तीन सूत्रेच डॉ. नाईक यांनी निकल्सनच्या द्वारा मांडलेली आहेत.

एक साहित्यप्रकार म्हणून आत्मचरित्राची ताकद फार मोठी आहे. आत्मचरित्रकाराला अतिशय योजक वृत्तीने ती वापरता येण्यासारखी आहे. दोष निर्माण होतात ते आत्मचरित्रकाराच्या दुबळेपणातून, अनभ्यस्तपणातून किंवा अतिशय संकुचित वृत्तीने आत्मचरित्र लिहिण्याच्या भावनेतून. पुष्कळवेळा आत्मनिष्ठेचा अर्थ त्याला नीटपणे

न कळल्याने किंवा लेखनाच्या भरात विसरून गेल्याने आत्मचरित्रात दोष निर्माण होतात. आन्द्रे मौरॉजने त्यांचा नामनिर्देश केलेला आहेच.

आत्मचरित्राचे लेखन करताना त्यात आत्मनिष्ठा येणे स्वाभाविक आहे. व्यक्तिविशिष्ट दृष्टिकोनाला आपण आत्मनिष्ठा म्हणतो. सामान्यत: आत्मचरित्राचे लेखन करणारे व्यक्तिमत्त्व हे विशेष स्वरूपाचे असते. त्याचा जीवनाकडे पाहण्याचा विशिष्ट दृष्टिकोन हा आत्मचरित्रात अनेक मार्गांनी आत्मचरित्राच्या अंगोपांगांत उमटत राहतो. त्यामुळे तर आत्मचरित्र वाचनीय आणि रस निर्माण करणारे होत असते.

आत्मचरित्र लेखनात उमटणारी ही आत्मनिष्ठा सुजाण, शहाणी, सर्वांगलक्ष्यी असण्याची गरज असते. विशेषत: आत्मचरित्रात व्यक्तीचे सुसंगत चरित्र घटनात्मक इतिहासाच्या अंगाने उलगडत हे गेलेच पाहिजे. आत्मनिष्ठेच्या नावाखाली त्यातील कोणतीही घटना वगळता किंवा विपर्यस्त करता कामा नये. ती सरळपणे आल्यानंतर 'मी' तिच्याकडे कोणत्या विशिष्ट अंगाने पाहतो, तिच्यातील कोणते अंग 'मी'ला अधिक महत्त्वाचे किंवा कमी महत्त्वाचे वाटते, लक्षणीय वा दुर्लक्षणीय वाटते, इत्यादी स्वरूपाची व्यक्तिविशिष्टता त्यात येणे हे सुसंगत असते. अशाप्रकारची सुजाण आत्मनिष्ठा किंवा व्यक्तिविशिष्टता आल्याने 'मी'चे जीवन त्याच्या दृष्टीतून समजून घेण्यास त्याचा उपयोग होत असतो. आत्मचरित्राच्या वेगळेपणात अशाप्रकारची आत्मनिष्ठा विशेष भर टाकते.

एरवी घटना वगळणारी किंवा लपविणारी आत्मनिष्ठा ही मतलबी वाटते. ती आत्मचरित्राला 'खोटे, एकांगी, सोयीने लिहिलेले आत्मचरित्र', इत्यादी दुर्गुण चिकटवू शकते. आत्मसमर्थनाचे हीण आत्मचरित्रात मिसळू शकते. म्हणून ती दूषणास्पद मानावी लागते.

सारांश, आत्मचरित्रात आत्मनिष्ठा जेव्हा प्रांजळ, प्रामाणिक, निष्कपट, सरळ या गुणांच्या बरोबर अवतरते तेव्हा ती आत्मचरित्राला भूषणभूत ठरते अन्यथा दोषायमान होते.

आत्मचरित्रावर दोन प्रकारांनी कालिक परिणाम होतो. आत्मचरित्राचा लेखक एका विशिष्ट काळात एक व्यक्ती या नात्याने जन्माला आलेला असतो. त्या त्या काळात समाजाला एक विशिष्ट स्थितिगती प्राप्त झालेली असते. त्या स्थितिगतीनुसार समाजात विशिष्ट प्रश्न, विशिष्ट समस्या, विशिष्ट सामाजिक मते, सांस्कृतिक कल्पना, विशिष्ट विचारसरणी यांनी समाज प्रभावित झालेला असतो. विशिष्ट अंगांना कललेला असतो. या सर्वांचा परिणाम त्या त्या काळात समाजात जगणाऱ्या व्यक्तींच्या जीवनावर कमीअधिक प्रमाणात झालेला असतो. ती ती व्यक्ती या विशिष्ट कालमानाला आपल्या पिंडधर्मानुसार, आपल्या ज्ञानात्मक, भावनात्मक, जाणिवात्मक, वर्तनात्मक कुवतीनुसार सामोरी गेलेली असते. व्यक्ती आणि

तत्कालीन विशिष्ट समाजस्थिती या द्वंद्वात्मक अवस्थेतून व्यक्तीच्या जीवनातील ताणतणाव निर्माण होऊन तिचे जीवन घडलेले असते.

अशा रीतीने तिचे जीवन एका विशिष्ट कालाशी निगडित असते. आत्मचरित्रातील नायक 'मी'च्या जीवनामध्ये या विशिष्ट कालाचे प्रतिबिंब पडलेले असते. त्यामुळे त्या विशिष्ट काळाचे परिणाम व्यक्तीवर कोणत्या स्वरूपात झाले, त्याचे नमुने म्हणजे ही आत्मचरित्रे असतात. त्यातून विशिष्ट कालगत समाजस्थितीचा आणि व्यक्तीचाही इतिहास प्रत्ययाला येतो. अशा प्रकारचा कालिक परिणाम आत्मचरित्रांवर असणे हे स्वाभाविक, सुसंगत आणि उचितही असते. यामुळे आत्मचरित्रांना ऐतिहासिक स्वरूपाचे एक गुणात्मक परिमाण लाभते. ते महत्त्वाचे असते.

दुसऱ्या प्रकारचा कालिक परिणाम हा आत्मचरित्र लिहिणाऱ्या व्यक्तीच्या दुबळेपणातून, विवशतेतून, संधिसाधूपणातून, उत्साही अनावर वृत्तीतून, एकांगी विचारसरणीतून तसेच द्वेष, सूड, अन्यायाची तीव्र प्रतिक्रिया, इत्यादीसारख्या विकारांतून जन्मलेला असतो. इथे काही ना काही कारणाने कालिक विवशतेचा परिणाम होऊन आत्मचरित्रकार व्यक्तीचा तोल सुटलेला असतो. हा सुटलेला तोल जाणता-अजाणता, सूक्ष्म किंवा स्थूल, उघड किंवा छुपा असू शकतो. व्यक्तीवर आणि तिच्या मनावर झालेला हा परिणाम तिच्या आत्मचरित्रात प्रतिबिंबित झालेला असतो आणि तो दोषजन्य कालिक परिणाम असतो.

आत्मचरित्र-लेखनावर असे काही कालिक परिणाम होतात, हे परिणाम अनुकूल आणि प्रतिकूल असे दोन्ही प्रकारचे असू शकतात. म्हणून आत्मचरित्रकारांनी त्यांच्याविषयी लेखन करताना सजग असायला हवे. विशेषतः त्यातून निर्माण होणाऱ्या दोषांविषयी अधिक जागरूक असण्याची गरज असते.

साहित्यक्षेत्रात एखाद्या विशिष्ट काळात अनेक कारणांनी विशिष्ट साहित्यप्रकार लोकप्रिय होतो. काही काळ त्याची एक लाट निर्माण होते. या काळात उत्साही मंडळी या साहित्य-प्रकारांत उत्साहाने लेखन करतात. त्यामुळे त्यांना लोकप्रियता, झटपट प्रसिद्धी मिळेल असे वाटत असते.

आत्मचरित्राची लाट आली तर आत्मचरित्राचे लेखन करणे हा उत्साहाचा भाग होतो. या उत्साही अवस्थेत शांतपणे अभ्यास करण्याची वृत्ती नष्ट होते. आत्मचरित्राच्या बाबतीत तर अभ्यास करण्याची काही आत्मचरित्रकारांना गरज वाटत नाही. त्यांना अवाजवी आत्मविश्वास असतो. 'स्वतःच स्वतःविषयी लिहायचे आहे. स्वतःला तर स्वतःविषयी सर्वच माहिती असते. त्यासाठी अभ्यासाची काय गरज आहे?' लाटेतून निर्माण होणाऱ्या उत्साहामुळे अशी मनःस्थिती निर्माण झालेली असते.

या मनःस्थितीचे आत्मचरित्र-निर्मितीवर परिणाम होतात. त्यामुळे काही दोषयुक्त आत्मचरित्रे अशा काळात जन्माला येतात. त्यातील महत्त्वाचा दोष असा की,

आपल्या समाजात त्या त्या काळात ज्या सामाजिक, सांस्कृतिक प्रश्नांना, समस्यांना वाचा फुटलेली असते, त्या प्रश्नांच्या व समस्यांच्या जीवनांगांनाच प्राधान्य देऊन आत्मचरित्रे लिहिली जातात. इतर जीवनांगांकडे दुर्लक्ष होते. इतर जीवनांगांचेही काही प्रश्न वा समस्या असू शकतात हे लाटेवर आरूढ झालेल्या आत्मचरित्रकारांच्या ध्यानीमनीही येत नाही. त्यामुळे ती जीवनांगे आत्मचरित्रात येऊ शकत नाहीत. परिणामी ही आत्मचरित्रे अर्धांगविकल (पॅरेलेटिक) अवस्थेतील वाटतात.

अशी आत्मचरित्रे एकांगी (किंवा अर्धांगविकल) असली तरी त्यांच्या प्रसिद्धीच्या ताज्या काळात त्यांच्याकडे विशेष लक्ष जाते. कारण ती तत्कालीन प्रश्न, समस्या, त्या संदर्भातील समाजवास्तव यांची ढळढळीत उदाहरणे म्हणून सामान्य वाचक, वर्तमानपत्री समीक्षक, चळवळकर्ते यांना उपयोगाच्या दृष्टीने जवळची वाटतात. त्या अंगांनीच त्यांचा उदोउदो होतो.

पण ते वर्तमान वास्तव, ते प्रश्न व समस्या त्या आत्मचरित्राच्या द्वारे एकदा का वाचकांना परिचित झाल्या की, ती आत्मचरित्रे त्या काळाबरोबरच कालबाह्य ठरून इतिहासात जमा होतात. मानवी जीवन समग्रपणे समजून घेणाऱ्या वाचकाला ती अपुरी, एकारलेली वाटू लागतात. नंतरच्या काळातील सामान्य वाचकालाही ती जुनाट वाटतात. सारांश, लाटेवर आरूढ होऊन केलेले आत्मचरित्राचे लेखन अनेक दोषांनी डागाळण्याचा धोका असतो. आत्मचरित्रांवर असाही कालिक प्रभाव पडतो.

आत्मचरित्रात साकार होणारा काळ हा तत्कालीन वर्तमानकाळ असतो आणि आकाराला आलेले वास्तव हे तत्कालीन व्यक्तीचे समाजवास्तव असते. आत्मचरित्रात साकार होणाऱ्या या वर्तमानकालीन समाजवास्तवाचा परिणाम आत्मचरित्राच्या लेखनावर विशेष स्वरूपात होतो (वाचकवर्गावरही वाचनाच्या वेळी त्याचा परिणाम होत असतो.) आणि त्यातून आत्मचरित्रात काही दोष निर्माण होतात.

आत्मचरित्र-लेखकाला असे वाटते की, समाजाच्या या वर्तमान वास्तवातील विशिष्ट परिस्थितीचा आपल्यावर कसा परिणाम झाला, त्या त्या विशिष्ट प्रश्नांना आणि समस्यांना, तसेच परिस्थितीला आपण कसे सामोरे गेलो, कशी कशी वाट काढली आणि इथपर्यंत कसे आलो, याचा आलेख आपण काढावा. अर्थात असे वाटणे स्वाभाविक आणि उचितही असते.

पण हा आलेख काढताना आपण त्यात कसा संघर्ष केला, त्यातून नाट्य कसे निर्माण झाले, काही काही घटना मनावर कशा ठसल्या, त्यांच्यात अविस्मरणीयता कशी आहे, निरनिराळे विनोद आणि किस्से कसे घडले, स्वजीवनातील कारुण्य, अपयश, पराक्रम, यशोगाथा यांच्यात कसे लपलेले आहेत, हे सांगण्यातच आपण गोष्टी-वेल्हाळपणे रमतो. आपणच त्याचा रसाळपणा चाखत राहतो. पारावरच्या

गप्पांचा लडिवाळपणा निवेदनात नकळत येतो. या आत्मरंगी रंगण्यामुळे आत्मचरित्रात दोष निर्माण होतात. आवडणाऱ्या घटना-प्रसंगांवर जोर आणि भर दिला जातो. त्यातून एकांगीपणा येतो. तारतम्य राहत नाही. मागचे-पुढचे भान राहत नाही. भाषेचा भावविवश होऊन शब्दबंबाळपणे वापर केला जातो. स्वत:ला मदत करणारे आई-वडील, बहीणभाऊ, जवळचे मित्र, अधिकारी, हितचिंतक यांना गोंजारण्याच्या किंवा त्यांच्याविषयीच्या कृतज्ञतेच्या भावनेतून अकारण पसरटपणा येतो. यासारख्या अप्रस्तुत घटकांना प्रस्तुत मानल्याने किंवा महत्त्व दिल्याने पाल्हाळ निर्माण होतो. विशेषत: भाषेला अशावेळी स्फुरण येते. स्वत:च्या तत्कालीन यशाचा अभिमान वाटून स्वकौतुकयुक्त अशी भाषा लेखणीतून झरझरून येऊ लागते. यातूनच स्वत:च्या काळाचे गोडवे आणि आत्मसमर्थन स्वत:ला न जुमानता येते. विरोधी व्यक्ती, पक्ष, संस्था, इत्यादींविषयी तुच्छताभाव, असहानुभूतिभाव येऊ लागतो.

आपल्या जीवनाशी निगडित असलेल्या काळाला गोंजारण्याच्या या दोषावर मात करण्यासाठी पदोपदी तटस्थपणाची, मूल्यदृष्टीची आणि तर्ककठोरतेची गरज असते. अन्यथा आत्मचरित्रे आत्मसमर्थनाचे जाहीरनामे किंवा स्वगौरवगाथा होतात.

एका विशिष्ट काळात, एका विशिष्ट समाजव्यवस्थेत जन्माला आल्यामुळे आणि त्या व्यवस्थेत जगल्यामुळे त्या समाजातील धर्म, संस्कृती, रूढी, रिवाज, संकेत, कायदे यांनी आपल्यावर अन्याय केला, आपल्याला उपेक्षित केले, आपले शोषण केले, या जाणिवेने मराठीत १९७० नंतर बरीच आत्मचरित्रे लिहिली गेली. विशेषत: नवजागृत समाजस्तरांतून ती निर्माण झाली. त्यांच्यामुळे त्या समाजस्तराची सामाजिक, आर्थिक, शैक्षणिक स्थिती कळली. त्या समाजस्तराची शेकडो वर्षे झालेली उपेक्षा कळली. ती कळावी म्हणूनच ही आत्मचरित्रे लिहिली गेली, त्यांचा अपेक्षित हेतू साध्य झाला.

पण हा हेतू साध्य झाल्यावर ती मागे पडली. ती ज्या गतीने लिहिली गेली, त्यांचा गाजावाजा ज्या झपाट्याने झाला, ती गती आणि तो झपाटा लवकरच मागे पडून त्या आघाडीवर सारे शांत झाले. एखाद्या तात्कालिक गोष्टीच्या साध्यासाठी जेव्हा एखादे साधन जन्माला येते तेव्हा ते साधन ती विशिष्ट गोष्ट साध्य झाल्यावर किंवा प्राप्त झाल्यावर तेवढ्याच वेगाने निखळून मागे पडते, कालबाह्य ठरते. साध्य आत्मसात करण्याच्या काळात त्याचे स्थानही गौण असते, कारण ते साधन असते.

अशाप्रकारची आत्मचरित्रे झपाट्याने मागे का पडतात? ती साध्य प्राप्त झाल्यावर कालबाह्य का वाटू लागतात? याची कारणे त्यांच्या अंतर्गत स्वरूपातच असतात. आत्मचरित्रात अपेक्षित असलेला व्यक्तीचा पुरेसा जीवन-इतिहास त्यात उपलब्धच नसतो. व्यक्तीचा जन्मकाल, त्यावेळची परिस्थिती, तिचे बालपण, तारुण्य, कर्तेपण, सद्यस्थिती, जीवनाचा उत्तरार्ध, आरंभ ते अखेरपर्यंत केलेला

जीवनसंघर्ष आणि त्यातून निर्माण झालेली जगण्याची शैली त्यात नसते. सारांश, आपण कुठे होतो आणि शेवटी कुठपर्यंत कसकसे येऊन पोहोचलो हा व्यक्तिजीवनाचा प्रवास त्यात नसतो. त्यामुळे ती अपुरी वाटतात.

त्यात चरित्रनायकाचे आईवडील, भावंडे, इतर कुटुंबीय यांच्यासंबंधी काही नसते. स्वत:च्या स्वभावाची जडणघडण कशी होत गेली, हातून चुका, पराक्रम, बरीवाईट कृत्ये कशी घडत गेली, त्यांचा समाज, संस्कृती, कुटुंब आणि स्वत:ची स्वभाव-वैशिष्ट्ये किंवा पिंडधर्म यांच्याशी कसा संबंध होता, स्वत:चे शिक्षण कसे, कुणी केले, यात समाजाचा, सरकारचा, घरच्या लोकांचा, स्वत:चा वाटा किती, नोकरी कुणी दिली, का दिली, त्यात आपल्या गुणवत्तेचा, कर्तृत्वाचा वाटा किती होता, काम-धंदा, व्यापार-उद्योग, चरितार्थाचे साधन आपण कसे मिळविले, त्याचा आपल्या जडणघडणीत कसा संबंध आला, मित्र कोण, कसे भेटले, त्यांची मदत, अडथळे, व्यत्यय, प्रोत्साहन, सहकार्य, इत्यादी कसे होत गेले, त्याविषयी स्वत:ला काय वाटले, भोवतालचा समाज कसा होता, त्याची जातीय, धार्मिक, सांस्कृतिक, आर्थिक, ऐतिहासिक वस्तुनिष्ठ कारणे काय होती, त्यातून आपणास बाहेर पडण्यास किंवा यशापयश मिळण्यास कशी मदत वा अडथळे झाले, इत्यादी अनेक अंगांविषयी माहिती मिळत नाही. त्यामुळे ती एकांगी वाटतात.

अशाप्रकारच्या आत्मचरित्र-लेखनांविषयी घडलेल्या दोन-तीन घटना इथे नोंदवाव्याशा वाटतात. एका आत्मचरित्रावर प्रकाशनानिमित्ताने होणाऱ्या कार्यक्रमात बोलण्यासाठी मी गेलो होतो. त्या आत्मचरित्राचे मी केलेले कौतुक सहन न झाल्याने कार्यक्रमानंतर काही व्यक्तींनी मला तिथेच गाठले. त्या व्यक्ती आत्मचरित्रकाराच्या जवळच्या नातेसंबंधातील होत्या. त्यांनी सांगितले की, प्रस्तुत लेखकाने या आत्मचरित्रात बराच खोटा मजकूर घातला आहे. त्याने आपल्या प्रथम पत्नीवर अन्याय केलेला आहे. तिचा काहीच अपराध नसताना दुसऱ्या बाईच्या प्रेमात पडून त्याने प्रथम पत्नीला घटस्फोट दिला आहे. त्यासंबंधी खरी माहिती लपविली आहे. आज तिचे हाल कुत्रेसुद्धा खात नाही.

दुसऱ्या एका आत्मचरित्राविषयी मराठवाड्यात अशीच चर्चा झाली. आपल्या स्वत:च्या आईविषयी खोटी माहिती लिहून तिला बदनाम केली, अशी थोरल्या भावाने आत्मचरित्रकार लहान भावाविषयी कोर्टात तक्रार केल्याची व त्याच्यावर 'केस' घातल्याची बातमी वर्तमानपत्रात आली होती.

आणखी एक दुर्दैवी घटना अशी घडली की, कुणा एकाने आत्मचरित्र लिहून गावातील खऱ्याखोट्या भानगडी चव्हाट्यावर आणण्याचा प्रयत्न चालवला आहे, त्याचे आत्मचरित्र प्रसिद्धीच्या मार्गावर आहे, असे कळताच आत्मचरित्रकाराला दमदाटी करून, दहशत दाखवून ते आत्मचरित्र प्रसिद्ध होण्यापूर्वीच नष्ट करायला लावले.

एका दृष्टीने या तीनही दुर्दैवी घटना असल्या तरी त्या का घडल्या असाव्यात याचा विचार आत्मचरित्राच्या संदर्भाने करण्यासारखा आहे. व्यापक पातळीवर त्यातून काही सूत्र सापडू शकेल काय? आत्मचरित्राचे लेखन करताना आन्द्रे मौरॉज याने सांगितलेले धोके आणि दोष निर्माण होतात त्यापाठीमागे काही मानवी प्रवृत्ती दिसतात. तसे इथे काही दिसते काय?

आत्मचरित्रकार स्वत:ला सुजन, शोषित, अन्यायाचा बळी समजून वाचकाची, समाजाची सहानुभूती लेखनाद्वारे मिळविण्याचा प्रयत्न करतो. ती सहानुभूती मिळविण्याचे साधन म्हणून आत्मचरित्राचा उपयोग करून घेतो. हे साधन प्रभावी ठरावे म्हणून दुसऱ्या बाजूचे सत्य लपविण्याचा प्रयत्न करतो. त्यामुळे दुसऱ्यावर अन्याय होतो, याचे भान त्याला नसते. किंबहुना आपल्या विरोधी व्यक्तींवर, शत्रुपक्षावर उट्टे काढण्याचे साधन म्हणून तो कळत नकळत लेखनाचा वापर करतो. एखाद्या जमातीवर तथाकथित होणाऱ्या सामाजिक अन्यायाला वाचा फोडण्यासाठी स्वत:वर किंवा स्वत:च्या मृत माणसांवर अन्याय झाला, असे खोटे लिहिले जाते. कारण त्याची शहानिशा कुणीच करू शकत नाही, याची त्याला माहिती असते.

सामाजिक प्रबोधनाचा हेतू ठेवून लिहिलेल्या स्त्रियांच्या काही आत्मचरित्रांतही याचा पडताळा येतो. पण त्यांची मांडणी, भाषाशैली वेगळी असते. अशा घटना सौम्य शब्दांत, चतुराईने, संदिग्धतेने, स्वत:च्या बाजूला वाचकाच्या सहानुभूतीचा कल राहील अशा बेताने मांडल्या जातात. पण असे केले तरी दोष नष्ट होऊ शकत नाहीत. पोशाख बदलून ते आलेलेच असतात. त्यामुळे अशाप्रकारची सर्वच आत्मचरित्रे एकांगी, अपुरी, अविश्वसनीय, विवश वृत्तीने लिहिली गेलेली वाटतात. त्यात आत्मसमर्थन, वकिली, विपर्यास, सहानुभूतिसंवर्धन यासारखे दोष निर्माण झालेले असतात. ती स्वत्व आणि सत्त्व हरवून बसल्याने, कशाचे तरी साधनत्व स्वीकारल्याने त्यांचे मोल कमी झालेले असते आणि अस्तित्व भडकलेल्या रॉकेलच्या दिव्यासारखे थोड्या काळापुरते टिकणारे असते, पर्यायाने ते लवकरच कालबाह्य होते.

शोषित, नवजागृत सामाजिक स्तरांतून लिहिल्या गेलेल्या आत्मचरित्रांना 'आत्मकथा' असेही वाङ्मयक्षेत्रात म्हटले जाते. हा शब्दप्रयोग आत्मचरित्र या साहित्यप्रकारापेक्षा ही लेखने वेगळी आहेत, हे सूचित करण्यासाठी वापरला जात असावा असे दिसते. असे असेल तर ते साहित्यप्रकाराच्या आणि वाङ्मयीन शिस्तीच्या दृष्टीने योग्यच आहे. 'कथा' हा प्रकार अनुभवाच्या बाबतीत एकपदरी असतो. अनुभवाच्या एका विशिष्ट अंगावर त्यात प्रकाश टाकलेला असतो. तो अनुभव कादंबरीतल्याप्रमाणे समग्र, व्यामिश्र, वस्तुनिष्ठ नसतो. तो आत्मनिष्ठ असतो. तो मनाच्या उत्कट किंवा उत्तेजित अवस्थेत भावलेला, त्या अंगानेच फक्त

जाणिवा व्यक्त करणारा, बाकीच्या अंगोपांगांना लेखनकक्षेच्या बाहेर ठेवणारा असतो. आत्मकथांत हे गुणविशेष कमीअधिक प्रमाणात दिसतात. आत्मकथाकारांचा तो उत्स्फूर्त भावनाविष्कार असतो, हे त्यांच्या वाचनातून जाणवते. म्हणून त्यांचा विचार किंवा अभ्यास 'आत्मकथा'च म्हणून व्हावा 'आत्मचरित्रे' म्हणून होऊ नये. त्यांच्यावर अन्याय केल्यासारखे होईल. कारण 'आत्मचरित्र' या साहित्यप्रकाराकडून आपण ज्या अपेक्षा करतो त्यांची पूर्तता 'आत्मकथां'कडून होऊ शकत नाही. ती न होणे स्वाभाविक आहे. उदाहरणार्थ, 'कादंबरी' या साहित्य-प्रकाराकडून आपण ज्या अपेक्षा करतो त्यांची पूर्तता 'कथा' या साहित्यप्रकाराकडून होऊ शकत नाही. दोहोंची परिमाणे वेगळी असतात. तसाच अतिव्याप्तीचा दोष इथे निर्माण होऊ शकतो. म्हणून त्यांना आत्मकथाच म्हटलेले बरे. मात्र असे म्हटल्याने त्यांचे दोष हे दोषच राहतात, त्यांचे 'गुणीभवन' होऊ शकत नाही, हे लक्षात ठेवलेले बरे.

सारांश, आत्मचरित्र काय किंवा आत्मकथा काय यांना कोणत्या तरी अन्य साध्याचे (उदाहरणार्थ, चळवळीचे, प्रबोधनाचे, स्वत:ची प्रतिमा उजळण्याचे, स्वत:वरील अन्यायाला वाचा फोडण्याचे) साधन बनवून त्यांचे लेखन केल्यास त्यात अनेक प्रकारचे दोष निर्माण होण्याचे धोके असतात.

आपल्यावर होणाऱ्या अन्यायाला जेवढ्या हिरिरीने आपण आत्मचरित्रात वाचा फोडतो तेवढ्याच जोराने आपल्या घोडचुकांना आपण वाचा फोडत नाही. त्यामुळेही आत्मचरित्रे एकांगी बनतात. म्हणून आपण माणूस म्हणून काही घोडचुका केलेल्या असतील, मोहापोटी काही आगळीक केलेली असेल, तर तेही आत्मचरित्रात यावे, कारण आपणाला आपल्यातीलच हाडामासाचा माणूस त्यात अस्सलपणे सापडत असतो. तो रेखाटून पुढच्या अनेक पिढ्यांसाठी, हजारो वाचकांसाठी एक दृष्टान्त ठेवता येतो. म्हणून तो 'माणूस' अस्सल, वास्तवदर्शी, साक्षात स्वरूपात उमटावा. त्यामुळे आत्मचरित्राची विश्वसनीयता अधिक वाढते.

खोटी नम्रता जशी माणसाला माणूस म्हणून आत्मचरित्रात उणेपणा आणू शकते, तसे खोटेनाटे शोध लावून आपल्या भातावर 'श्रेयाचे वरण' ओढून घेण्याचाही प्रयत्न आत्मचरित्राविषयी अविश्वसनीयता निर्माण करू शकतो. विशेषत: सामाजिक कार्यकर्ते, राजकीय पुढारी, अधिकारी, उद्योजक, संशोधक, संस्थाप्रमुख, इत्यादी सार्वजनिक क्षेत्रांतील व्यक्ती 'हे मी केलं, ते मी केलं' असे जेव्हा सांगतात, ते खास संशयास्पद वाटत असते. त्यात अतिशयोक्ती जाणवत असते. खरेतर पंचवार्षिक योजनांतून, विविध विकास-योजनांतून, सरकारी आदेशांतून, नैमित्तिक, चाकोरीतून, इंजिनीअर्स आणि कामगार यांच्या कल्पक शोधांतून आणि अविरत श्रमांतून काही घटित आकाराला आलेले असते. त्यात केवळ एक व्यक्ती काहीच करू शकत नसते. उदाहरणार्थ, व्यक्ती एखाद्या कमिटीत सभासद असते. सर्वांची

ही कमिटी तिथे कार्य करीत असते. सरकारकडे विनंत्या, अर्ज करते. डेप्युटेशन नेते. या सर्वांत एखाद्या व्यक्तीचा त्याग वा कार्य, फंड गोळा करणे, पैसा उभा करणे, स्वत: आर्थिक धस सोसणे, इत्यादी काहीही नसते; पण आत्मचरित्रात केवळ आपल्या नावावर 'कार्यांचा डोंगर' उभा करण्याचा तो एक प्रयत्न असतो. हा प्रयत्न स्वत:ला निवडून आणण्यासाठी, सत्ता टिकविण्यासाठी, आत्मप्रौढी मिरविण्यासाठी कळत-नकळत चाललेला असतो. अशांच्या आत्मचरित्रांतून आत्मगौरवच दिसून येतो. अंतिमत: ही आत्मचरित्रे मूळ हेतू विसरून छुपेपणाने आत्मपूजा बांधणारी खासगी देवळे वाटतात.

आत्मचरित्रात आपण आपले मूल्यमापनही करू नये. फक्त अन्वयार्थपूर्ण घडलेल्या घटना लिहीत जावे. नकळतच तत्विषयीच्या आपल्या जाणिवाही त्यातून व्यक्त होत असतात. स्वतंत्र मूल्यमापन काळावर सोपवून द्यावे. अन्यथा त्यातूनही 'मी'चे पूर्वग्रह, खोटी नम्रता, अवाजवी प्रौढी आणि मापन करणारी एकारलेली दृष्टीही येण्याची शक्यता असते.

वरती सुचविल्याप्रमाणे वास्तविक स्वरूपात आपले जीवन, त्यातील घटना-प्रसंग आपण कथन करण्यातूनच आपण आपले मूल्यमापन करीत असतो. त्याच्यावर पश्चातबुद्धीने वेगळे भाष्य करण्याची गरज नसते. असे केले तर स्वाभाविकपणे उमटलेला 'मी'चा अस्सल आवाज आपण स्वत:च नष्ट केल्यासारखे होईल. म्हणून आत्मचरित्रात आपल्या एकूण जीवनाचे उघड-उघड मूल्यमापन किंवा त्यावर भाष्य करू नये.

आत्मचरित्र-लेखनाच्या वेळी एक समस्या अटळपणे उभी राहते. ती नैतिक स्वरूपाची असते. कितीही सहानुभूतीने विचार केला तरी आपल्या जीवनात आलेल्या आणि काही ना काही कारणांनी मतभेद, संघर्ष, वाद निर्माण झालेल्या काही समकालीन व्यक्तींविषयी लिहिणे गैरसोयीचे होते. त्यांचा अहंकार दुखावला जातो. त्यांचा परखडपणे उल्लेख केला तर किंवा उघडउघड काय घडले ते सांगितले तर ते आपल्याला त्रास देण्याची, छळवाद मांडण्याची शक्यता असते. अशावेळी काय करावे?

याबाबतीत काही पर्याय संभवतात :

(अ) अशा व्यक्तीने आपल्या स्वत:विषयी जीवनात दिलेला त्रास, केलेला विरोध, झालेला मतभेद, फसवणूक, विश्वासघात, इत्यादी जर आपल्या एकूण जीवनाच्या संदर्भात नगण्य असेल, ती घटना जीवनावर दीर्घ आणि सखोल परिणाम करणारी नसेल तर अशा व्यक्तींचा आपल्या जीवन-चरित्रातील भाग वगळून टाकणे सगळ्यात उत्तम.

पुष्कळवेळा आपल्या मनातही त्या व्यक्तीचा आत्मचरित्रात उल्लेख करून

तिच्यावर शाब्दिक सूड उगवावा, अशी भावना होते. ही भावना अनाठायी तर नाही ना याचा तटस्थपणे विचार करून तिलाही आळा घातला पाहिजे.

(ब) दुसरा पर्याय असा की, त्या व्यक्तीचे आपल्या जीवनातील स्थान आपल्या जीवनावर दीर्घ परिणाम करणारे असेल तर त्या व्यक्तीच्या नावाचा निर्देश न करता आपण तिचा 'एक व्यक्ती' असा उल्लेख करू शकतो किंवा तिला काल्पनिक नाव देऊनही उल्लेख करू शकतो.

अशा उल्लेखामुळे आत्मचरित्राला काही ढळ पोहोचतो, असे नाही. कारण ती व्यक्ती आत्मचरित्राच्या सबंध जीवनपटात 'एक व्यक्ती' म्हणूनच आलेली असते. तिचे आपल्या स्वत:च्या जीवनातील स्थान गौण असते. ते स्थान आपल्या जीवनात एक विशिष्ट प्रतिकूल कार्य साधून संपुष्टात आलेले असते. आत्मचरित्रात ती एक प्रतिकूल कार्य साधणारी व्यक्तीच असू शकते. म्हणून तिचे ते कार्य लक्षात घेऊनच आपण तिला आत्मचरित्रात आणावयाचे असते. तिथे तिच्या नावाला महत्त्व नसते.

(क) तिसरा पर्याय असा की, आपल्याकडे जर लेखी पुरावे, कागदपत्रे असतील तर त्या आधारानेच नावानिशी त्या व्यक्तीचा उल्लेख व घडलेली घटना अतिशय तटस्थपणे जणू न्यायाधीशाच्या भाषेत आपण सांगू शकतो. इथे कुठेही विवशता, एकांगीपणा, आत्मप्रतिष्ठा आड न आणता हे उल्लेख करणे जरूर असते.

(ड) आपल्या जीवनात आलेल्या विसंवादी व्यक्तीची भूमिका सहानुभूतिपूर्वक आणि नीटपणे समजून घेऊनही आपण मांडू शकतो. शक्य असेल तर अशा व्यक्तीला पुन्हा एकदा भेटून तिच्या त्या कृत्यामागची तिचीही भूमिका समजून घेता येते आणि ती आत्मचरित्रात मांडताही येते. या समजून घेण्यापोटी आत्मचरित्रात एकप्रकारची हृद्यताही येऊ शकते.

विसंवादी व्यक्तीशी पूर्वी वागताना आपल्यातल्या विसंगतीही त्या भेटीतून आपल्या निदर्शनास येऊ शकतात. विसंवादी व्यक्तीच्या त्या कृत्यामागील गंभीर भावनाही कळू शकतात. त्यामुळे तो प्रसंग हृद्यतेने सांगता येण्याची शक्यता असते. विसंवादी व्यक्ती हाही एक मानवी जीव आहे, हे समजून घेण्याने आत्मचरित्राला बळ येऊ शकते.

या अटळ समस्येविषयी जरा अधिक स्पष्ट करावेसे वाटते. 'आत्मचरित्र' ही वस्तू अशी आहे की, ती आयुष्यात एकदाच लिहिता येते. लिहून एकदा प्रसिद्ध झाली की, पुन्हा सुधारित आवृत्ती काढता येत नाही. फक्त पुनर्मुद्रण करता येऊ शकते. दुसऱ्यांदा आत्मचरित्र सुधारून लिहिता येत नसल्यामुळे त्याच्या लेखनाच्या वेळी अष्टावधानी जागरूकता ठेवावी लागते. आत्मचरित्र हे स्वत:विषयीचे समग्र लेखन असल्यामुळे 'आपल्याविषयी आणि आपल्या जीवनात जे कोणी (विशेषत:)

शत्रू आले त्यांच्याविषयी सांगण्याची ही शेवटची संधी आहे' असे सतत भावनात्मक पातळीवर वाटत असते. प्रत्यक्ष लेखन करत असताना मनाला एक आवेग आलेला असतो. त्या आवेगात स्वत:च्या सुप्त, अर्धसुप्त मनस्तरातील गाळ, गदळ, चिखल आणि राड मूळ स्वभावातील रांगडेपणासह ढवळून वर उसळत असते. परिणामी जीवनात ज्यांच्याशी मतभेद, संघर्ष निर्माण झाले किंवा पटले नाही त्यांच्यावर लेखनातून शाब्दिक हल्ले होऊ लागतात. त्यांना समजून घेतले जात नाही. त्यामुळे त्यांच्यावर अन्याय होऊ लागतो. त्यांच्या बाजूंनी वस्तुस्थिती वेगळी असण्याची खूपच शक्यता असते, पण ती मांडण्यासाठी त्यांना आपल्या स्वत:च्या आत्मचरित्रात स्थान नसते. परिस्थिती अशी असल्यामुळे इतरांना अधिकाधिक समजून घेण्याची गरज असते.

त्यांना समजून घेतल्यास आत्मचरित्राचे मोल वाढते. आत्मचरित्रातील 'मी'चे व्यक्तिमत्त्व आणि त्याच्या संबंधात आलेल्या इतर शत्रू वा मित्र अशा कुणाचेही व्यक्तिमत्त्व यांच्यातील विचार, मते, ज्याची त्याची भूमिका यांना स्पष्ट वाचा फुटली तर जीवनातील संघर्ष नीटपणे कळू शकतात. एवढेच नव्हे तर त्यामुळे 'मी'च्या जीवनातील संघर्षाची आणि विशिष्ट व जिवंत व्यक्तिमत्त्वाची ओळख वाचकाला नीटपणे होऊ शकते.

म्हणून प्रत्यक्ष जीवनात जरी आपण एखाद्या व्यक्तीशी आत्मकेंद्रित वृत्तीने वागलो असलो तरी आत्मचरित्र-लेखनाच्या निमित्ताने तिला समजून घेण्याची संधी असते. ही संधी सोडू नये. जीवनात ती एकप्रकारचा शहाणपणा, समजूतदारपणा घेऊन येत असते. शिवाय आत्मचरित्राच्या लेखनात ती वस्तुनिष्ठा निर्माण करत असते. त्यामुळे लेखनाचे मोल वाढते. कारण आत्मचरित्राचे लेखन हे अंतिमत: आत्मशोध घेण्यासाठी किंवा 'स्व'चा वेध घेण्यासाठी करावयाचे असते. जे होऊन गेले त्याच्या बाह्य स्वरूपाचे फोटोग्राफिक चित्रण करण्यासाठी आत्मचरित्रे नसतात तर ती जे होऊन गेले त्याची मीमांसा करणारी, त्यातील 'मी'ची एकूण मानसिक स्थितिगती सांगणारी असतात.

'मी'च्या जीवनातील नाट्य, संघर्ष, मतभेद यातील दुसरी व्यक्ती, दुसरी बाजू नीटपणे वाचकाच्या लक्षात आली नाही तर 'मी'चे नेमके आव्हान काय होते याची कल्पना वाचकाला यथार्थपणे करता येत नाही. आत्मचरित्र हा एकदेशीय बेभान मनाचा आविष्कार नसतो, तो अष्टावधानी मनाने घेतलेला अनेकशाख वृक्षाचा सर्वदेशीय आलेख असतो.

लेखनाची पूर्वतयारी आणि लेखन करताना निर्माण होणारे संभाव्य दोष याविषयी सविस्तर विवेचन केल्यावर आपल्या हाती काही निष्कर्ष येतात.

आत्मचरित्राचे लेखन करताना लेखकाला सातत्याने एक गोष्ट जाणवते.

अखंड प्रवाही असलेल्या काळाने आपल्याला आपल्या जीवनातील घटना-प्रसंग, व्यक्ती, त्या त्या वेळच्या भावभावना, जाणिवा, सुख-दुःखे यांच्यापासून प्रत्यक्षात दूर नेलेले आहे. दूर नेण्याची ही प्रक्रिया क्षणाक्षणाने सतत सुरूच आहे. आपण आपल्यापासूनच दूर गेलेलो आहोत, आपला जगलेला काळ भूतकाळात जमा झालेला आहे. आता या भूतकाळाविषयी मनात फक्त आठवणीच जाग्या होत आहेत.

आत्मचरित्राचे लेखन करताना या आठवणी जाग्या करण्याचे कार्य आपली कल्पनाशक्ती करत असते. तिच्यावर आपणाला पूर्णपणे विसंबून राहावे लागते. आयुष्यातील पुष्कळ गोष्टी आपण विसरून गेलेलो असतो. आठवणाऱ्या गोष्टींतीलही काही भाग विसरून गेलेलो असतो. सामान्यतः भूतकालीन घटना-प्रसंगांतील महत्त्वाचे घटक लक्षात राहतात. गौण घटक किंवा त्यातील काही भाग विसरले जातात. म्हणून आत्मचरित्र म्हणजे जीवनात जे काही घडले त्यांचा साद्यंत फिल्मरूप इतिहास नसतो किंवा तारीखवार त्या त्या दिवशी केलेल्या नोंदींची जंत्री नसते तर भूतकाळात जे काही घडले त्यातील घटना, प्रसंग, व्यक्ती, इत्यादींविषयीच्या स्मरणाने जिवंत केलेल्या आठवणी असतात. त्या कल्पनाशक्तीने आज (आत्मचरित्रलेखनाच्या वेळी) आपण आत्मसात करीत असतो. त्यामुळे कल्पनाशक्तीची कुवतही त्या आठवणींवर नियंत्रण ठेवत असते. याबरोबरच त्या आठवणींविषयीच्या आजच्या (वर्तमानकाळातील) 'मी'च्या भावभावना, ज्ञानात्मक प्रतिक्रिया याही तिथे सक्रिय झालेल्या असतात आणि हे असे असणेही स्वाभाविक आहे. म्हणून आन्द्रे मौरॉज यांनी विस्मृतीच्या संदर्भात घेतलेल्या आक्षेपांचे आपोआपच निरसन होते, कारण 'आत्मचरित्र' या साहित्य-प्रकारालाच ती पडलेली मानवी मर्यादा असते.

सारांश, आत्मचरित्र हा स्वतः 'मी'ला व्यक्त करणारा आणि प्रत्यक्ष जीवनाला भिडणारा उत्तम साहित्यप्रकार आहे, पण स्वतःला व्यक्त करताना त्यात अनेक धोके संभवतात. या नाजूक बेलाग धोक्यांमुळेच लेखकाला वरदानासारखा असलेला हा प्रकार शापासारखा ठरतो, असे डॉ. नाईक म्हणतात ते खरे आहे.

पहिली विलक्षण गोष्टी ही की, आत्मचरित्रकार आणि आत्मचरित्राचा नायक एकच असतो. 'मी'नेच 'मी'कडे अलिप्तपणे पाहण्याची किमया इथे करावी लागते. त्यात कलात्मक अलिप्तता किंवा तटस्थता असणे अपरिहार्य होऊन बसते. ती नसेल तर आत्मसमर्थनाचा, आत्मगौरवाचा धोका संभवतो. अगदीच तटस्थ राहिलात तर कोरडेपणा, हकिकतवजा निर्जीव निवेदन येण्याची दाट शक्यता असते. म्हणून हे लेखन तारेवरच्या कसरतीसारखे अवघड कार्य होते. आत्मविसंगत वाटावी अशी ही वस्तुस्थिती आहे. त्यामुळे हा साहित्यप्रकार त्याच्यासारखा तोच वाटतो.

तटस्थ राहून वस्तुनिष्ठपणे सखोल आत्मनिरीक्षण आणि आत्मपरीक्षण करण्याचा

गुण नसेल तर बाकीच्या कलागुणांनी नटलेले आत्मचरित्र व्यर्थ किंवा वांझोटे ठरते. आत्मनिरीक्षणातून आत्ममग्नता, आत्मप्रौढी, आत्मसमर्थन, अहंता येण्याचा धोका असतो म्हणून आत्मनिरीक्षणानंतर आत्मपरीक्षणाची अत्यावश्यकता असते.

आत्मचरित्रलेखनात 'मी'शी 'मी'चा संबंध असतो तो विशिष्ट स्वरूपाचा असतो. हा विशिष्ट संबंध 'मला कोणत्या कारणासाठी आत्मचरित्र लिहावेसे वाटते' यातून निर्माण झालेला असतो. यातूनच आत्मचरित्राचा विषय आकार घेत असतो. विषयाचे सूत्र सापडले की, आकाराची सिद्धी होऊ लागते. नुसत्या अस्ताव्यस्त आठवणी लिहिणे म्हणजे आत्मचरित्र नव्हे, हे यातून स्पष्ट होते.

संकल्पित आकार मनोमन दिसला की, मग जीवनातील घटना, प्रसंग, अनुभव, व्यक्ती, स्थळ, काल यांची निवड होऊ लागते. ही निवड म्हणजे त्या संकल्पित आकाराचे विविध घटक असतात हे उघड आहे. या घटकांचे परस्पर संबंध जसे स्थापन करावे लागतात तसे ते विषय-सूत्राशीही बांधत न्यावे लागतात. यातूनच आत्मचरित्राच्या लेखनाचा प्रवास सुरू होतो. ते एका टप्प्याकडून दुसऱ्या टप्प्याकडे जाऊ लागते किंवा गती घेऊ लागते.

आत्मचरित्र लिहिण्याच्या उद्देशाने आपण त्या साहित्यप्रकाराचा सांगोपांग अभ्यास केला तर या वाटेवरील वळणे, धोके, जोखीम हे सर्व कळते. दुसराही एक फायदा होतो. आत्मचरित्र लिहिण्याची आपली योग्यता खरोखर किती आहे? आपण ते लिहू शकू की नाही? आपण खरोखरच स्वतःला नीटपणे जाणतो काय? जाणले तरी तेवढ्याच स्पष्टपणे लिहिण्याचे धैर्य आपणाजवळ आहे काय? आपण एखाद्या लाटेचे, एखाद्या वाङ्मयीन मोहाचे बळी तर होत नाही ना? स्वतःच्या अनुभवाचे भांडवल करून सहानुभूतीची भिक्षा मिळविण्यासाठी आपण प्रवृत्त झालेलो नाही ना? असे प्रश्न स्वतःलाच पडू लागतात. त्यांची उत्तरे आपणच जबाबदारीने गंभीरपणे शोधायची असतात आणि लेखन करायचे की नाही याचा निर्णय घ्यावयाचा असतो.

एवढ्या खोलात जाऊन विचार आणि वाचन यापैकी काहीही न करणाऱ्याला आत्मचरित्राचे लेखन फारच सोपे, सरळ, विनासायास लिहिता येण्याजोगे वाटते. असे लेखक आपल्या आत्मचरित्रात स्वतःला 'माणूस' म्हणून उभे करीत नाहीत, तर ते 'मी'च्या रूपात एक सहानुभूतीचा पुतळा, एक गौरवाचा ठोकळा, परिपूर्णतेचा अवतार, नम्रतेचा, सौजन्याचा पाईक म्हणून स्वतःच्या ऐवजी एक वस्तू उभी करतात. तिथे 'मी'तील 'मी' नसतो, 'मी'च्या कल्पनेतील एक कल्पनारम्य 'मी' उभा असतो.

आत्मचरित्रातील आत्माविष्कार जीवनातील सत्याशी संबंधितच ठेवावा लागतो. वाचकही तो आत्मचरित्रकाराच्या जीवनातील वास्तव म्हणूनच स्वीकारत असतो.

जीवनातील संकोच निर्माण करणारे काही अनुभव आत्मचरित्रकाराला आत्मचरित्रात सांगावेसे वाटत नाहीत. ते अनुभव कित्येकवेळा अहंभाव, प्रतिष्ठा, नैतिकता यांच्या आड येतात. अनैतिकतेची, अध:पतनाची, गुन्ह्यांची, चुकांची कबुली त्यात स्पष्ट किंवा सूचित होत असते. त्यामुळे आत्मचरित्र लिहायला नको वाटते. असामान्य धैर्य असल्याशिवाय आत्मचरित्र नीटपणे लिहिता येणे अशक्य असते.

असे धैर्य नसल्यामुळेच की काय अनेक साहित्यिक स्वत:जवळ अवांतर भरपूर साहित्यकलागुण असूनही आत्मचरित्र लिहीत नाहीत. ते आत्मनिष्ठ ललित साहित्य निर्माण करून त्यातच सुरक्षितपणे आत्माविष्कार साधतात. मराठीमध्ये तथाकथित आत्मचरित्रात्मक कादंबऱ्या ही त्याची उदाहरणे मानता येण्यासारखी आहेत.

केवळ आत्माविष्काराचा सराव असल्याने एखादी (साहित्यिक) व्यक्ती सहजासहजी आत्मचरित्रही लिहू शकेल, असे मानणे योग्य नाही. अनेक साहित्यिकांना आत्माविष्काराचा सराव असला तरी आत्मचरित्र लिहिण्यात मुळातच रस नसतो. मुक्तपणे, मुक्त मनाने आत्माविष्कार करण्याच्या त्यांच्या ललित साहित्यनिर्मितीच्या सवयीवर आत्मचरित्रात खूपच मर्यादा पडतात.

अनेक साहित्यिकांनी आत्मचरित्राच्या आशयाचा अभ्यास किंवा धांडोळा न घेता आत्मचरित्रे लिहिली आहेत. ललित साहित्य-निर्मितीसाठी केवळ सौंदर्यानुभवाची प्रेरणा लेखनाला पुरेशी पडू शकते, तशी आत्मचरित्रासाठी केवळ सौंदर्यानुभवाची प्रेरणा पुरेशी नसते. केवळ भाषेच्या मांडणीच्या जोरावर वा वैभवावर किंवा आत्मकेंद्रित भावसत्यावर आत्मचरित्र यशस्वी होऊ शकत नाही.

स्वत:च्या जीवनाचा लेखनपूर्व अनुभव किती व्यापकतेने, किती सामाजिक, सांस्कृतिक अंगांनी, किती उत्कटतेने, सखोलतेने, अंतर्मुखतेने, साक्षेपी वृत्तीने, चिंतन-मननयुक्ततेने घेतलेला असतो आणि तो किती एकात्मतेने संघटित झालेला असतो, हे आत्मचरित्रात महत्त्वाचे असते. अभिव्यक्तीची मांडणी, भाषा या त्यानंतरच्या बाह्यांगाच्या बाबी असतात. केवळ बाह्यांगाच्या आकर्षकतेवर साहित्यिक आत्मचरित्रकाराला निभावून नेता येणार नाही. अशाप्रकारे ज्या साहित्यिकांनी मराठीत आत्मचरित्रे लिहिली आहेत ती अयशस्वी झालेली आहेत.

साहित्यिक असो वा अन्य कोणी असो आत्मचरित्रकारावर एक नैतिक जबाबदारी येते. आलेल्या स्वानुभवाच्या आधारे जीवनसत्याचा शोध तटस्थपणे घ्यावा लागतो. त्याच्या आविष्कारासाठीच निष्ठेने आत्मचरित्रनिर्मितीकडे वळावे लागते. ती मांडताना व्यावहारिक फायद्या-तोट्यांचा विचार निखालस अप्रस्तुत असतो. त्यामुळे आत्मचरित्र लिहिताना एका वेगळ्या, व्यापक आत्मिक स्वरूपाच्या नैतिक पातळीवर स्थिर व्हावे लागते. ही पातळी परममानवी विवेकाची, आत्म-संशोधकाची असते. तिचे ध्येय व्यवहारी जीवनाच्या कितीतरी पलीकडे असते. त्यामुळेच त्याची आत्मचरित्ररूप

साहित्यकृती महान ठरणारी असते. ती मानवी जगण्याचे एक स्थलकालातील प्रतीक होऊन राहते.

महान साहित्यकृतीचे वैशिष्ट्य असे की, ती प्रथमपासूनच गाभ्याच्या आशय-अनुभवावर वाचकाचे मन खिळवून ठेवते. त्याची भावावस्था विचलित करत नाही. मूलभूत आशय-अनुभवावर झालेली त्याची एकाग्रता अखेरपर्यंत ढळू देत नाही. अर्थात असा आशय-अनुभव साहित्यकृतीत अर्थपूर्ण, व्यामिश्र, लक्षवेधी, व्यापक, विकसनशील, प्रत्ययकारी आणि जिवंत रसरसता वाटत असतो. म्हणूनच वाचकाचे त्यावर एकाग्र चित्त झालेले असते.

पहिल्या वाचनात असा प्रत्यय देणारी साहित्यकृती ही महान असते. ती गोळीबंद, नेटकी, सघन असते. नेहमीच्या जीवनातील, पण वरच्या आणि श्रेष्ठ पातळीवरचा ती प्रत्यय देत असते.

ती अति आवडल्याने तिचे दुसरे-तिसरे वाचन होत असते. नंतरच्या त्या वाचनात मांडणीचे, शब्दकलेचे, भाषावैभवाचे, व्यक्तींच्या (पात्रांच्या) एरवी सहज वाटणाऱ्या वर्तनांचे अर्थपूर्ण बारकावे आणि विशेष धर्म हळूहळू सूक्ष्म दृष्टीला जाणवू लागतात. त्यामुळे ती आणखी मोठी होते.

दुसऱ्या-तिसऱ्या वाचनात जाणवणारी ही वैशिष्ट्ये अर्थातच कलेतील दुसऱ्या स्थानावरची असतात. त्यात प्रतिभेपेक्षा कौशल्य, कल्पनाशक्ती, भाषामाध्यमांवरील नियंत्रण, मानवी स्वभावातील बारीकसारीक पापुद्रे आणि त्यांचा मार्मिक वापर यांचे सहजतेने उपयोजन केलेले असते. पण ही वैशिष्ट्ये दुसऱ्या स्थानावरची असली तरी अत्यावश्यक असतात.

जर का प्रथम वाचनातच ही दुसऱ्या स्थानावरची वैशिष्ट्ये डोळ्यांत भरली, मनात घुसली आणि मूळ आशय-अनुभवावरचे मन विचलित करू लागली किंवा त्याला मागे रेटून स्वत: पुढे पुढे येऊ लागली तर ती कलाकृती प्रदर्शनीय, भडक, दुय्यम दर्जाची वाटू लागते.

याचा अर्थ असा की, महान साहित्यकृती ही आशय-अनुभव आणि त्याची चैतन्यपूर्ण अभिव्यक्ती या दोन्ही अंगांनी समृद्ध असावी लागते. तिचा आशय-अनुभव अस्सल वाटतो. भाषा माध्यमावरचे साहित्यिकाचे नियंत्रण औचित्यपूर्ण असते. म्हणजे असे की, त्याला माध्यमाच्या सर्व कळा माहीत आहेत, तर तो त्यांचे उपयोजन तारतम्यानेच करतो याचा पडताळा येतो. आत्मचरित्रकाराने लेखनाच्या वेळी याचे अधूनमधून स्मरण करावे, अशी अपेक्षा असते.

◆

साहित्यिकाने आत्मचरित्र लिहावे काय?

ललित साहित्यिकाला आत्मचरित्र लिहावयाचे असेल तर एक मूलभूत प्रश्न उपस्थित केला जातो : 'साहित्यिकाला वेगळे आत्मचरित्र लिहिण्याची गरज आहे काय' हा प्रश्न व्याज स्वरूपाचा असतो किंवा प्रश्नालंकार असतो. म्हणजे असे की, या प्रश्नातच 'साहित्यिकाने वेगळे आत्मचरित्र लिहिण्याची गरज नाही', असे उत्तर ध्वनित असते. त्या पाठीमागे एक भूमिका असते.

साहित्यिकाच्या कथा, कादंबरी, ललित गद्य, कविता यासारख्या साहित्य-प्रकारांतून त्याचे आत्मचरित्रच प्रतिबिंबित झालेले असते. ते वेगवेगळ्या स्वरूपात अवतरत असते. तेच त्याचे खरे आत्मचरित्र असते. तो त्याच्या सर्जनशील व जीवनार्थ शोधू पाहणाऱ्या अंतर्मनाचा आलेख असतो. त्याच्या मनाची खरी स्पंदने तिथे सापडतात. तिथे व्यक्त होणारे त्याचे मन खरे मुक्त असते. त्यामुळे ते सच्चे असते. म्हणून साहित्यिकाचे मनोजीवन तिथेच उघड झालेले असल्याने तेच त्याचे खरे आत्मचरित्र असते.

उलट साहित्यिकाच्या प्रत्यक्ष जीवनात घडलेल्या घटना, प्रसंग, अनुभव समाजाच्या, व्यवहाराच्या मर्यादांत घडलेले असतात. त्यामुळे संवेदनशील साहित्यिक-मनाची खरी स्पंदने तिथे सापडत नाहीत. व्यवहारात त्याचे तडजोड करून जगलेले जीवन सापडते. मग अशा व्यावहारिक अनुभवांतून काढलेला आलेख म्हणजे आत्मचरित्र हा 'खऱ्या मनाचा आलेख' कसा मानावा?

दुसरे असे की, साहित्यिकाच्या प्रत्यक्ष जीवनात घडलेल्या अनेक अनुभवांचा तो आपल्या साहित्यकृतीत अनेक प्रकारांनी उपयोग करून घेत असतो. त्या अनुभवांना आपल्या मुक्त सर्जनशील मनाने आपणास हवा तसा (इच्छिलेला) नवा आकार देत असतो. त्याला हवे असलेले, त्याच्या मुक्त मनाने इच्छिलेले घटक

तो त्या अनुभवांत मिळवून व मूळ व्यावहारिक अनुभवांतील नको वाटलेले घटक काढून टाकून तो हा नवा (साहित्यिक, सौंदर्यपूर्ण, रूपसंपन्न) आकार साधत असतो. म्हणून त्याच्या साहित्यिक अंतरात्म्याचे तेच खरे आत्मचरित्र मानावे लागते. अशा आत्मचरित्राला (Poetic Autobiography) साहित्यरूपात्मक आत्मचरित्र असे म्हणतात. अशी ही भूमिका आहे. पाश्चात्त्य साहित्यक्षेत्रात ही भूमिका अलीकडे प्रभावीपणे मांडली जाते, पण तिच्यात वाङ्मयीन व्यवस्थापनाचा अभाव आणि ढोबळ स्वरूपाची तार्किक विसंगती जाणवते. याची चर्चा प्रस्तुत पुस्तकात इतरत्र केलेली आहेच.

आत्मचरित्राचा हा प्रकार न मानणाऱ्या साहित्यिकालाही आत्मचरित्राचे लेखन करताना आणखी एक अडचण येते. त्याने आपल्या स्वत:च्या जीवनातील अनेक घटना, प्रसंग, अनुभव, व्यक्ती यांचा उपयोग करून स्वत:च अनेक साहित्यकृती निर्माण केलेल्या असतात. अशा परिस्थितीत आत्मचरित्राचे लेखन करताना त्याला त्याच घटना, प्रसंग, अनुभव, व्यक्ती यांचा पुन्हा आत्मचरित्रात उपयोग करता येईल काय? त्यांचा उपयोग केल्याने त्याच्याच एकूण साहित्यातील ती पुनरावृत्ती होणार नाही काय? ही पुनरावृत्ती टाळण्यासाठी मग साहित्यिकाने त्या घटना, प्रसंग, अनुभव, व्यक्ती यांना आत्मचरित्रातून वगळावयाचे काय? समजा तसे वगळले तर आत्मचरित्रात त्रुटी किंवा अपुरेपणा निर्माण होतो, त्याचे काय करावयाचे? मग अशा परिस्थितीत आत्मचरित्र लिहिण्याचेच टाळले तर काय होईल? ते टाळले तर स्वजीवनात घडलेल्या, पण तोपर्यंतच्या काळात साहित्यनिर्मितीत न वापरलेल्या घटना, प्रसंग, अनुभव, व्यक्ती यांचा वापर नंतरच्या साहित्यनिर्मितीत त्याला मुक्तपणे करण्याचा फायदाही मिळू शकेल. मग वेगळे आत्मचरित्र लिहिण्याची काय गरज आहे असे त्याला वाटते.

पुष्कळ साहित्यिक आपल्या स्वत:च्या जीवनातील घटना, प्रसंग, अनुभव, व्यक्ती यांचा आपल्या ललित साहित्यनिर्मितीसाठी प्रत्यक्ष स्वरूपात उपयोग करूनही घेत नसतात. काही साहित्यिक स्वत:च्या जीवनावर आधारित मुक्त चिंतन किंवा विचार यांचा उपयोग करून घेऊन त्याला अनुसरून स्वतंत्र किंवा समांतर घटना, प्रसंग, पात्रे, अनुभव साहित्यकृतीत निर्माण करतात. अशा साहित्यिकांना आत्मचरित्र लिहिताना काही अडचण निर्माण होईल, असे वाटत नाही. ते निर्वेधपणे आत्मचरित्र लिहू शकतील.

पण ज्यांनी स्वत:च्या जीवनातील घटना, प्रसंग, अनुभव, व्यक्ती यांचा कच्ची सामग्री (रॉ मटेरिअल) म्हणून साहित्यनिर्मितीत उपयोग केलेला असेल तर तेही आत्मचरित्र लिहू शकतात असे मला वाटते. त्यासाठी मात्र त्यांनी आत्मचरित्र या साहित्य-प्रकाराचा, त्याच्या स्वरूपाचा, त्याच्या व्याख्येचा नीटपणे, जागरूकतेने

अभ्यास केला पाहिजे आणि काटेकोरपणे लक्षात ठेवूनच आत्मचरित्राचे लेखन केले पाहिजे. तसे ते केले तर लेखनात कोणत्याही प्रकारची अडचण येऊ शकत नाही. ती कशी ?

आपल्या जीवनात घडणाऱ्या घटना, प्रसंग, अनुभव, व्यक्ती यांच्या आधारे आपल्या जीवनाचा अन्वयार्थ आपण आत्मचरित्रात मांडत असतो. आत्मचरित्र हे एक घटित असते, काल्पनिक नसते. त्याला त्याचा असा एक आकार असतो.

आपल्या जीवनात घडणाऱ्या घटना-प्रसंगांच्या मालिकेत एक कार्यकारण संबंध असतो. एक घटना पुढील घटनेचे कारण असू शकते. उदाहरणार्थ, परीक्षेत एखादी व्यक्ती उत्तम गुण मिळवून उत्तीर्ण होते. तिच्या जीवनातील ही घटना अगोदरच्या व्यवस्थित आणि खूप अभ्यास केल्याच्या घटनेचे कार्य असते. खूप अभ्यास करणे हे उत्तीर्ण होण्याचे एक कारण असू शकते. म्हणजे अभ्यास करणे आणि उत्तीर्ण होणे या दोन भिन्न घटना असतात. त्या एक नसतात.

अधिक स्पष्ट होण्यासाठी दुसरे एक उदाहरण घेऊ. समजा माझ्या मालकीची सोन्याची खाण आहे. त्या खाणीतून सोने काढण्याचा मी सतत उद्योग करतो. तसेच खाणीतून सोने काढले की, त्याच सोन्याच्या मी सुंदर मूर्ती घडवतो. म्हणजे माझ्या जीवनात सोने खाणीतून काढणे हा एक वेगळा उद्योग आहे आणि सोन्याच्या मूर्ती घडवणे हा दुसरा वेगळा उद्योग आहे. दोन्ही एक नव्हेत. भिन्न-भिन्न आहेत. तसेच अभ्यास करणे म्हणजे उत्तीर्ण होणे नव्हे आणि सोने खाणीतून काढणे म्हणजे सोन्याची मूर्ती घडवणे नव्हे.

साहित्यिकाच्या आत्मचरित्रातही घटना-प्रसंगांच्या बाबतीत आणि त्यांच्या आधारे निर्माण केलेल्या साहित्यकृतींच्या बाबतीत तसेच संबंध असतात. म्हणजे असे की, आत्मचरित्रातील 'मी'चे प्रत्यक्षातील जीवन प्रत्यक्षातील प्रेरणांनी घडत असते. त्या घडणीत काही घटना, प्रसंग, अनुभव घडत जातात किंवा जन्माला येतात. त्यांना प्रत्यक्ष जीवनाची गती असते. या गतीत त्यांची कार्यकारण-मालिका चालू असते.

काही काळ असाच गेल्यानंतर 'मी'ला जीवनात घडून गेलेल्या घटना, प्रसंग, अनुभव यांच्या आधारे साहित्यनिर्मिती करावी असे वाटते आणि तो साहित्यनिर्मिती करतो. ही साहित्यनिर्मिती (उदाहरणार्थ कथा, कादंबऱ्या) त्याच्याच जीवनातील आणखी एक नवी घटना असते. तिच्यातून 'साहित्यकृती' नावाची एक नवीच वस्तू जन्मलेली असते. म्हणजे पूर्वी घडलेल्या घटना, प्रसंग आणि अनुभव ही एक वेगळी वस्तू असते. (जसे खाणीत जन्मलेले सोने उद्योग करून काढलेले असते) आणि तिच्या आधारे नंतर घडवलेली साहित्यकृती ही एक आणखी वेगळी वस्तू असते. (जसे खाणीतून काढलेल्या सोन्याची मूर्ती घडविणे ही वेगळी घटना

असते.) दोन्ही घटना एक नसतात. पूर्वीची घटना नंतरच्या घटनेचे कारण असते किंवा नंतरची घटना पूर्वीच्या घटनेचे कार्य असते. या दोन्हीही घटना भिन्न भिन्न असतात.

ही वस्तुस्थिती नीटपणे लक्षात आली की, आत्मचरित्र लिहू इच्छिणाऱ्या साहित्यिकाच्या समोरील प्रश्नांचा गुंता सुटतो. साहित्यिकाने आपल्या जीवनातील घटना, प्रसंग, अनुभव, व्यक्ती यांचा आपल्याच साहित्यनिर्मितीत वापर केलेला आहे किंवा नाही हा प्रश्न अप्रस्तुत ठरवून सरळपणे, कालक्रमाने आत्मचरित्राचे लेखन करत जावे. त्या ओघात त्याला ज्या घटना-प्रसंग, व्यक्ती आत्मचरित्र-लेखनात घ्याव्यात असे वाटते त्या त्याने जरूर घ्याव्यात. पुढे त्याच्या जीवनात जेव्हा पूर्वीच्या त्याच घटना-प्रसंगांवर आधारित कादंबरी (वा साहित्यकृती) निर्माण करावीशी वाटली तिचा नामनिर्देश करून 'मी'ला ती कादंबरी तशीच का लिहावीशी वाटली. पूर्वीच्या अमुकतमुक घटना, प्रसंग, अनुभव, व्यक्ती यांचा कसकसा आणि का तिच्यात वापर करावासा वाटला त्याचे आवश्यक ते निवेदन करावे. त्या निवेदनात प्रसंगी प्रत्यक्षातील घटना, प्रसंग, अनुभव, व्यक्ती यात साहित्यकृतीमध्ये काही नवी भर टाकावी लागली असेल किंवा त्यातील काही परिमाणे कमी करावी लागली असतील तर ती का करावी लागली त्याविषयीही लिहावे. आवश्यक वाटल्यास त्यांची तुलना करावी. ती तुलना एका अर्थी त्या साहित्यकृतीची निर्मितिप्रक्रिया असते. तसेच त्या लेखक 'मी'च्या जीवनात घडलेली ती नवी घटना असते. तिच्या आधाराने साहित्यिक 'मी'च्या व्यक्तिमत्त्वावर प्रकाश पडणार असतो. साहित्यिक 'मी'च्या आत्मचरित्रात तो एक अपरिहार्य भाग असतो. इथेच साहित्यिकाचे आत्मचरित्र इतर सामान्यांच्या आत्मचरित्रापेक्षा वेगळे ठरते.

वरील मीमांसेमुळे एवढे स्पष्ट होईल की, 'माझ्या जीवनातील घटना, प्रसंग, अनुभव, व्यक्ती माझ्या साहित्यकृतीत आलेल्या असल्यामुळे मला वेगळे आत्मचरित्र लिहिण्याची गरज नाही' असे म्हणण्यात एकतर लेखकाचा नितान्त भाबडेपणा असतो किंवा अडाणीपणा असतो. त्याने 'आत्मचरित्र' या साहित्यप्रकाराचा, साहित्यकृतीच्या निर्मितीचा, प्रत्यक्ष जीवनातील घटना, प्रसंग, अनुभव, व्यक्ती यांचा साहित्यनिर्मितीत वापर केल्यावर त्या मूलद्रव्याचे साहित्यकृतीत रूपांतर झालेले असते. तिथे त्या घटना, प्रसंग, अनुभव, व्यक्ती यांना नवे संदर्भ प्राप्त झालेले असतात यांचा अभ्यासच केलेला नसतो किंवा त्याला ते माहीतही नसते.

सारांश, साहित्यिकाच्या प्रत्यक्ष जीवनातील घटना-प्रसंग आणि त्यांच्यावर आधारित साहित्यकृती या दोन्ही गोष्टी भिन्न भिन्न असतात. त्यांचा कार्यकारण संबंध असतो. एकीनंतर दुसरी घटना घडलेली असते. त्या एकच मानण्याने गोंधळ निर्माण झालेला असतो. त्यातूनच 'माझ्या आत्मचरित्रातील घटना माझ्या साहित्यकृतीत

आलेल्या आहेत' असे म्हणण्याची आपण घोडचूक करीत असतो. त्याची परिणती इच्छा असूनही आत्मचरित्र न लिहिण्यात करणे, ही दुसरी घोडचूक ठरते. वास्तविक आत्मचरित्र लिहावयाचे की नाही हा (साहित्यिकासह) ज्याचा त्याचा प्रश्न असतो. मात्र साहित्यिकाला आत्मचरित्र लिहावयाचेच असेल तर त्याने आत्मचरित्राचे स्वरूप, व्याख्या हे विषय नीटपणे अभ्यासले पाहिजे. साहित्यकृतीच्या निर्मितिप्रक्रियेचा खोलवर अभ्यास केला पाहिजे. प्रत्यक्षातील जीवनानुभव आणि साहित्यकृतीतील सौंदर्यानुभव यांचा पूर्वोत्तर संबंध समजून घेतला पाहिजे, साहित्यकृती हीही आपल्या जीवनातील एक घटना आहे, असे मानून त्या घटनेचे अंतर्गत स्वरूप (निर्मितिप्रक्रिया) समजून घेतले पाहिजे आणि आत्मचरित्रात त्याही घटनेला स्थान दिले पाहिजे. असे झाले तरच साहित्यिकाचे आत्मचरित्र अर्थपूर्ण ठरू शकेल. वेगळेपणाने उठून दिसू शकेल.

साहित्यिकाच्या आत्मचरित्राच्या निमित्ताने आणखी एका वस्तुस्थितीचा विचार करावयाचा आहे. लिहिण्याचा सराव, साहित्यनिर्मितीचा सराव, भाषेचे वरदान, इत्यादी सुसज्ज सुविधा हाताशी असूनही अनेक साहित्यिकांची आत्मचरित्रे सामान्य दर्जाची किंवा फसलेली वाटतात, याचे कारण काय असू शकते? थोडक्यात त्याचे उत्तर असे देता येईल की, ललित साहित्यनिर्मितीसाठी केवळ सौंदर्यानुभवाची प्रेरणा पुरेशी नसते. आत्मचरित्र-लेखनासाठी स्वत:च्या जीवनाचा अनेक अंगांनी अभ्यास करावा लागतो. तसेच 'आत्मचरित्र' या साहित्य-प्रकाराचाही सखोल अभ्यास करावा लागतो. अनेक साहित्यिक हा अभ्यास करत नाहीत. अभ्यास न करताच त्यांना स्वत:च्या जीवनाविषयी उत्स्फूर्तपणे जे काही भावते तेवढ्या भांडवलावरच आत्मचरित्राचा 'नायक-मी' उभा करण्याचा ते प्रयत्न करतात. तसेच त्यांना स्वत:च्या लेखनसरावाविषयी, साहित्यनिर्मितीविषयी, भाषावैभवाविषयी अवाजवी आत्मविश्वास असतो. ते त्यांना आपले खास भांडवल वाटते. तेवढ्या आधारावर 'आत्मचरित्र लिहू' असा त्यांना विश्वास वाटतो. उलट 'लेखक' नसलेल्या आत्मचरित्रकारांजवळ हे भांडवल अभावाने असते. ते आपल्याकडे मात्र विपुल आहे. म्हणून त्यांच्यापेक्षा आपली आत्मचरित्रे 'खास' दर्जेदार, कलागुणयुक्त असतील, असे साहित्यिकांना वाटते, पण हा त्यांचा भ्रम असतो. स्वजीवनाचा सर्वांगीण आणि सखोल अभ्यास नसेल तर आणि आत्मचरित्र या साहित्यप्रकाराचा अभ्यासही साहित्यिकाजवळ नसेल तर बाकीच्या कलागुणांधारे यशस्वी आत्मचरित्र निर्मिती होऊ शकत नाही. शैलीदार मांडणी, अभिव्यक्तींसाठी वाङ्मयगुणसंपन्न भाषा, या बाह्यांगाच्या गोष्टी असतात. केवळ त्यांच्या जोरावर साहित्यिकांची आत्मचरित्रे यशस्वी होऊ शकत नाहीत.

आत्मचरित्राच्या भाषेसंबंधीचा विचारही मांडणे उचित होईल, कारण भाषामाध्यमाच्या

द्वाराच आत्मचरित्राचे लेखन होत असते. आत्मचरित्राची भाषा एका वेगळ्या अर्थाने विशेष बोलकी असते. ती आत्मचरित्रकाराच्या मानसिक गुपितांचा रहस्यभेद करू लागते. आत्मचरित्रकार स्वतःच आपल्या जीवनाविषयी आकलन, सत्यकथन करत असतो. अशावेळी त्याच्या जीवनातील वस्तुस्थिती नेमकी काय आहे, हे त्यानेच तटस्थपणे सांगितले नाही, काही लपवाछपवी केली, नकळत आत्मसमर्थन येऊ लागले तर त्याच्या लेखनासंबंधीच जाणकार वाचकाला संशय यायला लागतो. या संशयाच्या जागा त्याच्या लेखनातच निर्माण होतात किंवा ध्वनित होतात. लेखनाच्या विशिष्ट मांडणीमुळे, विशिष्ट वाक्यरचनेमुळे, विशिष्ट शब्दरचनेमुळे, विशिष्ट रीतीने विशिष्ट शब्द वापरल्यामुळे, भाषेतून व्यक्त होणाऱ्या त्या त्या वेळच्या प्रसंगातील विशिष्ट भाववृत्तीमुळे आत्मचरित्रकाराच्या त्यामागच्या मानसिक स्थितिगतीचे गौप्यस्फोट होतात. आत्मचरित्रकाराला न माहीत होता किंवा न जुमानता ते होतात. जाणकार वाचक आणि समीक्षक यांना ते जाणवतात. आत्मचरित्र-रूपी साहित्यकृतीचे नाणे खणखणीत वाजत नाही, ते बदसूर होते. भाषेची ही करामत असते.

आत्मचरित्राच्या भाषेतून आत्मचरित्रकाराचे वाङ्मयीन व्यक्तिमत्त्व आणि त्याची योग्यता तर पारदर्शित होतच असते, पण आत्मचरित्रकाराचा आत्मचरित्राच्या नायकाकडे पाहण्याचा दृष्टिकोनही तिच्यातून दिसू लागतो. आत्मचरित्रकार आत्मचरित्रनायकाच्या प्रेमात आहे काय, त्याच्यावर खूश आहे काय, वस्तुनिष्ठ लेखन होते की नाही, भाषा वास्तवदर्शी आहे का फुलोऱ्याची, काव्यात्म, लडिवाळ, वाङ्मयगुणयुक्त आहे, तो कशात अधिक रमतो, कशात कमी रमतो, सर्वत्र सारखीच भाषाशैली येते का विशिष्ट ठिकाणी विशेष रमते आणि काही ठिकाणी चटकन पुढे जाते यावरूनही आत्मचरित्रकाराच्या अंतर्मनाचा वेध घेता येतो. म्हणून आत्मचरित्राचे लेखन करताना भाषामाध्यम काळजीपूर्वक वापरावे लागते. समता-गुणांनी ते युक्त असावे लागते. समतागुण भाषाशैलीत, भाषिक अभिव्यक्तीत येण्यासाठी प्रथम अंतःकरणात नीटपणे स्थिरपद झालेला असण्याची गरज असते. आत्मचरित्रकार लेखनाच्या वेळी विषयगत आत्मजीवनाकडे, आत्मचरित्राच्या नायकाकडे अविचल स्वरूपात, स्थिरपद झालेल्या तटस्थतेने पाहत असेल तर त्याच्या भाषेतही समत्वाचा गुण येऊ शकतो.

◆

आत्मचरित्र आणि कादंबरी

१९७० नंतरच्या अनेक आत्मचरित्रांचा आणि आत्मकथांचा 'कादंबरी' म्हणून जाहिरातीत उल्लेख केला जातो. कदाचित प्रकाशनातील व्यापारी दृष्टीचा तो प्रभाव असावा. त्यामुळे पुस्तक खपण्यास मदत होत असावी. त्यांचा कादंबरी म्हणण्याचा हेतू असा दिसतो की, कादंबरीसारखे नाट्यमय, चित्तवेधक, वाचनीय वाटणारे हे पुस्तक आहे. जाहिरातीचा हा प्रकार काहीसा सामान्य वाचकाची दिशाभूल करणारा असतो. अशा आत्मचरित्रांत किंवा आत्मकथांत कादंबरीसदृश बराच ऐवज असतो. सामान्य वाचक 'जणूकाही कादंबरी' या भावनेने ते पुस्तक वाचतो.

याचे कारण असे की, आत्मचरित्र आणि कादंबरी या दोन्ही प्रकारांत काही बाबतीत साम्य असते, पण मुळात हे प्रकार भिन्न आहेत. त्यामुळे त्यात साम्य असते, तसे भेदही असतात.

(अ) या दोनही प्रकारांत व्यक्तीच्या जीवनाचा मोठा पट घेतलेला असतो. तो घेऊन व्यक्तिजीवनाचा किंवा मानवी जीवनाचा अन्वयार्थ लावण्याचा दोहोमध्ये प्रयत्न असतो. जीवनपट मोठा असल्यामुळे दोहोतही एक दीर्घ कथानक असते.

(ब) असे दीर्घ कथानक असल्यामुळे मानवी जीवनातील संघर्ष, नाट्य, काव्य, विनोद, भावना, चित्ताकर्षक घटना, प्रसंग, त्यांची अर्थपूर्णता दोहोतही आलेली असते.

(क) दोहोतही जीवनपट मोठा असल्यामुळे व्यक्तींची किंवा पात्रांची संख्या एकमेकांसारखी, एकमेकांएवढी येऊ शकते. त्या सर्वांनी मिळून तो जीवनपट विणलेला असतो. ही विविध स्वभावाची माणसे किंवा पात्रे असल्यामुळे व त्यांच्या वर्तनातून जीवनपटाचे ताणे-बाणे विणत चालल्यामुळे दोहोतही त्या अंगांनी विविधता आणि मनोरंजकता येते.

(ड) आत्मचरित्रामध्ये निवेदन करणारा 'मी' असतो आणि तो नायकस्थानी म्हणजे मध्यवर्ती असतो. त्याच्या जीवनात आणि त्याच्या भोवतीच तिथे घटना-प्रसंग, अनुभव, इत्यादी आकाराला येत असतात. आत्मचरित्रात असे आत्मनिवेदन असते.

कादंबरीत निवेदन-शैलीचे जे अनेक प्रकार आहेत त्यात 'प्रथमपुरुषी' निवेदन-पद्धती हा एक आहे. म्हणजे असे की, अशाप्रकारच्या कादंबरीत नायकस्थानी असलेले मध्यवर्ती पात्र हे आत्मचरित्राप्रमाणे 'मी' हेच असते. ते कादंबरीत सर्व निवेदन करत असते. त्याच्या भोवतीच सर्व घटना-प्रसंग, अनुभव घडत असतात. स्वतःच्या दृष्टीनेच ते सर्व घटनांना कमी-अधिक स्वरूपात प्राधान्य देत असते आणि घटनांचे निवेदन करत असते. अशाप्रकारची कादंबरी जणू काही आत्मचरित्र वाटते किंवा ती आत्मचरित्राचा आभास निर्माण करते आणि आत्मचरित्र अशाप्रकारच्या कादंबरीचा आभास निर्माण करते.

(ई) आत्मचरित्रात 'मी' या नायक व्यक्तीच्या समकालीन समाज-वास्तवाचे किंवा मानवी जीवन-वास्तवाचे प्रतिबिंब पडलेले असते. प्रथमपुरुषी निवेदन-पद्धतीचा अवलंब ज्या कादंबरीत केलेला असतो अशी सामाजिक वास्तवावरील कादंबरी त्यामुळे आत्मचरित्रासारखी वाटते. तिचा हेतू समकालीन समाजवास्तवावर किंवा मानवी जीवनवास्तवावर 'मी' म्हणजे जणू काय स्वतः साहित्यिकच भाष्य करतो, अशा स्थितीचा आभास निर्माण केलेला असतो आणि तो सर्वसामान्य वाचकाला वाचनकालात खरा वाटतो.

(फ) वर निर्दिष्ट केलेले कादंबरीचे अनेक गुणविशेष आत्मचरित्रात असूनही आणखी एक महत्त्वाचा गुण आत्मचरित्रात अधिक असतो. आत्मचरित्र ही समाजात अस्तित्वात असलेल्या किंवा होऊन गेलेल्या एका व्यक्तीचे घटित वास्तव असते. ती एक हकिकत असते. समाजात माणूस जगताना त्याला प्रत्यक्षात आलेला तो पडताळा असतो. त्यावरचे चिंतन-मनन तो आत्मचरित्रात मांडत असतो. त्यामुळे ते विचार प्रत्यक्ष जीवनात कादंबरीच्या तुलनेत अधिक मार्गदर्शक ठरू शकतील असा विश्वास वाचकाला आत्मचरित्र देऊ शकते. कादंबरीतही मानवी जीवनाचे चिंतन-मनन असते, पण ते काल्पनिक 'मी'च्या व काल्पनिक इतर पात्रांच्या जीवनाचे असल्यामुळे ते विचार प्रत्यक्ष जीवनाचा पडताळा वाटण्यास आत्मचरित्राच्या तुलनेत कमी गुणधर्मांचे वाटू शकतात.

कादंबरीतील मानवी जीवन कादंबरीकाराने प्रातिभ आणि काल्पनिक (Imaginative आणि Fictive) पातळीवर निर्माण केलेले असते. म्हणून ते आत्मचरित्राइतके मार्गदर्शनासाठी विश्वसनीय वाटत नाही. कादंबरीत नाही म्हटले तरी वाचकाचे मनोरंजन करण्याच्या हेतूनेही घटना-प्रसंगांची, पात्रांच्या संवादांची मांडणी असू

शकते. त्यामुळेही कादंबरीतील विश्वसनीयता आत्मचरित्रातील विश्वसनीयतेच्या योग्यतेची सहसा वाटू शकत नसते.

आत्मचरित्र आणि प्रथमपुरुषी निवेदनात्मक समकालीन जीवन-वास्तववादी कादंबरी यांच्यामध्ये वरील प्रकारची अनेक साम्यस्थळे असली तरी भेदस्थलेही पुष्कळच आहेत आत्मचरित्राच्या तुलनेने कादंबरीचे स्वरूप अधिक व्यापक आणि विविध आहे. तिला परंपरा मोठी आणि दीर्घकालीन आहे. मुळात दोन्ही प्रकारांची प्रकृती भिन्न आहे.

मुख्य म्हणजे आत्मचरित्र हे मानवी जीवनातील आणि समाजातील एक घटित (वास्तवात घडून गेलेले) जीवन असते. त्याला वस्तुस्थितीतील स्थल, काल, व्यक्ती, घटना यांचा अपरिहार्य संबंध असतो. तो व्यक्तीचा विशिष्ट कालातील इतिहास असतो. त्याला तारखांचे, सालांचे संदर्भ असतात. कादंबरी ही वस्तू मुळात प्रातिभ आणि काल्पनिक असते. ती वास्तववादी असेल तर एखाद्या कालाचा आभास निर्माण करू शकते, पण तो काल निश्चित स्वरूपाचा किंवा विशिष्ट नसतो. त्याला तारखा, साल यांचे अपरिहार्य संदर्भ नसतात. सर्वसाधारणपणे ती कालाचा संदर्भ देत असते. तिच्यातील घटना, प्रसंग, पात्रे, कथानक काल्पनिक असतात. प्रातिभ निर्मितीतून जन्माला आलेली असतात. या मूलभूत भेदामुळे आत्मचरित्र व कादंबरी हे भिन्न साहित्य प्रकार ठरतात.

आत्मचरित्राचा हेतू स्वतःचे प्रत्यक्षातील जीवन कथन करणे हा असतो. त्या अनुषंगाने त्याची सर्व मांडणी केलेली किंवा सिद्ध झालेली असते. आत्मचरित्र लेखकाच्या जीवनात जी माणसे, घटना, प्रसंग, अनुभव प्रत्यक्षात आलेले असतात, त्यातून जे काही त्याच्या जीवनात घडत गेलेले असते तेवढ्यावरच त्याला संपूर्ण विसंबून राहावे लागते. त्यातूनच त्याची आत्मचरित्र ही वस्तू घडत असते. त्याला प्रातिभ किंवा काल्पनिक निर्मिती करता येत नाही. आत्मचरित्राची सर्व मांडणी घटित वास्तववादी स्वरूपाचीच असते.

उलट कादंबरीचे हेतू अनेक असतात. स्वतःला जाणवलेले वास्तव, जीवनवादी विचार, तत्त्वज्ञान, आविष्कार हे जसे कादंबरीकार कादंबरीत मांडू शकतो तसे विज्ञानविषयक, प्राणीजीवनविषयक, कल्पिलेले स्वर्गीय जीवनविषयक, पऱ्या, अप्सरा, गंधर्व, किन्नर, अर्धमानव, अर्धपशू, लाखो वर्षांपूर्वीचे, पण आज हयात नसलेले जीव यांच्याविषयीही तो कादंबरी लिहू शकतो. सारांश कादंबरीनिर्मितीच्या हेतूंना मर्यादा नसते. त्यामुळे कादंबऱ्या वास्तववादी जशा असतात तशा काल्पनिकही असू शकतात. प्रबोधनवादी असतात तशा मनोरंजनवादीही असू शकतात. समकालीन असू शकतात तशा ऐतिहासिक, पौराणिक, मूलबंधात्मकही असू शकतात. आत्मचरित्रात्मक जशा असू शकतात तशा चरित्रात्मकही असू शकतात. आत्मचरित्र

व्यक्तिनिष्ठ असते, पण कादंबरी व्यक्तिनिष्ठ असू शकते तशी समूहनिष्ठही असू शकते.

आत्मचरित्रात योगायोग असू शकतात. कारण जीवनातच ते घडलेले असतात. त्यामुळे आत्मचरित्रात त्यांना आणावेच लागते. कारण आत्मचरित्राची निष्ठा लेखकाच्या जीवनात जे घडले ते व्यक्त करण्याशी असते. आत्मचरित्रातील योगायोग वाचताना लेखकाच्या दैवाचे किंवा सुदैवाचे कौतुक वाटते. त्यातून सामान्य वाचकाच्या मनात जीवनावर श्रद्धा निर्माण होऊ शकते, आशावाद निर्माण होऊ शकतो किंवा योगायोगावर आधारित दुर्दैवी घटनांमुळे लेखक-मीविषयी त्याच्या मनात सहानुभूती किंवा हळहळ निर्माण होऊ शकते. नियतीचे कठोर नियंत्रण जीवनावर कसे असते, याचा पडताळा येतो. सारांश आत्मचरित्रात योगायोगाला स्थान असू शकते. त्यामुळे मानवी जीवनाची चव वाढते. आत्मचरित्र अधिक आवडू शकते.

पण जीवनातील हाच योगायोग कादंबरीत मात्र आणू नये असा संकेत आहे. आणला तर कादंबरीला उजाळा येण्याऐवजी तो कच्चा दुवा समजला जातो. त्यामुळे चांगल्या, दर्जेदार कादंबरीला डाग लागला जातो. याचे कारण असे की, कादंबरी ही लेखकाची प्रातिभ आणि काल्पनिक निर्मिती असते. त्याला प्रत्यक्ष जीवनाचा काही गंभीर अर्थ वैचारिक, तात्त्विक, चिंतनात्मक पातळीवर कळलेला असतो. तो आत्मचरित्राप्रमाणे एका विशिष्ट माणसाच्या विशिष्ट जीवनाचा विशिष्ट अन्वयार्थ नसतो. उलट तो (कादंबरीतील अन्वयार्थ) एकूण मानवी जीवनाचा प्रातिभ पातळीवर काढलेला, जाणवलेला किंवा भावलेला व्यापक निष्कर्ष असतो. हा निष्कर्ष कादंबरीकाराला पात्र-प्रसंगादी काल्पनिक घटकांच्या आधारे वाचकांपर्यंत नेऊन पोचवावयाचा असतो. म्हणून त्या निष्कर्षात तर्कसंगती जेवढी अव्वल दर्जाची असेल तेवढ्या प्रमाणात कादंबरीचा हेतू अधिक यशस्वी स्वरूपात साध्य होतो. शिवाय कादंबरीतील पात्रे, प्रसंग, इत्यादी घटक काल्पनिक असल्यामुळे त्या पात्रांविषयी सहानुभूती, हळहळ वाटण्याची आवश्यकता नसते किंवा ती सुजाण वाचकाला वाटत नाही.

अर्थात पुष्कळ लोकप्रिय कादंबऱ्या वास्तववादी नसतात, त्या मनोरंजनवादी असतात. त्यांचा हेतू जीवनदर्शन हा नसून वाचकाचे मनोरंजन करणे, फावल्या वेळात त्याला विरंगुळा वाटण्यासाठी काही चविष्ट मजकूर पुरविणे हा असतो. त्यात भरपूर योगायोग असू शकतात. स्वप्नरंजनात रमणाऱ्या वाचकाला त्या कादंबऱ्या भरपूर खाद्य पुरवतात. त्यांच्याविषयीची तुलना इथे अभिप्रेत नाही.

आत्मचरित्राला घटिताच्या मर्यादा असल्यामुळे आणि कादंबरीला त्या नसल्यामुळे आत्मचरित्राचे प्रकार मर्यादित आहेत आणि कादंबरीचे प्रकार अनेक आहेत. सार्वजनिक व्यक्तीचे आत्मचरित्र, खासगी जीवन जगणाऱ्या व्यक्तीचे आत्मचरित्र किंवा ऐतिहासिक,

चिंतनशील आत्मचरित्र, इत्यादीसारखे चारपाच प्रकारच आत्मचरित्राचे पडू शकतात. ते सर्व घटिताने मर्यादित असतात. कादंबरीचे तसे नाही. तिचे अनेक अंगांनी अनेक प्रकार पडू शकतात. वास्तववादी, वैज्ञानिक, काल्पनिक, रोमँटिक, स्वप्नरंजनात्मक, अतिवास्तववादी, अस्तित्ववादी, मार्क्सवादी, सामाजिक, कौटुंबिक, ग्रामीण, व्यक्तिप्रधान, ऐतिहासिक, पौराणिक, चरित्रात्मक, आत्मचरित्रात्मक, इत्यादी अनेक प्रकार कादंबरीचे असू शकतात. निवेदनपद्धती, शैली या अंगांनीही तिचे प्रकार पडू शकतात. या प्रकारांचा आत्मचरित्राच्या प्रकारांशी काही संबंध नसतो.

हे सर्व सांगण्याचा हेतू असा की, आत्मचरित्र आणि कादंबरी यांच्यामध्ये साम्य-स्थळे आहेत, तशी भेदस्थळेही भरपूर आहेत. त्या दोहोंना एक किंवा समान मानता येत नाही.

असे असूनही 'आत्मचरित्रात्मक कादंबरी' असा एक प्रकार कादंबरी-वाङ्‌मयात रूढ आहे. कादंबरीकार आपल्या जीवनातील घटना, प्रसंग, अनुभव किंवा आपल्या जीवनपटाचा काही भाग घेऊन कादंबरी लिहू शकतो. अशी कादंबरी बहुधा वास्तववादी असते. बहुधा तिचा नायक 'मी' हा असतो आणि तोच निवेदकही असतो, पण तो 'मी'च असला पाहिजे असेही नाही. मात्र 'मी'चे नाव हे लेखकाचे नाव नसते. ते वेगळे असते. कित्येकवेळा या कादंबऱ्या जशा प्रथमपुरुषी निवेदनात्मक असतात, तशा त्या तृतीय पुरुषी निवेदनात्मकही असू शकतात.

ही कादंबरी आत्मचरित्रात्मक आहे, असे लेखकानेच कुठेतरी नमूद केलेले असते. म्हणूनच तिला आत्मचरित्रात्मक म्हणावयाचे. एरवी ती आत्मचरित्रात्मक कादंबरी आहे, याला कादंबरी-अंतर्गत असा पुरावा नसतो. आत्मचरित्रात्मक कादंबरीत लेखक व्यक्तीचे नाव किंवा व्यक्तींची नावे जशी बदलू शकतो तशी स्थलनामेही बदलू शकतो. कादंबरीच्या विषयानुसार व हेतूनुसार आपल्या जीवनातील आवश्यक तेवढेच घटना, प्रसंग, अनुभव वा जीवनांश घेऊ शकतो किंवा त्यांच्यात इतरांचे घटना, प्रसंग, अनुभव हेही मिसळू-मिळवू शकतो. आपल्या अनुभवांचे गैरसोयीचे भाग काढून टाकू शकतो किंवा त्यात सोयीनुसार विपर्यास करूनही, त्यांची मांडणी उलटीपालटी, मागेपुढे, कमीजास्त करूनही तो कादंबरी लिहू शकतो. तरीही ती आत्मचरित्रात्मक कादंबरी असू शकते. तिला लेखक म्हणतो म्हणूनच 'आत्मचरित्रात्मक कादंबरी' म्हणावयाचे. एरवी तसे म्हणण्याने कादंबरीला वाचकाच्या दृष्टीने काही वेगळे परिमाण लाभत नाही. त्याच्या दृष्टीने ती एक कादंबरीच असते.

लेखकाच्या दृष्टीने मात्र ती अर्थपूर्ण असू शकते. कारण त्याने तिच्यात आत्माविष्कार साधलेला असतो. त्यामुळे ती त्याला विरेचनाचा आनंद देते. स्वत:ला अवघडून टाकणाऱ्या अनुभवांपासून मुक्तता मिळवून देते. आपल्या जीवनात जे काही नाट्यपूर्ण, खासगी, उघड-उघड न सांगण्याजोगे, गैरसोयीचे

घडलेले असते त्याला त्याने आत्मचरित्रात्मक कादंबरीच्या द्वारा वाट मोकळी करून दिलेली असते. त्याने स्वत:च्या घटना, प्रसंग, अनुभव, माणसे यांना कादंबरीत आणताना त्यांच्या स्थलकालात, व्यक्तिनामात किंवा त्यांच्या व्यक्तिमत्त्वातही जे काही कमी-अधिक बदल केलेले असतात; ते कुठे, कसे, का केले हे त्याला माहीत असते. अन्य कुणालाही त्या बदलांची माहिती नसते. त्यामुळे लेखकाला ती कादंबरी प्रसिद्धीनंतरच्या वाचनातही एक वेगळा आनंद देत असते. वाचनातील तो खास आनंद इतर वाचकांना मिळत नाही. त्यांना फक्त एका कादंबरीवाचनाचाच आनंद मिळू शकतो. म्हणून वाचकाच्या दृष्टीने 'आत्मचरित्रात्मक' या कादंबरीविशेषणाला काही अर्थ नसतो. फार तर त्याची एक मानवी जिज्ञासा (की जी साहित्यबाह्य स्वरूपाची असते) जागी झालेली असते. लेखकाने अमुक एका कादंबरीला 'आत्मचरित्रात्मक' म्हटल्याने वाचकाला त्या जिज्ञासेमुळे कादंबरीत डोकावून बघावेसे वाटते. ती वाचल्याने अतिशय ढोबळमानाने (पुष्कळवेळा चुकीचा) अंदाज तो लेखकाच्या खासगी जीवनाविषयी करू शकतो. पण तो अंदाज चुकीचा, एकांगी, लेखकाच्या सोयीचा, क्वचित विपर्यस्तही असू शकतो.

याचे कारण असे की, एखाद्या कादंबरीकाराने चरित्रात्मक कादंबरी कुणातरी ख्यातनाम व्यक्तीच्या प्रसिद्ध झालेल्या चरित्राच्या आधारे जशी लिहिलेली असते तशी स्वत:च्या अगोदरच प्रसिद्ध झालेल्या आत्मचरित्राच्या आधारे 'आत्मचरित्रात्मक कादंबरी' लिहिलेली नसते. त्यामुळे 'चरित्रात्मक कादंबरी' लिहिताना निर्मितिप्रक्रियेत मूळ लिखित चरित्रातील कोणता भाग घेतला, कोणता वगळला, कुठे भर टाकली, कुठे कल्पना लढविली, कुठे विचार-चिंतनाची भरारी मारली याचा तुलनात्मक अभ्यास करून पडताळा घेता येतो. त्याच्या आधारे लेखकाची निर्मितिप्रक्रिया, त्याच्या प्रतिभेची, कल्पकतेची, चिंतनाची ताकद किंवा मर्यादा यांचा आलेख काढता येऊ शकतो. म्हणून वाचकाच्या दृष्टीने 'चरित्रात्मक कादंबरी'चे वाचन हे खास असते. ते केवळ एका कादंबरीचे वाचन नसते. सामान्य वाचकांसाठी ते ठीक असले तरी जाणकार वाचकांसाठी ते खास 'चरित्रात्मक कादंबरी'चे वाचन असते. त्या वाचनाच्या आधारे तो चरित्र आणि चरित्रात्मक कादंबरी यांचा तुलनात्मक अभ्यास करू शकतो.

आत्मचरित्रात्मक कादंबरीच्या वाचनाच्या बाबतीत तुलनेसाठी लेखकाचे अगोदरच प्रसिद्ध झालेले आत्मचरित्र उपलब्ध नसल्याने वाचकाला 'तुलना' करता येत नाही किंवा लेखकाची निर्मितिप्रक्रियाही (चरित्रात्मक कादंबरीच्या बाबतीत जशी समजून घेता येते तशी) समजून घेता येत नाही. म्हणून 'आत्मचरित्रात्मक कादंबरी'चा प्रकार लेखकनिष्ठ (व्यक्तिनिष्ठ) आहे, वस्तुनिष्ठ नाही. 'कादंबरी' या वस्तूच्या वाचनातून तो सिद्ध करता येत नाही. केवळ लेखकाचे मत म्हणून तिला 'आत्मचरित्रात्मक'

कादंबरी मानावे लागते.

'आत्मचरित्रात्मक कादंबरी' या शब्दप्रयोगाचे दोन अर्थ होतात.

(१) 'आत्मचरित्रातील (लेखकाच्या स्वतःच्या जीवनातील) घटना, प्रसंग, अनुभव, पात्रे, जीवनपटाचा काही भाग, इत्यादी घेऊन किंवा यापैकी काही घेऊन लिहिलेली कादंबरी' असा एक अर्थ होतो. हा अर्थ रूढ आहे. हाच रूढीने सर्वांना मान्य झालेला आहे.

(२) दुसरा शब्दशः काढला तर निघतो तो अर्थ, 'आत्मचरित्र जिचा आत्मा आहे, अशी कादंबरी,' असा होतो.

'माझे संपूर्ण घटित जीवन की जे एरवी मी आत्मचरित्र या साहित्यप्रकाराच्या द्वारा व्यक्त केले असते ते या कादंबरीचा आत्मा आहे. तेच कादंबरीच्या विविध घटकांतून अवतरते. या कादंबरीच्या लेखनाचा हेतू माझे संपूर्ण आत्मचरित्र कादंबरीच्या (काल्पनिक साहित्य-प्रकाराच्या) स्वरूपात व्यक्त करावे, असाच आहे,' असा त्याचा विस्तृत अर्थ होतो.

पण 'आत्मचरित्रात्मक कादंबरी' या शब्दाचा हा दुसरा अर्थ कुणी स्वीकारत नाही. कारण आतापर्यंतच्या चर्चेवरून आपल्या हे लक्षात आलेच असेल की, आत्मचरित्र हे घटित असते आणि कादंबरी ही कल्पनाधिष्ठित (Fictive) मानली जाते. त्यामुळे हा वदतोव्याघाताचा प्रकार होतो. परस्परविरोधी अर्थाचे शब्द एकत्र जोडले की, वदतोव्याघात हा प्रकार घडतो.

'आत्मचरित्रात्मक कादंबरी' या जोडशब्दाचा एकत्र अर्थ 'प्रत्यक्ष घडलेल्या घटना-प्रसंगांवर आधारित काल्पनिक वस्तू' असा होत असल्यामुळे आत्मचरित्राचा घटित जीवनाचे घटिताच्या पातळीवरच दर्शन घडवणे हा हेतू कादंबरी या साहित्यप्रकारात साध्य होत नाही आणि कादंबरीलाही 'आत्मचरित्रात्मक' म्हटल्याने वाचकाच्या दृष्टीने तत्त्वतः काही वेगळे परिमाण लाभत नाही. म्हणून हा शब्दप्रयोग दुसऱ्या अर्थाने घेणे हे योग्य होत नाही.

आणखी एका दृष्टीने कादंबरीच्या स्वरूपात संपूर्ण आत्मचरित्र सांगणे योग्य नसते. आत्मचरित्र या प्रकाराचे हेतू साध्य होत नसल्यामुळे कादंबरीत त्याचे आत्मचरित्र म्हणून मोल कमी होते. (कारण कादंबरी (Fiction) मुळात कल्पनाधिष्ठित साहित्यप्रकार म्हणूनच स्वीकारली जाते, हे उघड आहे.)

'मग कादंबरीच्या काही (काहीच फक्त) कलागुणांनी युक्त असे आत्मचरित्र लिहावयाचे असेल तर काय करावे' असा प्रश्न उपस्थित करता येतो.

त्याचे स्पष्ट उत्तर : तसे आत्मचरित्र खुशाल लिहावे. त्या कलागुणांचा प्रत्यय ते आत्मचरित्र वाचताना वाचकाला येईलच. त्याचा लेखकाने वेगळा उल्लेख करण्याची काहीच गरज नसते. एरवी कलागुणांनी युक्त किंवा कलात्मक आत्मचरित्रे

लिहिली जातच असतात. त्यांचा वेगळा उल्लेख शीर्षकातच किंवा त्याच्या खाली कंसात करण्याची आता गरज नाही, कारण आत्मचरित्र हा एक विशिष्ट 'साहित्य-प्रकार' म्हणून स्वीकारला गेला आहे.

पण तो शब्द वापरावयाचा सोस असेल, लेखकाला तसे सांगितल्याशिवाय चैन पडत नसेल तर त्याने 'कलात्मक आत्मचरित्र' असा प्रस्तावनेत उल्लेख करून त्याचे स्पष्टीकरण द्यावे. अन्यथा गैरसमज होण्याची शक्यता असते.

आपण एखाद्या कादंबरी-प्रकारासाठी 'आत्मचरित्रात्मक कादंबरी' असा शब्दप्रयोग करू शकतो; पण एखाद्या आत्मचरित्रासाठी किंवा आत्मचरित्राच्या एखाद्या प्रकारासाठी 'आत्मचरित्रात्मक कादंबरी' असा शब्दप्रयोग करणे तत्त्वत: चुकीचे आहे. कारण या शब्दप्रयोगात 'कादंबरी' हे नाम असते आणि ते प्रमुख स्थानी असते. तसेच 'आत्मचरित्रात्मक' हे इथे विशेषण स्वरूप असते आणि ते नामाचे म्हणजे कादंबरीचे स्वरूप स्पष्ट करण्यासाठी आलेले असते. म्हणून ते प्रमुख स्थानी नसते, गौण स्थानी गेलेले असते.

मग एखाद्या विशिष्ट आत्मचरित्राच्या प्रकारासाठी 'कादंबऱ्यात्मक आत्मचरित्र' किंवा 'कादंबरीस्वरूप-आत्मचरित्र' असा शब्दप्रयोग करता येईल का?

तात्त्विकदृष्ट्या असाही शब्दप्रयोग करता येत नाही, कारण त्याचा भाषाशास्त्रीय आणि व्याकरणिक दृष्टीने असा अर्थ होतो की, 'काल्पनिकता ज्या साहित्यप्रकाराचा आत्मा किंवा स्वरूप आहे अशा साहित्यप्रकाराच्या (म्हणजे कादंबरीच्या) कलागुणांनी नटलेले आत्मचरित्र' आणि आपल्या आत्मचरित्रात तर काल्पनिकता किंवा काल्पनिकतेचा आत्मा मुळीच नसतो. ते सर्व अनुभव-द्रव्य घटितस्वरूपाचे (प्रत्यक्षात घडलेले) असते. म्हणून वरील दोन्हींपैकी कोणताही शब्दप्रयोग आत्मचरित्राच्या कोणत्याही विशिष्ट प्रकारासाठी वापरता येत नाही.

प्रस्तुत लेखाच्या आरंभी कादंबरी आणि आत्मचरित्र या साहित्य-प्रकारांतील साम्यस्थळे आपण पाहिली. ती साम्यस्थळे असल्यामुळे आणि कादंबरी हा साहित्यकला-प्रकार असल्यामुळे, कलात्मक स्वरूप धारण केलेल्या आत्मचरित्राला 'कादंबरी' या शब्दाची जोड द्यावी, असा सामान्य लेखकाला किंवा सामान्य समीक्षकाला किंवा सामान्य वाचकाला मोह होतो. त्यातूनच 'आत्मचरित्रात्मक कादंबरी', 'कादंबऱ्यात्मक आत्मचरित्र' किंवा 'कादंबरी-स्वरूप आत्मचरित्र' असे चुकीचे शब्दप्रयोग केले जातात. कलात्मक आत्मचरित्रासाठी यापैकी कोणताही शब्दप्रयोग वापरून आपण घोडचूक करतो. म्हणून मोह आवरतच नसेल तर 'कलात्मक आत्मचरित्र' हा शब्दप्रयोग करावा. 'कलात्मक' याचा अर्थ कलागुणांनी नटलेले किंवा कलागुण असलेले एवढाच होतो.

दोन विजातीय साहित्य-प्रकारांचा संकर करून नवा प्रकार जन्माला घालता

येणे अशक्य असते. कादंबरी आणि आत्मचरित्र हे विजातीय साहित्यप्रकार आहेत, पण दोन सजातीय साहित्यप्रकारांचा संकर होऊ शकतो. उदाहरणार्थ, कादंबरी आणि लघुकथा हे दोन्ही प्रकार प्रातिभ आणि कल्पनाधिष्ठित आहेत. त्यांच्या संकरातून 'लघुकादंबरी' हा प्रकार जन्मू शकतो. म्हणून नवे साहित्यप्रकार निर्माण करण्याचे प्रयोग करताना पुरेशी आणि अभ्यासू जाणकारी असावी. अन्यथा अनेक अंगांनी निर्मितीची हानी होते. पाश्चात्त्य साहित्यक्षेत्रातील 'साहित्यरूपात्मक आत्मचरित्र' (Poetic Autobiography) हा 'आत्मचरित्र' या प्रकारातील निर्मितीची अशीच हानी करणारा (संकर किंवा) प्रकार आणि प्रयोग आहे.

सारांश, आत्मचरित्र आणि कादंबरी हे आपापल्या परीने महत्त्वाचे, सशक्त आणि प्रमुख साहित्य-प्रकार आहेत. त्या दोहोंत वरवर काही साम्यस्थळे असली तरी त्यांच्या स्वरूपाचा मूलभूत विचार करता ते भिन्न प्रकार आहेत. आत्मचरित्राचे व्यवच्छेदक लक्षण 'मी'चे 'घटित जीवन' हे आहे तर कादंबरीचे व्यवच्छेदक लक्षण 'प्रातिभ व कल्पनाधिष्ठित जीवन' हे आहे. ही व्यवच्छेदक लक्षणे परस्परभिन्न आणि विरोधीही आहेत. त्यामुळे ते दोन्ही विजातीय प्रकार संभवतात. म्हणून त्या दोन प्रकारांचा मुळात संकर करून नवे प्रकार निर्माण करता येणे शक्य नाही. तेव्हा त्यांचे मूलभूत स्वरूप तसेच ठेवून परस्परांचे वरवरचे कलात्मक गुण स्वीकारता येणे शक्य असते. उदाहरणार्थ, लेखकाच्या स्व-जीवनातील अनुभव कादंबरीसाठी कच्ची सामग्री म्हणून स्वीकारता येतात, तसेच कादंबरीकडून कलात्मक स्वरूपाची घटक-मांडणी आणि भाषिक अभिव्यक्ती आत्मचरित्रासाठी अनुकरणीय म्हणून स्वीकारता येणे शक्य असते.

असे म्हटले जाते की, 'प्रत्येक माणसाचं आयुष्य ही एक कादंबरी असते.' या म्हणण्याचा अर्थ असा की, प्रत्येक माणसाचे जीवन एखादी चांगली कादंबरी होण्याइतके अर्थपूर्ण, नाट्यपूर्ण, सुखदु:खे, जयपराजय, यशापयश, योगायोग यांनी युक्त असते.

सर्वसाधारणपणे ही वस्तुस्थिती मानता येते. सामान्य माणसाच्या जीवनातील हा ऐवज आत्मचरित्राच्या बाबतीतही उपयुक्त ठरू शकतो.

पण असा जर अर्थ घेतला तर सामान्य माणसाने लिहिलेले आत्मचरित्र मानवी समाजात एखाद्या असामान्य माणसाच्या आत्मचरित्राइतके तोलामोलाचे किंवा मानवी जीवनावर प्रकाश टाकणारे होऊ शकेल काय, असा एक तात्त्विक प्रश्न उपस्थित करता येतो.

सकृतदर्शनी त्याचे उत्तर नकारार्थी देण्याकडे आपला कल होतो, कारण या उक्तीत गौरवाचा भाग असतो, असे आपणास वाटते. कारण सामान्य माणसाचे जीवन तो माणूसच सामान्य असल्यामुळे त्याचे जीवनही सामान्यच असणार, त्यात

मानवी जीवनातील असामान्य घडामोडी किंवा पराक्रम, कर्तृत्व कसे काय असणार? हे घडणे शक्य नाही असे आपणास वाटते. सर्वसामान्यपणे हे खरेही असते.

पण असामान्य माणसे जीवनात यशस्वी होऊ शकतात. सामान्य माणसाला मात्र चरितार्थासाठीच खडतर संघर्ष करावा लागतो. समाज त्याची सतत उपेक्षा करतो. त्यामुळे त्याला अनेक किरकोळ संकटांना रोजच्या जीवनात सतत तोंड द्यावे लागते. त्याच्या शारीरिक श्रमाला मोल नसते. मुळातच त्याची प्रतिष्ठा काढून घेतलेली असल्यामुळे त्याच्या आशाआकांक्षा, स्वप्ने, भावना, संवेदना यांची कुणी पर्वा करत नाही की, समजून घेत नाही. तो एकाकी, एकटा सतत प्रतिकूल परिस्थितीला सामोरा जात असतो. त्यामुळे त्याचे जीवन या अंगाने असामान्यांपेक्षा अधिक खडबडीत, खडतर आणि टक्क्याटोणप्यांचे असते. अशा जीवनावरील कादंबरी किंवा आत्मचरित्र वाचकास एका वेगळ्या कारणाने आवडू शकते. आपल्या समाजातील बहुसंख्य सामान्यांचे जनजीवन असते ते त्यात प्रातिनिधिक स्वरूपात प्रतिबिंबित झालेले असते, त्यामुळे ती साहित्यकृती आपणास विशेष आवडू शकते.

आपण अशीही कल्पना करू की, सामान्य माणसाने जर आपल्या सामान्यपणाचा मनापासून शोध घेणारे आत्मचरित्र लिहिले किंवा कादंबरी लिहिली तर ते आपणास निश्चितपणे आवडेल. सामान्य माणसाचे सामान्यपण कशात आहे, तो सामान्य का बनू शकतो, त्याच्या सामान्यपणाचे घटक कोणते, जगाच्या संघर्षात तो मागे का पडतो, इत्यादीसंबंधीचे ज्ञान त्या साहित्यकृती आपणास देऊ शकतील. पर्यायाने मानवी ज्ञानात भर टाकू शकतील. या दृष्टीने सामान्य माणसाचेही आत्मचरित्र अर्थपूर्ण असू शकते.

पण वस्तुस्थितीत सामान्य माणसांची आत्मचरित्रेही सामान्य पातळीवरचीच असतात. आत्मचरित्र म्हणून त्यांना दर्जा प्राप्त होत नाही. ही आत्मचरित्रे फार तर आत्मसमर्थने, आत्मगौरव, दु:खांचे, दारिद्र्याचे भांडवल करून समाजाची सहानुभूती मिळविण्याचा प्रयत्न करणारी, तथाकथित अन्यायाची एकांगी, आक्रस्ताळी प्रदर्शने करणारी वाटतात. लाटेवर आरूढ होऊन प्रसिद्धी, पैसा मिळवण्याचाही त्यांचा हेतू असतो. जीवनात काय काय घडले याची रटाळ जंत्री वाचणारीही ती असतात.

हे असे का होते? याचे कारण सामान्य माणसे सर्वच पातळ्यांवर सामान्य असतात म्हणून त्यांचा आविष्कार आत्मचरित्र-लेखनाच्या पातळीवरही सामान्यच राहतो. तसेच त्यांचा तद्विषयक अभ्यासही सामान्य पातळीवरच राहतो आणि त्यांचे स्व-जीवनाचे आकलनही सामान्य पातळीवरच राहते. जीवनात काय काय घडले याचे केवळ लेखन केल्याने आत्मचरित्र होऊ शकत नाही. त्यापासून आपण आणखी काही वेगळ्या अपेक्षा करत असतो. त्या तशा करत असतो म्हणून तर

प्रत्येकजण आपले 'कादंबरी' असलेले आयुष्य लिहून काढत नाही आणि कादंबरीकार होण्याचे श्रेय मिळवू शकत नाही. त्या तत्त्वाला धरूनच तो आत्मचरित्रकारही होऊ शकत नाही.

याच सामान्य माणसाचे जीवन नीटपणे आतून समजून घेऊन एखादा चतुरस्त्र कादंबरीकार सामान्याच्या जीवनावरची असामान्य कादंबरी लिहू शकतो. अशा कादंबऱ्या मराठीमध्ये आहेत. असे असले तरी सामान्यांच्या जीवनावरचे असामान्य आत्मचरित्र मात्र लिहिता येऊ शकेल असे वाटत नाही. कारण ते त्या सामान्यालाच लिहावे लागते. तिथे एखाद्या असामान्य आत्मचरित्रकाराचा त्या सामान्याला उपयोग करून घेता येत नाही. कारण आत्मचरित्राचे लेखन स्वत:चे स्वत:लाच करावयाचे असते. म्हणून सामान्य माणसाच्या जीवनावरची कादंबरी असामान्य असली तरी सामान्य माणसाच्या जीवनाचे आत्मचरित्र सामान्यच असते, असा सर्वसाधारण सिद्धान्त काढता येण्यासारखा आहे. पण एखादा सामान्य जीवन जगणारा माणूस लेखन करताना मात्र असामान्य असू शकतो. त्याचे आत्मचरित्र असामान्य होऊ शकते. असा एखादाच अपवाद असू शकतो. मराठीत 'स्मृतिचित्रे' हे लक्ष्मीबाई टिळक यांचे आत्मचरित्र वाचताना हा अनुभव येतो.

◆

आत्मचरित्रकाराचे लेखकीय गुणधर्म

एखाद्या व्यक्तीच्या मनात आत्मचरित्र लिहावे असे येते, तोपर्यंत ती फक्त एक व्यक्ती असते. पण या व्यक्तीच्या मनात जेव्हा आत्मचरित्र लिहावे असे वाटते तेव्हा त्या व्यक्तीजवळ आत्मचरित्राचे लेखन करण्यासाठी काही खास गुणधर्म असण्याची आवश्यकता असते. त्यांना आपण लेखकीय गुणधर्म असे म्हणू. त्या व्यक्तीजवळ हे गुणधर्म नसतील तर ती आत्मचरित्र लिहू शकणार नाही. लिहिले तरी ते एक चोपडे होईल, आत्मचरित्र होणार नाही. कारण आत्मचरित्र म्हणजे एखादा पोलीस जसा एखाद्या घटनेची हकिकत जमेल त्या भाषेत लिहून काढतो तशा प्रकारचे लेखन नव्हे. आत्मचरित्र हा एक साहित्यप्रकार आहे. त्या प्रकाराच्या काही (प्राकारिक) अपेक्षा असतात. त्यांची पूर्तता प्रत्यक्ष लेखनात व्हावी लागते. ती पूर्तता झाली तरच त्या लेखनाला आत्मचरित्राचा आकार प्राप्त होऊ शकतो.

दुसरे असे की, आत्मचरित्र लिहू इच्छिणारी प्रत्येक व्यक्ती साहित्यिक असतेच असे नाही. साहित्यिक असेल तर आत्मचरित्रलेखनासाठी जे कष्ट पडत असतात त्यातील अर्धे कष्ट तरी साहित्यिक व्यक्तिमत्त्व वाचवू शकते. त्या साहित्यिक व्यक्तिमत्त्वाविषयी स्वतंत्र चर्चा करण्याची इथे आवश्यकता नाही. पण आत्मचरित्र लिहू इच्छिणाऱ्या व्यक्तीजवळ जर साहित्यिक व्यक्तिमत्त्व नसेल तर तिच्याजवळ कोणते लेखनीय गुणधर्म असावे लागतात याची चर्चा करण्याची आवश्यकता प्रस्तुत स्थळी निर्माण होते. म्हणून सर्वसाधारण लेखकीय गुणधर्मांची चर्चा करीत आहे. जगण्यासाठी लागणाऱ्या गुणधर्मांपेक्षा ते वेगळ्या प्रकारचे असतात, हे ओघात आपोआप स्पष्ट होत जाईलच.

आत्मचरित्राचे लेखन करण्याचे निश्चित झाले की, त्या अनुषंगाने स्व-जीवनातील घटना-घडामोडी, अनुभव, इत्यादींची संकलनात्मक जुळवाजुळव करावी लागते.

आयुष्यात वैयक्तिक आणि सार्वजनिक जीवनात पुष्कळच घडामोडी घडलेल्या असतात. सामान्य माणसाच्या जीवनात तर त्या घडलेल्या असतातच, पण असामान्य आणि महत्त्वाच्या व्यक्तींच्या जीवनात कल्पनाही करता येणार नाही इतक्या घडलेल्या असतात. उदाहरणार्थ, महात्मा गांधी आणि पंडित जवाहरलाल नेहरू यांच्या जीवनाचा संबंध सर्व भारत देशाच्या, पक्षाच्या, स्वातंत्र्याच्या चळवळीशी, राजकीय घडामोडींशी होता. एखादे गोडाउन भरेल इतकी कागदपत्रे त्यांच्या जीवनाशी संबंधित असू शकतील. त्याशिवाय इतरही अनेक बारीकसारीक घटनांना ते कारणीभूत असतील आणि त्या घटना असंख्य लोकांशी वैयक्तिक पातळीवरही महत्त्वाच्या असतील.

अशावेळी आत्मचरित्रासाठी कोणत्या घटना-प्रसंगांची आणि कागदपत्रांची निवड करायची आणि कोणती वगळायची, हा मोठा प्रश्न आत्मचरित्रकारासमोर असतो.

आयुष्याच्या सत्तरऐंशी वर्षांत जे जे मनात आणि जनात आपल्या हातून घडले ते ते सर्व आत्मचरित्रात येणे अशक्य असते. तसा आग्रह धरणेही चुकीचे असते. आत्मचरित्राच्या स्वरूपाविषयीचे ते अज्ञान प्रकट केल्यासारखे होईल. शिवाय ग्रंथाच्या स्वरूपाच्या म्हणून काही मर्यादा असतात.

अलीकडील काळात तर रेडिओ, टी. व्ही. फिल्म, कॅसेट, टेलिफोन, फॅक्स, फोटोग्राफी यासारखी अनंत साधने उपलब्ध असल्याने आयुष्यातील प्रत्येक बाह्य घटना सहज टिपून ठेवता येण्यासारखी असते. त्यामुळे पूर्वीच्या तुलनेने आत्मचरित्राची कच्ची सामग्री भरपूर उपलब्ध होऊ शकते. पण म्हणून का ती सर्व सामग्री आत्मचरित्रात घालता येणार असते?

समजा, ती सर्व सामग्री महत्त्वाची आहे. ती सर्व सामग्री घालून चाळीस-पन्नास खंडांत आत्मचरित्र लिहिले, पण ते वाचणार कोण? माणसाच्या वाचनाची सर्वसाधारणपणे कुवत आणि सहनशीलता लक्षात घेऊन लेखनाचा आवाका आणि ऐवज निश्चित करावा लागतो. ही निवड आपल्या आयुष्यात गाभ्याचे काय घडले, समाजाला सांगण्यासारखे महत्त्वाचे काय घडले, असे आपणास विचारांती, अभ्यासांती जे वाटते त्याच्या आधारेच करावी लागते. अशी निवड करणे अपरिहार्य असते.

सामान्यपणे ही निवड निदान दोनदा तरी करावी लागते. आत्मचरित्र लिहिण्याचा संकल्प मनाशी पक्का होतो तेव्हा प्रथम संकलन करावे लागते. आपल्या जीवनाचा एकूण आवाका काय आणि किती आहे, त्याचे धागेदोरे काय काय आहेत, कोणकोणत्या प्रेरणा, प्रवृत्ती जीवनात प्रभावी आहेत, इत्यादींविषयीची प्राथमिक माहिती या प्रथम संकलनात आपल्या हाती लागते. म्हणून आपल्याविषयी आपल्या हाताशी जे जे लागेल त्याचे प्रथम संकलन करावे लागते.

अशा रीतीने उपलब्ध सर्व सामग्रीचे संकलन पूर्ण झाले की, आपल्या आत्मचरित्राचा हेतू संकलनाचे वाचन, निरीक्षण, परीक्षण करून निश्चित करता येतो. आत्मचरित्राचे उपविषय, त्याची अंगोपांगे, विविध प्रेरणा, प्रवृत्ती याचवेळी निश्चित होतात. त्यांच्यातही आत्मचरित्राची ग्रंथमर्यादा लक्षात घेऊन गौणप्रधानभाव लक्षात घेऊन निवड करावी लागते.

या पहिल्या निवडीत बरीचशी संकलनातील सामग्री बाजूला पडते. मग दुसरी निवड सुरू होते. या दुसऱ्या निवडीच्या वेळी हेतू, विषय, त्याची अंगोपांगे निश्चित झाल्याने आत्मचरित्राचे स्वरूप स्पष्ट झालेले असते. या स्वरूपाच्या आधारेच घटना, प्रसंग, अनुभव यांच्यातील जे जे जास्तीत जास्त महत्त्वाचे, अर्थपूर्ण, टोकदार, सघन असते त्यांचीच दुसऱ्या फेरीत निवड करावी लागते. त्यातून दिसणाऱ्या व्यक्तिमत्त्वाच्या पैलूंचा क्रम ठरवावा लागतो. तरच आत्मचरित्राचे लेखन आवाक्यात येऊ शकते. आत्मचरित्र रेखीव, घाटदार होऊ शकते. आत्मचरित्रकाराला निवडीचे हे महत्त्व लेखनकाळात नजरेआड करून चालत नाही.

सारांश, पहिल्या निवडीत आत्मचरित्राचा हेतू, विषय, उपविषय, त्यांची अंगोपांगे कळतात तर दुसऱ्या निवडीत त्यांच्या अनुषंगाने घटना, प्रसंग, अनुभव यांचे वर्गीकरण करून, त्या सर्वांतील गौण-प्रधानभाव लक्षात घेऊन अधिक नेटकी निवड करता येते, पैलूंचा क्रम निश्चित करता येतो.

लेखनासाठी निवड केली नाही तर आत्मचरित्रात अस्ताव्यस्तपणा येतो. प्र. के. अत्रे यांचे 'कऱ्हेचे पाणी' हे पाच प्रचंड खंडांत प्रसिद्ध झालेले आत्मचरित्र आहे. १९६३ ते ६८ या सहा वर्षांत हे खंड प्रसिद्ध झाले.

हे आत्मचरित्र अवाढव्य आणि अस्ताव्यस्त आहे. ते कंटाळवाणे झाले आहे. त्या मानाने 'मी कसा झालो' हे त्यांचे आत्मशोधन वाचनीय आणि वेधक असून, आचार्य अत्र्यांचे सर्व पैलू नेटकेपणाने कथन करणारे आहे. आत्मचरित्राचा एक नेटका नमुना म्हणून त्याकडे पाहता येते. महत्त्वाचे अनेक पैलू असलेले अत्रे यांचे व्यक्तिमत्त्व आहे. या पैलूंचा प्रवास आणि विकास कसकसा झाला हे सांगण्यासाठी वास्तविक आत्मचरित्रही विस्तृत लिहिण्याची आवश्यकता होती. तरीही त्या विस्तृत आत्मचरित्रात त्यांना नेटकेपणा, वेधकता, रेखीवता आणता आली असती. ती या 'कऱ्हेचे पाणी'मध्ये नाही. प्रमाणबद्धता नसलेले हे आत्मचरित्र बेडौल, कसेही पसरलेले, पाल्हाळीक आणि तारतम्यहीन झालेले आहे.

आत्मचरित्रे अनेक खंडांत असू शकतात. ती अवाढव्यही असू शकतात, पण अस्ताव्यस्त, कंटाळवाणी, दिशाहीन, तारतम्य नसलेली झाली की, वाचक ती वाचू शकत नाही. अशाप्रकारची आत्मचरित्रे ऐतिहासिकदृष्ट्या महत्त्वाच्या आत्मचरित्र-नायकाला समजून घेण्यासाठी, संदर्भासाठी, संशोधन-आधारासाठी, कालसंदर्भ

पाहण्यासाठी महत्त्वाची ठरतात. पण हे ध्येय काही आत्मचरित्र या साहित्यप्रकाराचे नसते. हे काम फाइली, कागदपत्रे, डायऱ्या इत्यादींचे असते.

स्वत:च्या प्रेमात पडणे, स्वत:वर खूश असणे, इतरांना नीट न समजून घेणे, जाणीवपूर्वक इतरांची खिल्ली उडवून विनोदनिर्मिती करणे, दुसऱ्यांना उपहास-विषय करणे, त्यांच्याविषयी गैरसमज पसरविणे या दोषांनीही 'कऱ्हेचे पाणी' हे आत्मचरित्र डागळलेले आहे. हे आत्मचरित्र ग्रंथरूपात आणताना अत्रे यांनी जी कच्ची सामग्री वापरली आहे, ती खूपच संक्षिप्त आणि संतुलित करता आली असती; पण ती त्यांनी केली नाही. त्यामुळे त्याला आकार किंवा बंदिश प्राप्त झाली नाही.

अस्ताव्यस्तपणाचा दोष टाळण्यासाठी आणि काटेकोरपणे निवड करता येण्यासाठी व्यक्तिमत्त्वात तटस्थपणा बाणविण्याची गरज असते. हा तटस्थपणा घटना, प्रसंग, अनुभव यांची निवड करण्यासाठी जसा गरजेचा असतो तसाच या सर्वांत गुंतलेल्या 'मी'चा वस्तुनिष्ठेने, अलिप्तपणे विचार करण्याचे बळ येण्यासाठीही गरजेचा असतो. आत्मचरित्र-लेखकाजवळ हा गुण असणे अतिशय महत्त्वाचे असते. या गुणामुळे आत्मचरित्राचे अर्धेअधिक यश मिळविता येते. हा गुण नसेल किंवा कमी प्रमाणात जरी असेल तर आत्मचरित्रात अनेक दोष शिरतात.

अलिप्तता किंवा तटस्थता हा जसा गुण आहे, तसेच अतितटस्थता हा दोषही होऊ शकतो. खरेतर कोणत्याही गोष्टीचा काय किंवा गुणाचा काय अतिरेक हा दोषास्पद असल्यामुळेच आपण अतिरेक वर्ज्य मानतो. अतितटस्थतेमुळे लेखन कोरडे, स्थूल, ठोकळेबाज किंवा चैतन्यहीन होते. त्यामुळेही ते कंटाळवाणे वाटते. माहितीवजा होते. अनुभवातील बारकावे हरवले जातात. उदाहरणार्थ, महर्षी धोंडो केशव कर्वे यांचे 'आत्मवृत्त' या अतितटस्थतेमुळे वरील दोषांनी छायित झाल्यासारखे वाटते. फक्त समाजकार्य लक्षात घेऊन आणि स्व-व्यक्तिमत्त्वाकडे दुर्लक्ष करून त्यांनी हे लेखन केलेले जाणवते.

अलिप्तता नसणे म्हणजे लिप्तता असणे किंवा तटस्थता नसणे म्हणजे विवशता असणे, असाही विरोधी अर्थ होतो. लिप्तता किंवा विवशता असणे यातून आत्ममग्नतेचा दोष निर्माण होतो. यातूनच आत्मगौरव, आत्मसमर्थन येऊ शकते. अतिविवशतेमुळे तारतम्य राहत नाही. त्यातून पाल्हाळ, गोष्टीवेल्हाळपणा, हळवी काव्यात्मता, कडवट द्वेषभावना, महत्त्वाच्या गोष्टी विसरणे, खाजगीत खूप रमणे, इत्यादी दोष निर्माण होतात. भडकपणा, अतिशयोक्ती, क्वचित विपर्यास हेही निर्माण होऊ शकतात. म्हणून हे गुणधर्म वापरताना विवेक जागा ठेवावा, अशी अपेक्षा असते. साहित्यक्षेत्रात त्यासाठीच तिला 'कलात्मक अलिप्तता' असे म्हटले जाते.

विवशतेला जवळचा सकारात्मक असा एक दोष आहे. तो मनाच्या संकुचित वृत्तीतून निर्माण होतो. आपल्या नकळत आपण एका विशिष्ट गोष्टीला विवश होऊन शरण जातो आणि ती गोष्ट साध्य करण्यासाठी आत्मचरित्र लिहिण्याची प्रतिज्ञा करतो. अशाप्रकारची आत्मचरित्रे खूप काही गमावतात. एक विशिष्ट हेतू साध्य करण्यासाठी आपल्या जीवनातील इतर अनेक हेतूंचा आपण अशावेळी बळी देत असतो. हेतूंचा बळी तरी देतो किंवा त्यांच्याकडे संपूर्ण दुर्लक्ष तरी करतो. आनंदीबाई विजापुरे, कमल पाध्ये, कांचन घाणेकर यांची आत्मचरित्रे या दृष्टीने पाहावीत. नवऱ्याने किंवा पुरुषाने केलेल्या अन्यायाला किंवा प्रेमाला वाचा फोडणे किंवा गोंजारणे एवढाच हेतू मनात ठेवून ही आत्मचरित्रे लिहिली असावीत, हे त्यांच्या लेखनावरून स्पष्ट जाणवते. जीवनाचे इतर विविध हेतू त्यात येऊ शकलेले नाहीत. नवऱ्याने केलेल्या अन्यायाला वाचा फोडण्याच्या भरात त्याच्याबरोबरचे आनंदाचे क्षण, त्याच्यावर इतकी वर्षे प्रेम केले, त्याच्याबरोबर वावरले त्याचे रहस्य, त्याचे जनसामान्यांना दिसणारे गुण किंवा सार्वजनिक क्षेत्रातील उत्तुंग कर्तृत्वाचे रहस्य, स्वतःचे इतर जीवनहेतू, इत्यादी सांगावयाचे राहून गेलेले असते. पुरुष-प्रियकराचे सोयीचे अंग तेवढे सांगितलेले असते. बाकीचे अंधारात ठेवलेले असते. स्त्रियांची अशी आत्मचरित्रे वाचताना त्यांनी स्वतःला व साथीदाराला एका विशिष्ट रंगातच रंगवून काढल्याची जाणीव होते.

वस्तुतः आपण आपले समग्र जीवन अर्थपूर्ण करण्यासाठी काही व्यापक जीवनहेतू मनासमोर ठेवत असतो. त्याच्या पूर्तीसाठी स्वतःच्या स्वभावधर्मानुसार प्रयत्न आणि धडपड करत असतो. हा व्यापक हेतू सर्व जीवन व्यापून राहिलेला असतो. अशा परिस्थितीत जीवनातील केवळ एका अंगावर अस्वस्थ होऊन प्रखर प्रकाश टाकण्याचा हेतू ठेवणे म्हणजे स्वतःलाच संकुचित करून सादर करण्याचा प्रकार होय.

विशेषतः स्त्रियांची आत्मचरित्रे संकुचित भावनेने प्रेरित होऊन केवळ पूर्वघटनांच्या स्मरणावर आधारित लिहिली जात असावीत. माणसाच्या मनात भौतिक सुखांपेक्षा दुःखेच खोलवर रुजून लक्षात राहिलेली असतात. मनाच्या विरुद्ध घडलेल्या घटना मनात घर करून राहतात. पुढील काळात अशाप्रकारच्या घटनांचे भावनिक स्मरण, चिंतन, चर्वण अधिक काळ होत राहते. स्वाभाविकच त्यांना आत्मचरित्रलेखनात अग्रस्थान मिळते.

आपल्याला येणारी पत्रे, आनंदाचे, यशाचे, समाधानाचे क्षण जर आपण जाणीवपूर्वक दैनंदिनीमध्ये लिहून ठेवले तर ते खूपच असतात, असे आयुष्याच्या उत्तरार्धात त्यांचे वाचन केले तर दिसून येईल. पण दैनंदिनी किंवा नोंदी ठेवण्याची सवय नसल्यामुळे केवळ स्मरणावरच आत्मचरित्राचे लेखन निभावून नेण्याचा

प्रयत्न होतो. त्यातून अनेक दोष निर्माण होतात. विशेषत: दु:ख गोंजारत बसायला बरे वाटते. आत्मचरित्र-लेखनासाठी जीवनाचा समतोल विचार किंवा चिंतन करण्याची अपेक्षा असते. ती अपेक्षा अशा आत्मचरित्रात शून्याच्या पातळीवर असते. मनातील मळमळ व्यक्त करण्यासाठी आत्मचरित्रे लिहिणे म्हणजे ढेकूण, डास मारण्यासाठी तोफा डागण्याचा प्रकार वाटतो.

आत्मचरित्राचा हेतू फार व्यापक आहे. आपल्या आत्मचरित्रापासून जीवनमार्गावर प्रकाश टाकणाऱ्या दीपाची अपेक्षा समाज करत असतो. मनात क्षणभर उमटणाऱ्या आणि तडतडत नाहीशा होणाऱ्या ठिणग्यांच्या तुडतुडीची अपेक्षा नसते.

आपले आत्मचरित्र केवळ गाजते आहे, हा काही आत्मचरित्र उत्तम असल्याचा एकमेव निकष नसतो. त्यात घोडचुका, भानगडी, इतरांची उणीदुणी, अंडीपिल्ली, संतापाचा अभिनिवेशी आविष्कार, इत्यादी असले तरी आत्मचरित्रे गाजत असतात. सामान्यांना या गोष्टी मनोरंजक, सुपारीसारख्या तोंडात ठेवून चघळण्यासाठी बऱ्या वाटतात. इतरांची गृहछिद्रे दिसल्याचा त्यांना आनंद होतो. तथाकथित मोठी माणसे आपल्यासारखीच द्वेषमत्सरांनी भरलेली, प्रमादशील, धुसफुशा वृत्तीची आहेत याचा त्यांना क्षुद्र आनंद होत असतो. मानसिक पातळीवर त्यांना थोडे बरे वाटत असते. त्यांच्या क्षुद्र आणि मत्सरी वृत्तीचे सांत्वन तिथे नकळत होत असते. त्यामुळे ती गाजतात. आत्मचरित्राच्या दर्जाचा प्रश्न तिथे उपस्थित होत नसतो कारण ती त्या वाटेने गेलेलीच नसतात.

तात्कालिक 'एक्साइटमेंट' त्यांचा बळी घेत असते. आपल्या जीवनात खूपसे काही घडलेले असते. म्हणजे प्रत्यक्षात घडलेले आपले आत्मचरित्र वेगळेच असते. मात्र लेखनातून आलेले आत्मचरित्र भलतेच असते. पण याचे भान आत्मचरित्रकाराला नसते. तो अन्यायाचे परिमार्जन करण्याच्या शाब्दिक धुंदीत असतो. म्हणून तो त्या मोहाचा बळी ठरतो.

माणूस एरवीच्या जीवनातही पुष्कळवेळा मोहाचा बळी ठरतो. आयुष्यात त्याच्या हातून काही प्रमाद घडलेले असतात. त्या चुका आत्मचरित्रात येऊ नयेत असे त्याला वाटते. लहानसहान, किरकोळ चुका आत्मचरित्रात आल्या नाहीत तर क्षम्य होऊ शकते. पण जीवनाला कलाटणी देणाऱ्या महत्त्वाच्या प्रमादी घटना जर आपण आपल्या आत्मचरित्रात कथन केल्या नाहीत, तर समाजात त्यांना नंतर वाचा फुटते आणि तेवढ्या प्रमाणात ते आत्मचरित्र अपुरे ठरते. ते आत्मचरित्र वाचकांना विश्वासार्ह वाटत नाही, तसेच त्यातील नायक 'मी' समजून घेण्याच्या योग्यतेचा वाटत नाही. शेवटी आपला आत्मचरित्राचा हेतूच असफल होतो. उदाहरणार्थ, ना. सी. फडके यांच्या 'माझं जीवन एक कादंबरी' (१९६९) या आत्मचरित्रात त्यांनी आपल्या प्रथम पत्नी मनोरमाबाई फडके यांच्याबरोबर केलेल्या संसाराविषयी,

त्यांच्यापासून झालेल्या मुलांविषयी, घेतलेल्या घटस्फोटाविषयी, सध्या ती पत्नी आणि ती मुले काय करतात, थोडक्यात, पहिला संसार कसा झाला, किती वर्षे झाला याविषयी काहीच सांगितले नाही. दोन-चार ओळींत ते सर्व गुंडाळून टाकले आहे. प्रा. अ. गं. मंगरूळकर यांनी ही गोष्ट त्याच वेळी एका परीक्षण-लेखात दाखवून दिली होती.

पुढे अनेक वर्षांनी ना. सी. फडके आणि मनोरमाबाई फडके यांच्या कन्या प्राचार्य लीला पाटील यांनी ना. सी. फडके यांच्या मृत्यूनंतर आपल्या आईवडिलांच्या संसाराविषयी लिहिले. ते अतिशय हृदयस्पर्शी होते. त्यामुळे आत्मचरित्रकार म्हणून ना. सी. फडके अप्रामाणिक वाटू लागले. त्यांनी आत्मचरित्र लिहिले नसते तर त्यांच्याविषयीचा आब, प्रतिष्ठा राहू शकली असती, असे वाटते.

प्रसिद्ध व्यक्ती आत्मचरित्रे अशाप्रकारे लिहितात आणि त्यांनी न सांगितलेल्या गोष्टींना उत्तरकाळात वाचा फुटते. त्यामुळे ती आत्मचरित्रे आपली विश्वासार्हता गमावून बसतात.

आत्मचरित्रकारासमोर लेखनाच्या वेळी काही आव्हाने निर्माण होतात. स्वत:च्या जीवनातील एखादी महत्त्वाची गोष्ट जर आपल्या समकालीनांना मोठ्या प्रमाणात हानिकारक होत असेल आणि ती जर स्वत:चीही प्रतिष्ठा डागळून टाकणारी असेल तर तिचे आत्मचरित्रात काय करावयाचे, असा आव्हानात्मक प्रश्न त्यातून निर्माण होतो.

आत्मचरित्रकाराला हे आव्हान स्वीकारावे लागते. जीवनात प्रतिष्ठा सांभाळणे महत्त्वाचे असले तरी आत्मचरित्रात मात्र प्रतिष्ठेपेक्षा प्रामाणिकपणालाच जास्त गुण आणि मान्यता असते. किंबहुना प्रामाणिकपणा आत्मचरित्राची प्रतिष्ठा वाढवतो.

म्हणून त्या घटनेचा उल्लेख कुणाला आणि स्वत:लाही हानिकारक होणार नाही असा उचित शब्दांत तटस्थपणे, वस्तुनिष्ठपणे करणे आवश्यक असते. वास्तविक ना. सी. फडके यांनी दुसरा विवाह केल्याची घटना ही जीवनातील धादान्त सत्य होती. त्यामुळे त्यांनी पहिल्या वैवाहिक जीवनाविषयी यथान्याय वस्तुस्थितिनिदर्शक आणि सविस्तर नोंद तटस्थपणे केली असती तर ती कुणालाही हानिकारक ठरली नसती, कारण ते एक वास्तव होते.

प्रत्येक व्यक्तीच्या जीवनात कळत वा नकळत काही चुका घडत असतात. तसेच व्यक्तीजवळ स्वत:ची व इतरांचीही बारीकसारीक रहस्ये असू शकतात. ती त्याच व्यक्तीला फक्त माहीत असतात. अशा किरकोळ रहस्यांचा, दोषांचा किंवा घटनांचा उल्लेख किंवा चर्चा करण्याची आत्मचरित्रात गरज नसते. त्यापेक्षा अधिक महत्त्वाच्या बाबी आत्मचरित्रात महत्त्वाच्या असतात. समाजाला त्या प्रकाशमान

करतात. मानवी जीवनाच्या आकलनात मोलाची भर टाकत असतात. त्यांच्यावर आत्मचरित्रकाराने लक्ष केंद्रित करावे, पण या बाबींत जीवनाला कलाटणी देणारा, परिवर्तन घडवून आणणारा एखादा प्रमादही तेवढाच महत्त्वाचा असतो. माणूस म्हणून त्याची प्रांजळ मीमांसा करणे आत्मचरित्रात महत्त्वाचे असते. त्यामुळे व्यक्तिमत्त्व जिवंत होऊन ते मातीवर उभे राहते. त्याचा रथ अंतराळातून चालत नाही. शेवटी तो प्रमादच आत्मचरित्रातील मानवीमनयुक्त नायकाला भूषणभूत ठरत असतो. त्यामुळे तो नायक सर्वांना आपल्यातील एक वाटतो.

काही आत्मचरित्रे 'मित्राच्या प्रेमळ आग्रहाखातर, हितचिंतकांच्या लडिवाळ आग्रहापोटी, शिष्यांच्या किंवा मुलांच्या श्रद्धायुक्त भाबड्या आग्रहापोटी, पत्रकार-प्रकाशक यांच्या विनंतीपोटी' लिहिली गेलेली दिसतात. काही आत्मचरित्रकारांना स्वतःला शैली नसते म्हणून एखाद्या साहित्यिकाकडून आत्मचरित्रे लिहून घेतलेली उदाहरणेही आहेत. कोणत्याही प्रकारच्या पूर्वतयारीशिवाय ही आत्मचरित्रे लिहिली जातात.

अशाप्रकारे लिहिलेल्या बहुतेक आत्मचरित्रांना कौतुकापलीकडे फारसे मोल नसते. अनेक दोषांनी ती युक्त असतात. त्यामुळे ती न लिहिलेली बरी. कारण उथळ पाण्याच्या खळखळणाऱ्या ओढ्याइतकीच त्यांची खोली आणि रम्यताही असते.

कुणाच्या आग्रहापोटी आत्मचरित्र लिहू नये. आतून स्वतःलाच काही जोरकसपणे वाटत असेल तर लिहावे. त्यासाठी अंतर्मुखवृत्ती आणि अंतर्वेध-शक्ती प्रामुख्याने असण्याची गरज असते. ही वृत्ती आणि शक्ती आत्मचरित्राचे शिल्प उभे करू शकते.

आयुष्य ही एक वाटचाल असते. आपण एका कुटुंबात जन्माला येतो. हे कुटुंब एका समाजाचा भाग असते. हा समाज अनेक स्तरांनी आडव्या-उभ्या धाग्यांनी आकाराला आलेला असतो. तो एका गावचा असतो. ते गाव एका राज्याचा भाग असते. या सर्व यंत्रणेत आपले बालपण, शिक्षण, नोकरी, लग्न, प्रसिद्धी, प्रतिष्ठा, पैसा आपण मिळवत असतो. काही वर्तन करत असतो. सामान्यतः प्रत्येक दिवशी आपला संबंध वरील सर्वांशी कमी-अधिक स्वरूपात येत असतो. आपण जणू या बाह्य घडामोडींचाच एक घटक बनून गेलेलो असतो. अशी वाटचाल वयाच्या उत्तरार्धाच्या काही काळापर्यंत चाललेली असते. या उत्तरकाळात कधीतरी आत्मचरित्र लिहावे, असे वाटते.

पण आत्मचरित्र लिहिण्यासाठी वर सांगितलेल्या विविध घटकांचा परस्पर संबंध स्थापन करावा लागतो. मुळात या सर्व बाह्य घटकांपासून मन अलिप्त करून आत वळवावे लागते. मनाचे बाह्य घटकांशी असलेले संबंध तोडून जीवनात

घडलेल्या घडामोडींचा खजिना अंतचक्षूंनी पाहावा लागतो. त्याचा पसारा लक्षात घ्यावा लागतो. अवधानपूर्वक या स्मरणरूप जीवनपसाऱ्याचे अवलोकन एकाग्र चित्ताने करता यावे लागते. तसे केले तर स्मरणातील घटना मनोमन सचेतन, चित्ररूप होऊ लागतात. यासाठी जी वृत्ती लागते तिलाच अंतर्मुख वृत्ती असे म्हटले जाते. अंतर्मुख वृत्ती जितकी उत्कट, एकाग्र, सातत्यशील आणि परिपूर्ण तितके स्मरणोज्जीवी घटना, प्रसंग, अनुभव, इतर घडामोडी मनासमोर जिवंत होऊन येऊ लागतात. आत्मचरित्र-लेखनाचे हे सर्व मूलद्रव्य असते.

प्रत्येक माणूस जन्मतःच आपला असा एक देहपिंड घेऊन जन्मतो. त्या पिंडाचे काही स्वभावधर्म असतात. या स्वभावधर्मांनी प्रेरित होऊन प्रत्येक माणूस जगत असतो. वर वर पाहता आयुष्यात माणूस अनेक घडामोडी करतो. एकमेकांशी सुसंगत नसलेली अनेक ध्येये, साध्ये तो साधत असतो. कधी वासना-विकारांच्या स्वाधीन जातो. कधी उदात्त, तर कधी क्षुद्र होतो. कधी कुणासाठी स्वतःचे प्राण वेचतो, तर कधी कुणाचे स्वार्थासाठी प्राण घेतो... या घडामोडी वर वर पाहता परस्परांशी असंगत, विरोधी, विसंगत, एकमेकीचा संबंध एकमेकींशी नसलेल्या वाटतात. पुष्कळवेळा आपण उत्स्फूर्त वागतो. तसे का वागलो हे आपणास नीटपणे सांगता येत नाही, पण कुठेतरी आपल्या स्वभावधर्माशी त्यांची सुसंगती लावता येते. त्यांचा मेळा घालता येतो, परस्पर संबंध जोडता येतो. त्यासाठी आपल्या स्वभावधर्मांचा अंतर्मुख होऊन प्रथम शोध घ्यावा लागतो. केलेल्या घटनांशी त्यांचा मेळ घालावा लागतो. या स्वभावधर्मांचा परस्पर एक संबंध-व्यूह असतो. ते धर्म एकमेकांना पूरक-पोषक असतात. तसेच या स्वभाव-धर्माचा संबंध आपण केलेल्या बाह्य घडामोडींशीही लावता येतो. स्वभाव-धर्माचा परस्पर संबंध आणि बाह्य घडामोडींशी असलेला संबंध शोधणारी तर्कशक्ती हीच अंतर्वेध-शक्ती असते. ती बुद्धीचे फळ असते. या अंतर्वेध-शक्तीमुळे एकूण जीवनाचा अन्वयार्थ, जीवनाचे प्रयोजन, साध्य, परस्पर संबंध यांचा वेध घेता येतो. त्यामुळे आत्मचरित्र लेखनाचे एक रचनाशिल्प (मॉडेल) मनोमन दिसू लागते. त्यातूनच प्रत्यक्षातील आत्मचरित्र साकार होते. यासाठी अंतर्मुखवृत्ती आणि अंतर्वेध-शक्ती यांनी एकमेकींच्या हातात हात घालून सक्रिय होण्याची आवश्यकता असते.

आत्मचरित्र लिहिण्याची जिद्द आतून खंबीर असेल तर वरील प्रकारचे सर्वसाधारण लेखकीय गुणधर्म आत्मसात करता येऊ शकतात. सरावाने ते अंगवळणी पडू शकतात. या गुणांच्या आधारे लिहिलेले आत्मचरित्र पूर्ण होताच प्रसिद्ध न केलेले बरे. आपण आत्मचरित्राशिवाय अन्य काही लेखन केले नसेल तर लिहिलेले आत्मचरित्र निदान सात-आठ महिने तरी आपल्या कपाटात पडू द्यावे. जे लिहिले त्यावर पुन्हा शांत माथ्याने, संतुलित दृष्टीने, तटस्थपणे, सर्वांगांनी विचार करावा.

ज्या एखाद्या घटना-लेखनाविषयी शंका, संशय येतात त्याविषयी घरातील माणसांशी, मित्रांशी, शक्य असेल तर संबंधित व्यक्तींशी चर्चा, विचारविनिमय करावा. शक्य असेल तर आपल्यापेक्षा ज्येष्ठ, प्रौढ, समंजस मित्राला आत्मचरित्राचे हस्तलिखित वाचण्यास द्यावे. दरम्यानच्या काळात आपणही लेखनाविषयी थंड, अलिप्त होतो. आपला मित्रही आपणास लहानपणापासून ओळखणारा, आपला स्वभाव माहीत असलेला, आपला विकास जवळून पाहणारा असेल तर आणखी उत्तम. अशा मित्राबरोबर वाचनोत्तर चर्चा करावी. ही चर्चा संस्करण, पुनर्लेखन, पुनर्मांडणी, भाषिक ठेवण याला अतिशय उपयुक्त ठरू शकते. संभाव्य आक्षेपांचे निरसन करायला ती मदत करू शकते. या चर्चेच्या आधारे योग्य ते संस्कार करून अंतिम स्वरूपाचे हस्तलिखित सिद्ध करता येते.

...आत्मचरित्रकाराचे हे लेखकीय गुणधर्म त्याच्या एरवीच्या जगण्यासाठी लागणाऱ्या गुणाधर्मांपेक्षा वेगळे असतात, हे सहजपणे लक्षात यावे, अशी अपेक्षा आहे.

◆

आत्मचरित्राचे वाचन

आत्मचरित्राच्या वाचनाकडे वाचक का वळतो, या प्रश्नाचे एक सरळ उत्तर येते : माणसाला माणूस जाणून घेण्याची स्वाभाविक जिज्ञासा असते. माणूस समजून घेण्यात तो स्वत:लाही समजून घेत असतो. माणूस कसा जगतो, प्रसंगांत, संकटांत, आनंदोर्मीत असताना त्याची अवस्था कशी असते, त्याचे मन कोणत्या अवस्थेतून जाते, याचे ज्ञान त्याला होते. आपणही नेमके अशाच प्रकारच्या प्रसंगांतून, संकटांतून, आनंदोर्मीतून, सुखदु:खातून जात असताना आपणालाही असेच काहीसे वाटते, याचा त्याला प्रत्यय येतो. त्यामुळे आपणही इतरांसारखेच 'माणूस' आहोत, आपल्यात व इतरांत तसा काही फरक नाही. या सहअस्तित्वाच्या भावनेने त्याला जगायला धीर येतो. आपण इतरांबरोबर असल्याचा त्याला आनंद असतो. हा आनंद स्व-प्रत्ययाचा असतो. या आनंदाला तुलना नसते.

आत्मचरित्राच्या वाचनाची जिज्ञासा स्वाभाविक असण्याचे भौतिकशास्त्रीय कारणही आहे. माणसाला उत्तम रीतीने आणि यशस्वीपणे जगण्याची नैसर्गिक प्रेरणा असते. भोवतालचा निसर्ग समजून घेतल्याने त्या निसर्गाशी कसे वागावयाचे आणि त्या निसर्गाचा जगण्यासाठी कसा उपयोग करून घ्यावयाचा, हे त्याला कळू शकते. तसेच आपल्या समाजातील माणसे, त्यांच्या भावभावना, त्यांचे वर्तनबंध, त्यांच्या सहज प्रेरणांनी प्रेरित झालेली त्यांची जीवनशैली अस्सल स्वरूपात कळते. त्याच समाजात स्वत:ला जगायला ती नमुना म्हणून उपयुक्त ठरते. तो नमुना अस्सल असतो, कारण आत्मचरित्रकाराने लिहिलेले आत्मचरित्र हे स्वत:च स्वत:च्या जीवनाचा घेतलेला धांडोळा असतो. त्यामुळे तो जास्तीत जास्त विश्वसनीय आणि प्रामाणिक वाटतो.

शिवाय चांगल्या आत्मचरित्रामध्ये घेतलेला जीवनशोध हा साररूप, थोडक्यात,

नेटका, निवड-पाखड केलेला, आवश्यक तेवढाच विस्तार असलेला, सघन स्वरूपात मांडलेला, तयार स्वरूपात उपलब्ध असतो. तो अन्वर्थक आणि अर्थपूर्ण असतो. त्याचा आपण स्वतंत्रपणे अर्थ लावत बसण्याची यातायात करावी लागत नाही. म्हणूनही वाचकाला आत्मचरित्र वाचण्याची ओढ लागलेली असते.

आत्मचरित्र हा साहित्यप्रकार वाचकाला प्रत्यक्ष जिवंत माणसाच्या घनिष्ठ सहवासात आणतो. वाचकासमोर तो प्रकार त्या माणसाचे जगण्याचे सर्व रहस्य उकलून दाखवतो. त्यामुळे तो प्रकार इतर कुठल्याही ललित साहित्याच्या प्रकारापेक्षा वाचकाला मनापासून आवडतो. विशेषत: आपल्याच समाजातील व्यक्तींची आत्मचरित्रे त्याच समाजातील वाचकाला विशेष जीवनप्रेरणा देताना दिसतात. त्याला वाटते की, 'हा आत्मचरित्राचा नायक आपल्याच समाजातील परिस्थितीला तोंड देऊन यशस्वी झाला आहे. आपणही याच्यासारखेच कष्ट करून यशस्वी होऊ.' त्याच्या अशा वाटण्याला आत्मचरित्र धीर आणि आधार देते. मिळणारे हे आत्मबळ वाचकाला जगण्याच्या धबडग्यात फार मोलाचे वाटते.

जीवनात ज्याच्या त्याच्या स्वभावधर्मानुसार, वेगवेगळ्या आंतरिक आणि बाह्य परिस्थितीनुसार वेगळे प्रश्न, वेगळी आव्हाने, वेगळे संघर्ष निर्माण झालेले असतात. त्यातून मनात, जीवनात, संसारात ताणतणाव निर्माण झालेले असतात. अशा परिस्थितीत या सर्वांना आपण तोंड देऊ शकलो नाही किंवा आपला पराभव झाला किंवा अपयश आले किंवा भिऊन बाजूस सरलो, अशा बाबींना आत्मचरित्र-नायकाने कसे तोंड दिले, स्वत:स कसे लवचीक करून घेतले, स्वत:स अनुकूल असे परिस्थितीला कसे रूप दिले, बाह्य कठीण परिस्थितीत स्वत:च्या भावना, राग, विचार, वृत्ती यांना आवरून-सावरून नवे लवचीक आकार कसे निर्माण केले, कशी नवी जीवनशैली निर्माण करून स्वत:ला निभावून नेले, इत्यादी पाहण्यासाठी किंवा तद्विषयक ज्ञान मिळविण्यासाठीही वाचक आत्मचरित्र वाचत असतो. इथे तो स्वत:ला सुरक्षित ठेवून जीवनाच्या प्रयोगशाळेतील अस्सल ज्ञान इतरांच्या आत्मचरित्रातून मिळवत असतो.

सारांश, मानवी जगण्याचे, जीवनाचे नवे नवे, अधिक यशस्वी आकार किंवा रूपे वाचकाला आत्मचरित्रे पुरवीत असतात म्हणून ती वाचावीशी वाटतात.

वाचनाची प्रेरणा याच्या उलटही असू शकते. 'आत्मचरित्राच्या नायकापेक्षा आपल्यावर गुदरलेल्या घटना, प्रसंग, आपली परिस्थिती, आपले आई-वडील एकूणातच आपले जीवन कितीतरी चांगले आहे. आपण आजवर स्वत:ला दुर्भागी समजत होतो, पण या आत्मचरित्रातील व्यक्तीच्या तुलनेत आपण किती चांगल्या स्थितीतील आणि सुदैवी आहोत,' असा पडताळा येऊन ते स्वत:च्या जगण्याचा उत्साह वाढवतात. परमेश्वराचे आभार मानतात, समाजाविषयी कृतज्ञता बाळगतात.

आई-वडिलांना दुवा देतात.

इथे वाचकाची त्याच्या नकळत स्वत:लाच समजून घेण्याची, स्वत:चीच समजूत काढण्याची एक अर्धसुप्त प्रेरणा कार्यरत झालेली असते. याचा अर्थ आत्मचरित्राचे वाचन स्वत:चेच नीटपणे आणि वास्तव आकलन करून घेण्यासाठी वाचकाला करावेसे वाटते. स्वत:चे जीवनमान व तापमान मोजण्याचा आत्मचरित्र हा मोजमापक असतो.

पुष्कळवेळा आत्मचरित्र-नायकाचे व्यक्तिमत्त्व वेगळे, लक्षवेधी, वैशिष्ट्यपूर्ण, बुद्धीचा प्रभाव दाखवणारे असते. अशा व्यक्तीचे आकर्षण स्वाभाविकच वाचकाला वाटते. विशेष व्यक्तिमत्त्व असलेला आत्मचरित्रकार जर साहित्यिक, कलावंत, विचारवंत असेल तर त्याच्या आत्मचरित्रात वाचकाला विशेष रुची वाटू लागते. अशा आत्मचरित्र-नायकाचा व्यक्तिविशिष्ट, खास वेगळा असा दृष्टिकोन आत्मचरित्रात कमी-अधिक प्रमाणात प्रतिबिंबित हा होतच असतो. तो समजून घ्यावा, असे सामान्याला वाटते. त्यात एरवीच्या जीवनापेक्षा वाचकाला नावीन्य जाणवत असते. नव्याचे आकर्षण सर्वांनाच असते म्हणून अशा व्यक्तीची आत्मचरित्रे वाचावी असे वाटते.

समकालीनांची आत्मचरित्रे वाचक उत्साहाने वाचतो. या पाठीमागे वरीलप्रमाणे काही प्रेरणा असतात, पण वाचक भूतकाळातील आणि आपल्यापेक्षा वेगळ्या समाजातील, वेगळ्या देशांतील, भिन्न-भिन्न भूखंडातील व्यक्तींची आत्मचरित्रेही वाचत असतो. त्यापाठीमागे वरीलपैकी काही प्रेरणा कार्यरत असतातच, पण आणखीही अधिक व्यापक प्रेरणा तिथे कार्यरत झालेल्या असतात. वेगवेगळ्या देशांतील, कालांतील, स्थितीतील माणूस आणि समाज यांचे द्वंद्वात्मक मूलभूत नाते समजून घेण्याचा त्यापाठीमागे प्रयत्न असतो. त्यामुळे अधिक व्यापक पातळीवरील माणूस समजतो. म्हणून आत्मचरित्र-वाचनाची ही प्रेरणा अधिक व्यापक पातळीवरची असते.

भूतकाळातील आत्मचरित्रे ही आत्मचरित्र-नायकाच्या जीवनाची ऐतिहासिक माहिती देतात. शिवाय इतर सामाजिक, सांस्कृतिक स्वरूपाचे तत्कालीन प्रश्न आणि समस्या, एकूण स्थितिगती यांचे ज्ञानही आत्मचरित्रांमधून मिळत असते. त्या दृष्टीने ती भूतकाळातील ज्ञानाची कच्ची सामग्री ठरू शकतात. अशा रीतीने समाजाच्या इतिहासलेखनासाठी आत्मचरित्राचा उपयोग करून घेता येतो.

त्या त्या काळातील मानवी मनाची स्पंदने आत्मचरित्रात सापडत असतात. मानवी इतिहासाचे ते 'जिवंत रेकॉर्ड' असते. इतिहासकार, समाजशास्त्रज्ञ, सामाजिक मानसशास्त्रज्ञ, इत्यादींना ते महत्त्वाचे वाटत असते. म्हणूनही ही मंडळी भूतकाळातील आत्मचरित्रे वाचत असतात. वर्तमानकालीन आत्मचरित्रे तर ही मंडळी त्याच

भावनेने वाचतात, हे उघड आहे.

आत्मचरित्रात प्रत्यक्ष जीवन जगलेल्या माणसाचे प्रत्यक्षातील, भोवतालच्या जगातील अनुभव असतात. त्या अनुभवांनाच आत्मचरित्रात लेखन-चातुर्यामुळे कलात्मकतेचा स्पर्श झालेला असतो. त्या अनुभवांचे सौंदर्यानुभवांत रूपान्तर झालेले असते. ते सौंदर्य वाचकाला आकर्षक वाटते. जणू हे सुंदर जीवन हा माणूस (आत्मचरित्राचा नायक) जगला आहे, अशी वाचकाची भावस्थिती निर्माण झालेली असते. सारांश वाङ्मयीन सौंदर्यानुभव आणि प्रत्यक्षातील व्यक्ती व तिचे अनुभव यांचे भावनिक पातळीवर एकात्मीकरण झाल्याने आत्मचरित्र-वाचनात एक विशेष आनंद वाटतो. जीवनातील एरवीचे साधेसाधे अनुभवही सुंदर असतात, असे वाचकाला भावते. एवढेच नव्हे तर त्या साध्या अनुभवांकडे सौंदर्यदृष्टीने पाहायला आत्मचरित्र शिकवत असते. या अभिनव दृष्टीसाठी आत्मचरित्र वाचावेसे वाटते.

चांगले आत्मचरित्र हा साहित्यकला-प्रकार असतो. त्यात एकूण जीवनाचा अनुभव सौंदर्यात्मक पातळीवर अवतरत असतो. प्रत्यक्ष जीवनाचा हा सौंदर्यानुभव आत्मचरित्राच्या माध्यमातून घेताना वाचकाला जीवनप्रवृत्त करतो. जगण्यासाठी उत्साहाची ऊर्जा पुरवतो. जीवन सुंदर असण्याचा प्रत्यय देतो. एरवी जे निरर्थक वाटतात असे जीवनातील अनेक बारकावे जीवनाला किती सुंदर, समृद्ध करतात याचे ज्ञान आत्मचरित्र वाचनाने मिळते.

खरेतर आत्मचरित्र ही जीवनाचे प्रत्यक्ष आणि अस्सल ज्ञान अनेक अंगोपांगांनी देणारी विद्या, तसेच पायाभूत जीवनशिक्षण देणारी शाळाही आहे. म्हणून वाचक या शाळेत हट्टाने जातो. प्रत्येक माणूस जगताना स्वत:च्या जीवनाचे प्रश्न-समस्या सोडवतच असतो, पण विशेष स्वत्व प्राप्त झालेल्या आत्मचरित्रकाराने तो कसा सोडविला, याची जिज्ञासा वाचकाला असते, म्हणून तो आवडीने इतरांच्या आत्मचरित्राकडे वळतो.

वाचकाच्या दृष्टीने 'मी' कसे जगावे, कोणत्या जगण्याला समाजाची मान्यता, प्रतिष्ठा मिळते, कोणते जगणे समाजाला मान्य नसते, यांच्या धोक्याच्या पूर्वसूचना देणारे आत्मचरित्र हे मार्गदर्शक दीपासारखे असते. ते व्यक्तीच्या जगून झालेल्या जीवितातून, त्याच्या मंथनातून निर्माण झालेले 'नवनीत' असते. ते अलगद आपल्या हातावर पडलेले जणू संजीवक औषध असते.

राजकारणी, श्रीमंत, वतनदार, उद्योजक, महान पदे भूषविणारे, देशाचे राजकीय नेतृत्व करणारे यांनी लिहिलेली बहुतेक आत्मचरित्रे बहुसंख्य सरळमार्गी सामान्य जनांच्या आवाक्याबाहेरची असतात. त्यामुळे त्यांना (सामान्यजनांना) ती मार्गदर्शक ठरण्याच्या कक्षेबाहेरची वाटतात.

दुसरे असे की, अशा आत्मचरित्रांत बरीचशी बनवाबनवी, लपवाछपवी,

अप्रामाणिकपणा, आत्मगौरव, अतिशयोक्ती, आत्मसमर्थने मोठ्या प्रमाणात असण्याची शक्यता असते. काही एका भौतिक महत्त्वाकांक्षेने प्रेरित होऊन ती लिहिलेली असतात. त्यात सामान्यांच्या जीवनकक्षेच्या बाहेरच्या आसुरी महत्त्वाकांक्षा, पाताळयंत्रीपणा, खुनशीपणा, मायावी वृत्ती, बुद्धिभेदाचा विचार, अवैध मार्गांना सुंदर मुखवटे घालणारी शैली, इत्यादी मोठ्या प्रमाणात असण्याची बरीच शक्यता असते.

अशा आत्मचरित्रांतील नायकांनी केलेली कार्ये, त्यांच्या दीर्घ याद्या, त्यांनी समाजात वा त्यांच्या त्यांच्या क्षेत्रात केलेल्या तथाकथित सुधारणा वाचून सामान्यजनांच्या मनात भ्रम तयार होतो. कारण प्रत्यक्ष समाजात त्यांच्या कार्याचा वा सुधारणांचा कुठेच पडताळा येत नसतो. म्हणून ती वाचताना आपली दिशाभूल होत असल्यासारखे वाटते. स्वत:विषयी एक भ्रामक आणि समाजाची दिशाभूल करणारा इतिहास ते तथाकथित नायक आत्मचरित्राच्या माध्यमाद्वारा तयार करत असतात याची जाणीव अशा आत्मचरित्रांच्या वाचनातून होते.

उलट सरळमार्गी, सुसंस्कृत जनांच्या आत्मचरित्रांतून समाजातील बहुसंख्य सामान्यजनांची जीवनशैली कळते. ती विश्वसनीय वाटते. भोवतालच्या समाजाविषयी वास्तवभान अशा जनांची आत्मचरित्रे निर्माण करत असतात. म्हणून वाचकांचा ओढा अशाप्रकारची आत्मचरित्रे वाचण्याकडे विशेष असतो.

आत्मचरित्र-वाचनाच्या प्रेरणा वरीलप्रमाणे असतील तर मग वाट्टेल तसली आत्मचरित्रे वाचवत नाहीत. उत्तम आत्मचरित्रेच वाचावीत असे वाटते. आत्मचरित्राची मूलभूत लेखन-प्रेरणा विसरलेल्या अर्ध्याकच्च्या चोपड्यांना किंवा आत्मचरित्रसदृश लेखनांना मग वाचक आत्मचरित्र म्हणू शकत नाही व तशी सवंग पुस्तके हाती धरूही शकत नाही.

वाचकवर्गातही आत्मचरित्र वाचनाची मूलभूत प्रेरणा विसरलेले किंवा तिचा अभाव असलेले अनेक वाचक असतात. त्यांची संख्या समाजात मोठ्या प्रमाणात असते. अशा वाचकांना आपण सोयीसाठी 'सामान्य वाचक' अशी संज्ञा देऊ.

सामान्य वाचक हा सामान्यत: बहिर्मुख वृत्तीचा असतो. जमेल तसे जगण्याची त्याची प्रेरणा असते. शाश्वत जीवन-दृष्टीपेक्षा तात्कालिक प्रेरणेने जगण्याचा प्रभाव त्याच्या मनोवृत्तीत विशेष असतो. सखोल गंभीर वृत्तीपेक्षा मनोरंजन, तात्कालिक विरंगुळा, मनाचे चोचले चविष्ट वाचनाने पुरवणे अशी त्याची साहित्याच्या वाचनाविषयी धारणा असते. आत्मचरित्राकडेही तो त्याच भावनेने पाहतो.

त्यात विशेष गोष्ट अशी की, आत्मचरित्राच्या वाचनातून प्रत्यक्षातील तथाकथित प्रसिद्ध माणसे, सनसनाटी असलेले सिनेकलावंत, इत्यादी त्याला भेटतात. त्याच्याशी बोलतात. त्यांच्याशी भेटण्या-बोलण्याचे भासमान सुख वाचकाच्या स्वप्नरंजनात

रमणाऱ्या मनाला मिळत असते. विशेषत: या व्यक्तींच्या जीवनातील गमतीजमती, नटनट्यांच्या जीवनातील मुक्त स्त्रीपुरुषसंबंध किंवा प्रसिद्ध पुरुष-प्रियकरावर किंवा पतींवर स्त्रियांनी केलेली उघड-उघड टीका, विवाहबाह्य संबंध, अनैतिक कृत्यांचे निर्भीड समर्थन, इत्यादींमध्ये त्यांना विशेष रस असतो. सारांश प्रसिद्ध व्यक्तींच्या अनेक भानगडी, कुलंगडी, त्यांच्या छोटेपणाच्या अनेक गोष्टी, अनेक प्रसंग, त्यांची गृहछिद्रे त्यांना कळतात. अशी आत्मचरित्रे सामान्य वाचकवर्गात लोकप्रिय होतात. त्यांच्यावर वर्तमानपत्रात तेवढ्याच चविष्ट भाषेत, चविष्टपणाने परीक्षणे येतात. आत्मचरित्रे अशीच असतात, अशी त्यांची समजूत असते. सामान्य व्यक्तींनाही आत्मचरित्रे अशाच अंगांनी लिहिण्याची प्रेरणा होते. मराठीत अशा दिशाभूल झालेल्या सामान्य आत्मचरित्रांची संख्या विपुल आहे.

आत्मचरित्राविषयी मराठीतील एकदोन समीक्षक-साहित्यिक एक आक्षेप सतत घेतात. 'आत्मचरित्रे खरी का खोटी हे पडताळून पाहता येत नाही. बहुधा ती खोटीच असतात' अशी विधाने ही मंडळी करतात. पुष्कळवेळा 'आत्मचरित्रे खोटी असतात.' असेही केवळ विधान ते करतात.

आपल्या अशाप्रकारच्या विधानाचे स्पष्टीकरण कुणीही सविस्तर सोदाहरण करत नाही. भाषणांच्या, मुलाखतींच्या किंवा अन्य विषयांवरील लेखांच्या ओघात अशी विधाने जाता जाता केलेली असतात. शेरे किंवा ताशेरे मारावेत या पातळीवरची ती असतात. ती जबाबदार विधाने वाटत नाहीत. साहित्यक्षेत्रातील एखाद्या उपविभागात अशा समीक्षकांना नाव किंवा मान्यता असते. अहंकारापोटी तिचा फायदा घेऊन ते अखिल मराठी साहित्यक्षेत्रातील 'सर्वज्ञ' न्यायाधीशाची भूमिका अनाहूतपणे आणि स्वेच्छेने बजावीत असतात. त्यांची वृत्ती सनसनाटी आणि घणाघाती विधाने करून जनतेचे आपल्याकडे लक्ष वेधून घेण्याची असते की काय कोण जाणे, परिणामी त्यांनी केलेली विधाने बिनबुडाची, निराधार असल्यामुळे त्यांना 'खोटे' या शब्दाने नेमके काय म्हणावयाचे असते, ते कळत नाही. तरीही 'सर्वसाधारण' अर्थाने तो शब्द घेऊन त्याची छाननी करता येते का पाहू.

आत्मचरित्र म्हणजे कागदपत्रांच्या आणि नोंदलेल्या प्रत्यक्षातील घटना-प्रसंगांच्या आधारे एखाद्या कमिटीने लिहिलेला निर्विकार अहवाल किंवा इतिहास त्यांना वाटतो किंवा काय, असा प्रश्न पडतो. पुष्कळवेळा कमिटीचा अहवाल किंवा इतिहासही खरा नसतो, कारण कागदपत्रे पाहून कमिटीचे सदस्य त्यांतील कोणत्या गोष्टी महत्त्वाच्या मानतील किंवा कोणत्या गोष्टींवर भर देतील, हे ठामपणे सांगता येत नसते. आत्मचरित्र हा साहित्यप्रकार तर एका व्यक्तीने स्वत:ला माहीत असलेला, स्वत:चाच लिहिलेला इतिहास असतो. हा इतिहास काही प्रसिद्ध झालेल्या कागदपत्रांचा आधार घेऊन लिहावयाचा नसतो. मग 'आत्मचरित्रे बहुधा खोटीच असतात' असे

कशाच्या जोरावर म्हणता येईल?

आत्मचरित्र या साहित्यप्रकाराचा अभ्यास न केलेल्या वाचक-समीक्षकाला आत्मचरित्रे खोटी वाटत असतात, असे म्हणता येऊ शकते. आत्मचरित्राकडून अशा अनभ्यस्त मंडळींच्या अवाजवी अपेक्षा असतात. आत्मचरित्राकडून व्यक्तीच्या जीवनाचा सर्वप्रकारचा कबुलीजबाब मिळावा, जीवनाची सर्व झाडाझडती मिळावी, अशी त्यांची अपेक्षा असते. ही अपेक्षा सामान्य दर्जाची असते. दुसऱ्यांच्या जीवनातील क्षुद्रता, छिद्रे, भानगडी, लफडी, कुच्छितपणा, माणसाचा किडकेपणा आत्मचरित्रात यावा असे त्यांना वाटते. आत्मचरित्रकार प्रसिद्ध व्यक्ती असेल तर त्याच्याविषयी वातावरणात असलेल्या अफवा, वदंता, त्याच्याविषयी इतरांनी हवेत उडविलेल्या मनचिंती वावड्या असे काहीतरी आत्मचरित्रात यावे, असे त्यांच्या सुप्त मनात असावे. ते आले नाही की, आत्मचरित्रे त्यांना खोटी वाटत असावीत. आत्मचरित्राचा 'साहित्यप्रकार' या नात्याने त्यांचा अभ्यास नसल्यामुळे ती त्यांना खोटी वाटत असावीत.

आत्मचरित्र हा त्रयस्थ वृत्तीने लिहिलेला निर्विकार इतिहास, अहवाल किंवा कबुलीजबाब वा झाडाझडती नसते. त्यात वस्तुस्थितीतील साद्यंत घटनांची यादी किंवा हकिकतही नसते. त्या घटना तिथे साधनीभूत असतात. आत्मचरित्राचे साध्य वेगळे असते. त्यामुळे घटनांच्या निश्चल ढिगाऱ्यातून घटनांची निवड करावी लागतेच. ही निवड आत्मचरित्रकाराच्या हेतूनुसार असते. हे हेतू कोणते, त्यांचा अग्रक्रम कोणता, त्यांची व्याप्ती किती, त्यांची मौलिकता किती, त्यांच्या साक्षेपाचा आवाका काय हे सर्व आत्मचरित्रकारानेच निश्चित करावयाचे असते. यावर घटना, प्रसंग, अनुभव यांची निवड अवलंबून असते. एखादी घटना घ्यावयाची की नाही हे आत्मचरित्रकारानेच ठरवावयाचे असते.

त्यामुळे आत्मचरित्रातून पुष्कळच घटना, प्रसंग, अनुभव आत्मचरित्रकार वगळत असतो. अशी वस्तुस्थिती असल्यामुळे एखाद्या आत्मचरित्रात वाचक-समीक्षक यांना ज्ञात असलेल्या काही घटना, प्रसंग, अनुभव, इत्यादी नसतील तर 'ते आत्मचरित्र खोटे आहे' असा आरोप करता येत नाही.

आत्मचरित्रकार आपल्या दृष्टिकोनातून आपले आत्मचरित्र लिहितो, ही वस्तुस्थिती असल्यामुळे त्याच्या त्या विशिष्ट दृष्टिकोनावर इतर कोणीही वाचक-समीक्षक टीका करू शकत नाही. आत्मचरित्रकाराचा दृष्टिकोन मान्य करूनच आत्मचरित्र वाचावे लागते. आत्मचरित्राचे वाचन करणे म्हणजे अमुक, तमुक घटना, प्रसंग किंवा अनुभव आत्मचरित्रात आले आहेत की नाहीत यांची हिशेब-तपासणी करणे नव्हे. ऑडिट काढण्याचा तो प्रकार होईल. आत्मचरित्रातून अंतिमत: मानवी मन, मूल्ये, संघर्ष हेच समजून घ्यावयाचे असते आणि आपली मानवी जीवनाविषयीची व्यापक

जिज्ञासा पुरवावयाची असते. मानवी जीवनाचे आकलन करून स्वत: समृद्ध व्हावयाचे असते.

मुळातच अविश्वासाने आत्मचरित्र-वाचनाकडे वळल्यास आत्मचरित्रात पदोपदी संशय, शंका येऊ लागतात. म्हणून काकदृष्टीने वाचनाकडे कधीही वळू नये. पूर्वग्रहामुळे तादात्म्य साधता येत नाही, वाचनानंद मिळत नाही; त्यामुळेही आत्मचरित्रे खोटी वाटू लागतात.

एखादी आत्मचरित्रकार व्यक्ती स्वत:विषयी अंतर्मुख होऊन विचार करणारी नसेल, तिच्याजवळ जाणीवपूर्वक जोपासलेली विश्लेषण-शक्ती नसेल, परिस्थितीमुळे ती वेडीवाकडी वाढलेली असेल, तिला विचारवंताचा सहवास लाभलेला नसेल, भोवतालच्या परिस्थितीचा आणि स्वत:चा संबंध तिने अभ्यासपूर्वक समजून घेतला नसेल, तिच्या लेखनात पुष्कळच आत्मविसंगती निर्माण झालेल्या असतील, तिला आत्मचरित्र-लेखनातील खाचाखोचा, संभाव्य धोके, दोष, मर्यादा, इत्यादींची कल्पना नसेल, नीट लेखन न झाल्याने त्या लेखनात पुष्कळ रसविघ्ने निर्माण झालेली असतील, त्यामुळे ते प्रत्ययकारी वाटत नसेल; पण ते 'खोटे' आहे असे म्हणता येणार नाही. मात्र ते फसले आहे, असे जरूर म्हणता येईल.

प्रत्ययकारी नसणे म्हणजे खोटे असणे नव्हे. कथा-कादंबऱ्याही प्रत्ययकारी असू शकतात. पण त्या कल्पनाशक्तीने निर्माण केलेल्या असतात, त्या काल्पनिक असतात. म्हणजे प्रत्ययकारी असणे याचा अर्थ ते 'खरे' असणे असाही होत नाही. तेव्हा प्रत्ययकारी नसण्यावरून आत्मचरित्रे खोटी ठरविता येत नाहीत, एवढे लक्षात आले तरी पुरे.

'आत्मचरित्रांत आत्मचरित्रकारांच्या सोयीचा भाग तेवढा असतो. त्यांच्या गैरसोयीचा भाग ते त्यात आणत नाहीत. वस्तुस्थितीचा आपल्या बाजूने ते विपर्यास करतात, माहिती अपुरी देतात, आत्मसमर्थने करतात, दुसऱ्यांचे म्हणणे नीटपणे मांडत नाहीत, आपल्या सोयीने मांडतात. म्हणून आत्मचरित्रे खोटी असतात.' असे जर वाचक-समीक्षकाचे मत असेल तर त्यात काय चुकले? असा प्रश्न विचारता येऊ शकतो.

या मतातही 'खोटी असतात' हा शब्दप्रयोग काटेकोर वाटत नाही. इथे 'आत्मचरित्रे अपुरी असतात' असेच म्हणणे अभिप्रेत असते. 'खोटे' याचा अर्थ 'होत्या'चे नव्हते करणे किंवा 'नव्हत्या'चे' होते करणे, असा असतो.

असे आत्मचरित्रात नसते. तात्त्विकदृष्ट्या आत्मचरित्रकार काही माहिती अपुरी देत असतो. ती खोटी नसते, अपुरी असते. विपर्यासामध्येही मूळ वस्तूची चुकीची मांडणी असते. ती मांडणी बरोबर करून घेता येते. चूक आणि बरोबर म्हणजे प्रत्येकवेळी 'खोटे' आणि 'खरे' असे समीकरण मांडता येत नाही.

आत्मचरित्रात आत्मचरित्र-नायकाचा जन्म, शिक्षण, बालपण, कुटुंब, पदवी, स्थूलपणाने जीवनाचा इतिहास, दिलेले घटना, प्रसंग, अनुभव, नोकरी, पत्नी, मुले, इत्यादी तर वस्तुस्थितीला धरूनच असते. निदान अर्धीअधिक माहिती तर वस्तुस्थितीला धरून असते. त्यात काल्पनिक काही नसते. ज्याला वाचक-समीक्षक सोयीची, विपर्यस्त, एकांगी, इत्यादी म्हणतो तो आत्मचरित्रकाराच्या व्यक्तिसापेक्षतेचा भाग असू शकतो. आत्मसमर्थन असू शकेल, केलेली निवड पूर्वग्रहदूषित असू शकेल; पण त्या समर्थनासाठी वा सोयीसाठी काल्पनिक म्हणजे खोट्या घटना, प्रसंग, इत्यादी तर निर्माण केलेले नसतात. म्हणून 'आत्मचरित्रे अपुरी असू शकतात' असे विधान करता येते, पण त्यांना 'खोटे' म्हणणे हे तात्त्विकदृष्ट्या 'खरे' नसते. तसे म्हणणे हा वाचकसमीक्षकाच्या तीव्र भावनात्मक प्रतिक्रियेचा भाग असतो. तार्किक विचारांचा तो परिपाक किंवा निष्कर्ष नसतो.

सारांश, आत्मचरित्रांना 'खोटी' असे विशेषण वापरता येणार नाही. अर्थात आत्मचरित्राचा नायक काल्पनिक, गाव, घटना, प्रसंग, व्यक्ती, स्थळे, काळ काल्पनिक असतील तर त्या आत्मचरित्राला खोटे म्हणता येईल. असे आत्मचरित्र शक्य असले तरी कुणी अजूनपर्यंत तरी लिहिलेले नाही. तसे लिहिण्याचे काही प्रयोजनही संभवत नाही. लिहिले तरी त्याला 'कादंबरी' म्हणता येऊ शकते, आत्मचरित्र म्हणता येणार नाही. 'आत्मचरित्र' हा शब्दच मुळी 'वास्तवात घडून गेलेल्या व्यक्तीचे स्वत:विषयीचे, घटित जीवनाचे तिच्या दृष्टिकोनातून केलेले लेखन' अशा अर्थाच्या 'साहित्यवस्तू'ला उद्देशून वापरलेला असतो. आत्मचरित्रनायकाने स्वत:ला कसे समजून घेतले हा तात्त्विकदृष्ट्या त्याचा प्रश्न असतो. वाचक-समीक्षक आपल्या सोयीने जेव्हा आत्मचरित्रांकडून अपेक्षा करू लागतो तेव्हा त्याला ती अपुरी वाटू लागतात. अशा आत्मचरित्रांना तो खोटी आत्मचरित्रे म्हणतो, हा त्याच्या 'भावनात्मक' भाषेचा भाग असतो. ती समीक्षेची मान्य भाषा नसते.

काही समीक्षकांचे मत असे आहे की, 'आत्मचरित्र हे वैयक्तिक पातळीवरच अवतरते. म्हणून आत्मचरित्रातील ती नायकव्यक्ती समजून घेण्यापुरतीच आत्मचरित्राच्या वाचनाची मर्यादा राहते.' आत्मचरित्रातील नायक हे वैशिष्ट्यपूर्ण व्यक्तिमत्त्व असल्याने ती विशिष्ट व्यक्ती वाचकाला समजते, पण त्या व्यक्तीच्या आधारे एकूण माणसाविषयी सार्वकालिक किंवा विश्वात्मक (Universal) असे निष्कर्ष काढणे योग्य नसते, असा भाव वरील विधानातून ध्वनित होतो. हा ध्वन्यर्थ बरोबर आहे का, असा प्रश्न उपस्थित होतो.

प्रत्यक्ष आत्मचरित्राच्या वाचनाचा अनुभव यापेक्षा वेगळे सांगतो. सामान्य वाचकाला आत्मचरित्र वाचण्यात एकदम रुची निर्माण होते. तो आत्मचरित्र आरंभापासून अखेरपर्यंत न थांबता अखंडपणे वाचतो. तो समकालीनांची किंवा

भूतकालातील व्यक्तींची, स्वसमाजातील किंवा स्वेतर समाजातील व्यक्तींची आत्मचरित्रे सारख्याच आवडीने वाचतो. याचे कारण केवळ त्या त्या विशिष्ट व्यक्तींचे जीवन समजून घ्यावे, असे नसते. तसे ते असते तर त्या त्या व्यक्तींना कारण नसताना कशाला समजून घेण्यात आपल्या आयुष्यातील महत्त्वाचा वेळ वाया घालवायचा, असे त्याच्या हिशेबी मनाला वाटले असते; पण तसे त्याला वाटत नाही.

तो आत्मचरित्रे आवडीने वाचतो याचे खरे कारण आपल्या किंवा इतर लोकांच्या समाजात एखादा माणूस जगतो कसा, त्याच्या भावभावना त्या समाजात कशा निर्माण होतात, आपल्यापेक्षा वेगळ्या काळात (म्हणजे भूतकाळात) वेगळ्या स्थानी, वेगळ्या समाजात माणसे कशी जगतात, हे समजून घेण्याची वाचकाला उत्सुकता असते. केवळ एका माणसाचा इतिहास समजून घेण्याची वाचकाला प्रेरणा नसते. 'माणूस' ही वस्तू व्यापक पातळीवर समजून घेण्याची त्याची प्रेरणा असते.

ही प्रेरणा स्वतःच्या जगण्यालाही उपकारक ठरते. स्वतःचे प्रश्न, समस्या सोडविण्यालाही ती मदत करते. म्हणूनही माणूस आत्मचरित्र वाचतो. वर वर पाहता आत्मचरित्र हे वैयक्तिक पातळीवर अवतरते, हे विधान खरे वाटते. पण हे विधान करताना हे विसरले जाते की, जीवनात वैयक्तिक दृष्टिकोनातून, वैयक्तिक पातळीवर माणूस जे वागतो त्या वागण्यामागच्या सहज प्रेरणा (इन्स्टिंक्ट्स) या सर्व माणसांना समान, विश्वात्मक असतात. प्रत्येक वैयक्तिक मानवी घटनेमागचा हा विश्वात्मक (युनिव्हर्सल) गाभा विसरता येत नाही.

आत्मचरित्रात कादंबरीची वेधकता असते, पण काल्पनिक विश्व नसते. ते प्रत्यक्षातील विश्व असल्याने वाचकाला ते विश्व जास्त विश्वसनीय, जास्त अस्सल वाटते. कादंबरीतील विश्व हे प्रत्ययकारी असले तरी काल्पनिक, प्रतिभानिर्मित असते. कादंबरीच्या तुलनेत आत्मचरित्रामध्ये हा एक अधिकचा गुण असतो.

कादंबरीचाही एक विशेष गुण सांगितला जातो की, 'कादंबरीतील विश्व हे काल्पनिक असले तरी ते प्रतिभावंत व्यक्तीने मानवी जीवनाचा व्यापक पातळीवर अनुभव घेऊन तो अनुभव वाचकापर्यंत नेण्यासाठी निर्माण केलेले असते. म्हणून कादंबरीच्या वाचनाचा अनुभव विश्वात्मक (Universal) स्वरूपाचा असतो. म्हणून आत्मचरित्राच्या वाचनापेक्षा कादंबरीचे वाचन वाचकाला अधिक समृद्ध करते. कादंबरीतील मानवी जीवनाचे आकलन हे प्रतिभावंताचे असते. आत्मचरित्रातील मानवी जीवनाचे आकलन स्व-पुरते मर्यादित असते. शिवाय ते सामान्यतः प्रतिभावंताचे नसते. म्हणून वाचकाला कादंबरी-वाचनाच्या तुलनेत आत्मचरित्राचे वाचन विशेष समृद्ध करू शकत नाही.'

कादंबरीचा हा गुणविशेष सांगताना आत्मचरित्राच्या तुलनेसाठी कादंबरीचा कोणता प्रकार घेतलेला असतो हे महत्त्वाचे असते. हे खरे की, कादंबरीचे विविध प्रकार असतात. टॉलस्टॉयची 'युद्ध आणि शांती' यासारख्या महाकादंबरीची ताकद केव्हाही अनेक दृष्टींनी आत्मचरित्राच्या तुलनेत मोठीच असणार. पण अशा महान आणि श्रेष्ठ कादंबऱ्यांची निर्मिती सतत होत नसते आणि 'सत्याचे प्रयोग'सारखे गांधीजींचे आत्मचरित्रही पुन:पुन्हा जन्माला येत नसते. म्हणून आत्मचरित्र आणि कादंबरी यांच्या परस्पर तुलनेसाठी समान गुणधर्म व समान ऐवज असलेल्या सातत्याने निर्माण होणाऱ्या, पण चांगल्या कादंबऱ्या आणि आत्मचरित्रेच निवडावी लागतात व त्यांचीच तुलना करावी लागते. तुलनात्मक टीकेची ती एक शिस्त असते. या पातळीवरच आत्मचरित्र आणि कादंबरी यांची तुलना करताना कादंबरीचे वर सांगितलेले विशेष आणि खास गुण (विश्वात्मकता आणि प्रतिभावंताची निर्मिती) कादंबरीत असतात, हे खरे आहे. पण ते आत्मचरित्रात नसतात, असे म्हणणे अपुरे आणि अर्धसत्यावर आधारित आहे.

आत्मचरित्रात वैशिष्ट्यपूर्ण व्यक्तिमत्त्व केंद्रस्थानी असल्यामुळे त्या व्यक्तिमत्त्वाचे मानवी अनुभव विशिष्टापुरते मर्यादित राहतात आणि तो 'स्व'च्या अनुभवापुरतेच बोलत असल्याने त्यात मानवी अनुभवाची व्यापकता येऊ शकत नाही, असे आत्मचरित्रातील अनुभवाविषयी म्हणणे विचारांती पटत नाही. याचे कारण असे की, वैशिष्ट्यपूर्ण मानवी व्यक्तिमत्त्व दुसऱ्या मानवी व्यक्तिमत्त्वापेक्षा प्रत्येक बाबतीत वेगळे किंवा वैशिष्ट्यपूर्ण असू शकत नाही. दोन्हीही प्रथम माणसे असतात. माणसाच्या सहज प्रेरणाच दोघांच्या ठिकाणी कार्य करीत असतात. त्या प्रेरणा समान असतात, पण त्यांचा आविष्कार विशिष्ट परिस्थितीतील असतो. हापूस आणि रायवळ दोन्ही आंबे वेगवेगळे असले तरी दोन्हीही आंबे असल्याने त्यांच्यामध्ये काही समान गुणधर्म असतात. तसेच मानवी व्यक्तींच्या बाबतीतही म्हणता येते. या समान गुणधर्मांमुळेच एक माणूस दुसऱ्या माणसाला समजू शकतो, मग ते दोघेही आपापल्या परींनी कितीही वैशिष्ट्यपूर्ण असोत. मुद्दा असा की, दोन विशिष्टांमध्येही काही समान गुणधर्म असतात आणि ते विश्वात्मक असू शकतात. हे जर खरे असेल तर आत्मचरित्रातील वैशिष्ट्यपूर्ण व्यक्तीचे अनुभव वाचकालाही उपयुक्त ठरू शकतात. कारण दोन्हीही माणसे असल्याने त्यांच्यामध्ये काही समान तत्त्वे असू शकतात. या अंगानेच पुढे विचार करत जाताना असा निष्कर्ष काढता येतो की, कितीही वैशिष्ट्यपूर्ण व्यक्तिमत्त्व असलेला आत्मचरित्राचा नायक असला तरी त्याचे अनेक अनुभव वाचकांच्या अनुभवांना समान असू शकतात, त्यामुळे तेही (अनुभव) विश्वात्मक व्यापक पातळीवरचे असू शकतात.

कादंबरीची निर्मिती ही जशी प्रतिभावंताची निर्मिती असते तशी आत्मचरित्राची

निर्मिती ही प्रतिभावंताची सामान्यतः नसते, हे खरे आहे. पण म्हणून कादंबरीतील अनुभव हे आत्मचरित्राच्या तुलनेने जास्त भेदक, जास्त समृद्ध, जास्त मूलगामी; त्यामुळे जास्त उपयुक्त, जास्त अस्सल असतात असे म्हणता येईलच असे नाही. याचे कारण मानसशास्त्राने प्रतिभाशक्ती आणि विचारशक्ती या भिन्न मानल्या आहेत. म्हणून प्रतिभावंत असलेला कादंबरीकार 'विचारवंत'ही असेलच असे नाही. त्यामुळे कादंबरीतील अनुभवविश्व चैतन्यपूर्ण असले तरी विचारपूर्णही असेल, असे ठामपणे सांगता येत नाही. वाङ्मयीन क्षेत्रातील प्रतिभाशक्ती ही नवनिर्माती, नवे कल्पनाविश्व निर्माण करणारी, नवी साहित्यसृष्टी निर्माण करणारी असते. ती सृजनशील असते. पण विचारशक्ती ही बुद्धीचे देणे आहे. बुद्धी ही तर्काच्या आधारे, कार्यकारण-संबंध स्थापन करत विशिष्टाकडून व्यापकतेकडे, विश्वात्मकतेकडे विचाराला नेत असते. ज्याच्याजवळ प्रतिभा आणि बुद्धी असते असा प्रतिभावंत साहित्यिक मात्र प्रतिभेच्या जोरावर पात्रे, प्रसंग, घटना, वातावरण निर्माण करून त्यांच्या द्वारा आपले अर्थपूर्ण अनुभव (की जे त्याच्या विचारशक्तीने भारल्याने अर्थपूर्ण झालेले असतात.) समूर्त करू शकतो आणि कादंबरी आकाराला आणू शकतो. पण अशी प्रतिभाशक्ती आणि विचारशक्ती एकत्र असलेले कादंबरीकार फार थोडे असतात. कादंबरी-लेखनात प्रतिभाशक्ती महत्त्वाची असते.

पण आत्मचरित्रात प्रतिभाशक्तीचे कार्य महत्त्वाचे नसते आणि ते प्रमुख स्थानीही नसते. तिथे अगोदरच व्यक्ती, प्रसंग, घटना, वातावरण आणि अनुभव सिद्ध असतात. ते जीवनात घडलेले असतात. प्रतिभेने निर्माण करावे लागत नाहीत. फक्त त्या सर्वांविषयी अलिप्त राहून विचार, चिंतन करण्याची गरज असते. आत्मचरित्रात स्वजीवनात घडलेल्या विविध घटना, प्रसंग, अनुभव यांच्या गाभ्याच्या स्थानी असलेल्या सत्यापर्यंत पोहोचण्याची भेदक वैचारिक क्षमता मात्र असावी लागते. त्या सत्यशोधनामुळे, आत्मशोधामुळे आत्मचरित्राला झळाळी प्राप्त होत असते. या आत्मशोधाच्या व्यक्त होणाऱ्या वैचारिक तेजामुळेच आत्मचरित्राकडे वाचक वळत असतो. सारांश आत्मचरित्रात विचारशक्ती निर्णायक आणि महत्त्वाची असते.

आत्मचरित्रनिर्मितीचे आणि कादंबरीनिर्मितीचे हेतू भिन्न भिन्न असतात. म्हणून त्यांच्या वाचनांचे हेतूही भिन्न भिन्न होऊ शकतात. मात्र दोन्हीही वस्तू मानवी जीवनाशी आणि अनुभवांशी संबंधित असल्याने दोहोंत काही साम्ये, सादृश्ये असतात हे लक्षात घेऊनच दोहोंचे वाचन जाणकारीने करावे, अशी अपेक्षा असते.

◆

आत्मचरित्राची मूल्यात्मता

आत्मचरित्राला सामाजिक इतिहासाच्या संदर्भात मूल्य प्राप्त झालेले असते. मानवी मनाचा, एखाद्या समाज-कालाचा किंवा एकूण समाजाचा इतिहास समजून घेण्यासाठी आत्मचरित्रे ही उत्तम साधने असतात. आत्मचरित्रातील प्रत्येक मानवी मन हे आपल्या वर्तनाने व स्पंदनाने कमीअधिक प्रमाणात त्या काळाचा इतिहास विशद करत असते. त्या समाजाचे आंतरिक ताणतणाव, इतर सूत्रे त्या मनात प्रतिबिंबित झालेली असतात. त्यांना ते मन सामोरे गेलेले असते. त्या मनाने प्रेरित झालेल्या व्यक्तीने भोवतालच्या सामाजिक परिस्थितीला मर्यादित स्वरूपात स्वत:ला अनुकूल असा आकार दिलेला असतो. तसा आकार देऊन स्वत:च्या जीवनाची वाट काढलेली असते किंवा तयार केलेली असते. परिस्थितीत परिवर्तन घडवता घडवताच व्यक्तीने स्वत:लाही नवा आकार दिलेला असतो. त्यामुळे तिच्याही जीवनाला विशिष्टता प्राप्त झालेली असते. ही विशिष्टता त्यावेळच्या सामाजिकतेशी सुसंगत मांडणी करण्याचा प्रयत्न करत असते. म्हणूनच त्या त्या काळाचा सामाजिक, सांस्कृतिक ताणांचा इतिहास लिहिणाऱ्यांना आत्मचरित्रे उपयुक्त ठरतात. त्यांना ती वाचावी लागतात.

समाजशास्त्रज्ञांना तर आत्मचरित्रे सदैव उपयुक्त ठरतातच. आत्मचरित्राचा नायक कोणत्या सामाजिक, सांस्कृतिक, आर्थिक स्तरात जन्मला, कोणत्या प्रदेशात जन्मला, वाढला यावरूनही त्या त्या प्रादेशिक समाजाची, त्याच्या विविध स्तरांची, तद्संबंधी सांस्कृतिक, आर्थिक, राजकीय, कौटुंबिक व मानसिक स्थितिगती समाजशास्त्रज्ञास कळू शकते. त्यावरून त्याला समाजशास्त्रीय अनुमाने काढता येतात. सामाजिक मानसशास्त्रज्ञालाही समाजमन समजून घेण्यास आत्मचरित्रे उपयुक्त ठरतात.

अशा रीतीने सामाजिक इतिहास, समाजशास्त्र, सामाजिक मानसशास्त्र यांच्या लेखनासाठी आत्मचरित्रे उपयुक्त ठरत असली तरी त्यांचा प्रमुख हेतू अशाप्रकारची माहिती पुरविणे किंवा माहितीची साधने म्हणून स्वत: जन्माला येणे हा नसतो.

मुळात आत्मचरित्र-लेखनाच्या प्रेरणा थोड्या वेगळ्या स्वरूपाच्या आहेत. स्वत:च्या जीवनविकासाचा इतिहास लिहिणे, आपल्या जगण्यावर प्रेम करणे (म्हणजे गतगोष्टीत रमणे), आत्मप्रतिमेची किंवा स्वव्यक्तिमत्त्वाची जाणीव स्वत:साठीच स्पष्ट करून घेणे, आत्माविष्कार किंवा आत्मविरेचन करून मनाला समाधान देणे, स्वत:च्या जगण्याचे स्वत:च मूल्यमापन करणे, त्यासाठी वस्तुनिष्ठ राहून आत्मशोध घेणे किंवा स्वजीवन-सत्य शोधणे, प्रसंगी स्वत:वर झालेल्या अन्यायाला वाचा फोडणे, त्या अंगाने आत्मसमर्थन करणे, इत्यादी विविध स्वरूपाच्या प्रेरणा आत्मचरित्राच्या लेखनामागे असतात. त्या प्रेरणांची पूर्तता करण्यासाठी आत्मचरित्रकार आत्मचरित्रे जन्माला घालत असतात. आत्मचरित्रकारांना त्या अंगानेच आत्मचरित्राचे मोल किंवा मूल्यात्मता निश्चित करावी असे वाटत असते.

सर्वसामान्य सुशिक्षित माणूस आत्मचरित्राचे वाचन हे माणूस जाणून घेण्याच्या स्वाभाविक जिज्ञासेपोटी करतो हे आपण याच ग्रंथात पूर्वी पाहिलेले आहे. माणूस जाणून घेण्याची विविध अंगोपांगे कोणत्या प्रकारची असतात, हेही त्याच प्रकरणात आपण पाहिलेले आहे. माणूस सविस्तर जाणून घेण्यात आपण स्वत:लाही जाणून घेतो. असे जाणून घेतल्याने स्वजीवन यशस्वी करण्यास मार्गदर्शन आणि मदत मिळू शकते, म्हणून सामान्यजनांना आत्मचरित्रे वाचणे मोलाचे वाटते.

अशाप्रकारे अनेक अंगोपांगांनी मोलाच्या आणि महत्त्वाच्या असलेल्या आत्मचरित्राची समीक्षा समीक्षकाने कशी करावी, असा एक प्रश्न उपस्थित करता येतो. आत्मचरित्राची मराठीतील समीक्षा वाचताना असे जाणवते की, त्या त्या आत्मचरित्रात नायकाने भोगलेले दु:ख, केलेला संघर्ष सारांश रूपाने वाङ्मयीन भाषेत सांगणे, आजवरच्या आत्मचरित्रात त्या नायकाच्या समाजस्तराचे जीवन आले नव्हते ते आता येते आहे, म्हणून हे आत्मचरित्र महत्त्वाचे आहे, असे सांगणे म्हणजे आत्मचरित्राची समीक्षा करणे असा बहुतेक समीक्षकांचा समज झालेला दिसतो.

अलीकडील स्त्रियांच्या आत्मचरित्रांवरची समीक्षा वाचताना समीक्षा करणारी व्यक्ती समीक्षक असण्यापेक्षा स्त्रीमुक्तिवादी चळवळीचे नेतृत्व करणारी आणि आपले विचार वक्तृत्वपूर्ण भाषेत मांडणारी प्रतिनिधीच अधिक प्रमाणात वाटते. 'पुरुषप्रधान संस्कृतीच्या काळात स्त्रियांनी नवऱ्याविषयी परखडपणे लिहिले तरच ती आत्मचरित्रे प्रामाणिक ठरतात. उलट स्त्रियांनी समाजाच्या व मनाच्या सांस्कृतिक दबावाखाली लिहिलेली आणि पुरुषांचे गुणगान करणारी आत्मचरित्रे ही अप्रामाणिक वाटतात', असा सूर या समीक्षक मंडळींचा असतो.

अशी समीक्षा ही तत्कालीन समाजात चळवळ चालविण्यास, स्त्रियांमध्ये जागृती करण्यास, चळवळीच्या दिशेने त्यांना चेतविण्यास खूपच उपयुक्त ठरते; पण ती आत्मचरित्र म्हणजे काय, ते कसे असावे, त्याचे समीक्षेच्या अंगाने मूलभूत मूल्य कशात असू शकते, हे समजून घेण्यासाठी संपूर्ण निरुपयोगी ठरते. किंबहुना ती दिशाभूल करते.

समीक्षा ही वाचनाचा नुसता रसग्रहणात्मक सारांश सांगत नसते किंवा भारून जाऊन तत्काळ झालेली आपली भावनात्मक प्रतिक्रियाही सांगत नसते. समीक्षेत साहित्यवस्तूचे आकलन तर असतेच, पण आकलनात जे जीवन कळले त्या जीवनाचे मूल्य काय आहे, याचीही मीमांसा ती समीक्षा करते. म्हणजे आकलन आणि मूल्यमापन या दोहोंची अपेक्षा समीक्षेकडून आपण करत असतो. हे आकलन आणि मूल्यमापन शक्य तो सर्वांगीण, एका व्यवस्थेला धरून, वस्तुनिष्ठपणे, संतुलितपणे व्हावे, अशीही आपण समीक्षेकडून अपेक्षा करतो. 'समीक्षा' शब्दाचा अर्थच मुळी 'सखोल, सर्वांगीण, उत्तम पाहणी' असाच आहे.

'आत्मचरित्र हा एका व्यक्तीने स्वत:च स्व-जीवनाचा नेटकेपणाने काढलेला चैतन्यपूर्ण आलेख असतो. त्यामुळे त्याला कलात्मकता प्राप्त होते.'

आत्मचरित्राच्या बाबतीत ही वस्तुस्थिती मान्य केली तर तिच्या आधारे समीक्षेची सूत्रे निर्माण करता येऊ शकतात.

आत्मचरित्र लिहिण्यामागे व्यक्तीच्या मनात अनेक प्रेरणा असल्या तरी आत्मचरित्रातून जो माणूस व्यक्त होतो त्याची इतरांच्या दृष्टीने मूल्यात्मता किती आहे यावरच त्या आत्मचरित्राचेही मूल्य अवलंबून असते. ही मूल्यात्मता आत्मचरित्रातील नायकाच्या स्वास्थ्याच्या काळात दिसत नसून तिचा आविष्कार संघर्षाच्या कालात वर्तनाद्वारे होत असतो. संघर्ष कशासाठी आणि किती नेकीने, कोणत्या पातळीवर, त्यासाठी व्यक्तीने केलेल्या त्यागाचे स्वरूप, इत्यादी सर्व लक्षात घेऊन संघर्षाची मूल्यात्मता अजमावता येते. संघर्षात माणसाची सचोटी, चिकाटी पणाला लागते. जीवनाच्या कोणत्या पातळीसाठी वा प्रयोजनासाठी तो संघर्ष चालला आहे यावरून त्या माणसाची सामाजिक मूल्ये, मानवी मूल्ये, सांस्कृतिक मूल्ये यांचे दर्शन घडत असते. त्याचबरोबर त्याचे वासना, विकार, स्वार्थ, लोभ, संकुचितता, क्षुद्रता, इत्यादींचेही दर्शन घडू शकते. व्यक्तीच्या व्यक्तिमत्त्वाची मूल्यात्मता, कोणत्या जीवनाविषयी तिला प्रेम आहे त्याचे स्वरूप, तिच्या जीवन-विकासाची एकूण क्षमता या सर्वांतूनच व्यक्त होत असते. हे सूत्र धरून आत्मचरित्राच्या नायकाच्या व्यक्तिमत्त्वाचा शोध घेता येतो. त्याच्या जगण्याचे मोल ठरविता येते. आत्मचरित्रात व्यक्त होणारा व्यक्तीचा इतिहास या निकषांवर तपासता येतो. अर्थातच हा इतिहास भूतकाळात घडून गेलेल्या 'मी' या नायक व्यक्तीचा असतो.

ही व्यक्ती स्वत:च आत्मचरित्राचे लेखन करत असते. लेखनाचा हा काल मात्र व्यक्तीच्या वर्तमानातील असतो. जगून झालेला आत्मचरित्रगत काळ भूतकाळातील असतो. लेखन करताना या भूतकाळाचे वर्तमानकाळात व्यक्तीला स्वत:च मूल्यमापन करावयाचे असते. आजच्या स्वजीवनाच्या स्थितिगतीच्या प्रकाशात भूतकाळ मोजा-मापावयाचा असतो. जे जगलेले असते त्याचे स्वरूप तटस्थेतेने, वस्तुनिष्ठेने, विवेकाने, संतुलितपणे आणि साक्षीभावाने सांगावयाचे असते. हे सर्व अशा वृत्तींनी सांगण्यातच आत्मचरित्रकाराच्या आत्मशोधाची किंवा सत्यशोधाची खरी परीक्षा होत असते. या वाटेवर त्याला मोहाचे, पाय घसरण्याचे, विवशतेचे, प्रौढीचे, समर्थनाचे, लपवाछपवीचे, विपर्यासाचे, इत्यादी अनेक क्षण लेखनकाळात भेटत असतात. त्यांना वश न होता तो शेवटपर्यंत कसा जातो, नीट जातो की नाही यावर म्हणजे आत्मशोधाच्या योग्यतेवरच आत्मचरित्राची मूल्यात्मता अवलंबून असते. ती आत्मचरित्रकाराच्या वर्तमानकालीन लेखनविषयक वर्तनावर (ट्रीटमेंटवर) अवलंबून असते. समीक्षेत या मूल्यात्मतेला सर्वाधिक महत्त्व असते. हिलाच आत्मचरित्रातील सत्य-शोधन असेही म्हटले जाते. ते आत्मचरित्रकाराला कितपत आकलन झालेले आहे, हे त्याच्या सर्व लेखनाच्या मांडणीवरून समीक्षकाला तपासता येत असते.

या मांडणीत निवडक तेवढेच भूतकालीन घटना, प्रसंग, अनुभव घेतलेले असतात. ते कालक्रमनिष्ठ आणि चढत्या भाजणीने मांडावे लागतात. या सर्व मांडणीतून व्यक्तिमत्त्वाचा विकास कसा साधावा लागतो, तसेच अनुभवांतील नाट्य, मूल्यात्मक संघर्ष, सत्याचा ध्यास, भावनात्मक अवस्था, त्या त्या वेळची वैचारिक आंदोलने, संवेदनांची गुंतवळ, यशापयशातील मन:स्थिती, ध्येय किंवा साध्य यांच्याविषयी व्याकूळता, आर्तता, निदिध्यास, मधूनच येणारे मोहाचे, स्वार्थाचे आकर्षक तरी घातकी घटना-प्रसंग, इत्यादींमुळे ही मांडणी चैतन्यपूर्ण होत असते. या चैतन्यपूर्णतेमुळे आत्मचरित्रातील घटना, प्रसंग, अनुभव आणि व्यक्ती जिवंत, चित्ररूप आणि प्रत्ययकारी होत असतात. आत्मचरित्रकाराची आत्मशोधकाची आणि जीवनसत्य-शोधकाची वृत्ती आणि कलात्मकता इथेच पणाला लागत असते. आत्मचरित्रात अवतरणाऱ्या कलात्मकतेची मूल्यमीमांसा या अंगांनी करता येऊ शकते. चांगली कलावस्तू ही सतत विकसनशील असते. तिच्या विकसनाला आरंभापासून एक गती लाभलेली असते. शेवटपर्यंत ती घटना, प्रसंग, अनुभव यांच्या मांडणीतून टिकून राहिली तर त्या कलावस्तूला एक स्वाभाविक लयात्मता प्राप्त होते. कलावस्तूच्या अंगोपांगात किंवा सर्व घटकांत ती भिनलेली असते. अशा कलावस्तूत पाल्हाळ, विस्तार, रटाळपणा कधी नसतो. भावस्थितींची स्थिरता, समत्व गुणयुक्त भाषासरणी, चैतन्यपूर्ण अनुभवांचे प्रस्फुरण सलगपणे अनुभवाला येत असते. जाणकार समीक्षक हे गुण हेरून आत्मचरित्राचे वाङ्मयीन मूल्यांच्या

अंगांनी मूल्यमापन करू शकतो.

आत्मचरित्र आणि वास्तववादी, व्यक्तिप्रधान, प्रथमपुरुषी निवेदनात्मक कादंबरी यांच्या स्वरूपांत आपणास बरीच साम्यस्थळे आढळू शकतात. असे जर असेल तर अशाप्रकारच्या कादंबरीची समीक्षा करताना जी वाङ्मयीन मूल्ये आपण उपयोजित असतो, तीच आत्मचरित्राच्या समीक्षेवेळी वापरता येणार नाहीत का, असा एक प्रश्न निर्माण करता येतो.

याचे सरळ आणि स्पष्ट उत्तर असे की, ती वापरता येणार नाहीत. याचे मूळ कारण आत्मचरित्र ही घटितावर आधारित कलावस्तू असते आणि कादंबरी ही कल्पितावर आधारित प्रातिभ कलावस्तू असते. कादंबरीकार आपल्या निर्मिति-हेतुनुसार पात्रे, प्रसंग, घटना, वातावरण, कथानक, आरंभ, मध्य, शेवट निर्माण करत असतो. त्यामुळे कादंबरीकार त्या कादंबरीतील विश्वाचा निर्माता असतो. ही निर्मिती हेतुसाध्यासाठीच केवळ असते.

आत्मचरित्राच्या निर्मितीत असे झालेले नसते. म्हणजे असे की, आत्मचरित्र लिहिण्यासाठी म्हणून काल्पनिक नायक, इतर व्यक्ती, घटना, प्रसंग, इत्यादी आत्मचरित्रकाराने निर्माण केलेले नसतात. ते अगोदरच प्रत्यक्षात घडून राहिलेले असतात. त्यांच्यात आत्मचरित्राच्या निर्मितिहेतूनुसार बदल किंवा मागचे पुढे, पुढचे मागे, इत्यादी करता येत नाही. दुसऱ्या भाषेत असे म्हणता येईल की, आत्मचरित्र ही व्यक्ती, घटना, प्रसंग, अनुभव, इत्यादी घडून गेल्यानंतरची उत्तरकृती असते तर कादंबरी ही पूर्वनिश्चितकृती असते आणि तिच्या निर्मितिहेतूसाठी पात्रे, घटना, प्रसंग, अनुभव कादंबरीकार घडवीत असतो. म्हणून आत्मचरित्रात 'व्यक्ती' असतात आणि कादंबरीत 'पात्रे' असतात. 'पात्र' याचा अर्थ 'वाहक' असा आहे. 'पाण्याचे पात्र' याचा पाणी वाहून नेण्याचे साधन असा अर्थ असतो. 'कादंबरीतील पात्र' याचा अर्थही कादंबरीच्या निर्मितीचा हेतू वाहून नेणारे साधन असाच असतो. त्याला कादंबरीच्या बाहेर स्वतंत्र अस्तित्व नसते. आत्मचरित्रातील व्यक्तीला स्वतंत्र अस्तित्व असते. आत्मचरित्राच्या बाहेर ती अस्तित्वात असते. 'कादंबरीतील एखादे पात्र असे वागायला नको होते, ते त्याच्या मूळ स्वभावाशी विसंगत आहे' किंवा 'अमुक एका पात्राचे वर्तन किंवा घटना-प्रसंग कादंबरीच्या हेतूशी विसंगत आहे, तो लेखकाने घालून रसहानी केली आहे' असे आपण तिच्या समीक्षेत म्हणू शकतो; पण आत्मचरित्रातील व्यक्ती, घटना, प्रसंग, इ.बाबत असे म्हणता येत नाही.

आत्मचरित्रातील नायक आपणास माणूस म्हणून समजून घ्यावा लागतो. तो त्याच्या कोणत्या विशिष्ट स्वभावामुळे तसा वागला एवढ्यापुरतीच त्याची मीमांसा करता येते. तो तसा वागायला नको होता, असा कादंबरीच्या समीक्षेतल्याप्रमाणे त्याच्यावर शेरा मारता येत नाही. त्याला समजून घेण्याची आणि विशद करण्याची

भूमिकाच आत्मचरित्राची समीक्षा करणाऱ्या समीक्षकावर येऊन पडते. त्याचे गुणदोष विशद करत, त्यांची मीमांसा करत अंतिम मूल्यमापनाकडे जावे लागते. आत्मचरित्राची समीक्षा ही एका प्रत्यक्षातील व्यक्तीच्या वैशिष्ट्यांची आणि तिच्या भोवतालच्या सर्वप्रकारच्या परिस्थितीची द्वंद्वात्मक प्रक्रिया होऊन आकाराला आलेल्या व्यक्तीच्या जीवनाची समीक्षा असते. मानवी मूल्यात्मता हा त्या समीक्षेचा प्रमुख निकष असतो. व्यक्ती, तिचे जीवन, तिच्या भोवतालचा समाज यांच्या परस्पर संबंधांतून निर्माण झालेली ती एका घटिताची समीक्षा असल्यामुळे ती त्या समाजालाही लागू पडू शकते. याच कारणामुळे आत्मचरित्राच्या वाचकवर्गालाही प्रत्यक्षात त्या समाजात जगण्याला ती मदतही करू शकते. कारण ती समाजातील एका व्यक्तीचे आणि तिच्या जीवनाचे साक्षात मूल्यमापन असते. म्हणून जाणकारीने केलेली आत्मचरित्राची समीक्षा ही एका अर्थी त्या त्या समाजातील व्यक्ती, कुटुंब, शिक्षण, स्त्री-पुरुष संबंध, संस्कृती यांच्यावरील भाष्यही असू शकते. पण तिचे हे हेतू आनुषंगिक असतात. त्यांचे उत्तम समीक्षेतील स्थान हे गौणच असते. सामाजिक चळवळींच्या अंगांनी आपण आत्मचरित्रांची समीक्षा करू लागलो की, हे गौण हेतू प्रधान स्थानी येतात, त्यामुळे ती समीक्षा दिशाभूल करणारी ठरते.

◆

आत्मचरित्र : एक जीवघेणा साहित्यप्रकार

'स्व-रूपाची गद्यात्मक अभिव्यक्ती' हे आत्मचरित्र या साहित्यप्रकाराचे व्यवच्छेदक लक्षण आहे, याचे विविध अंगांनी स्पष्टीकरण आतापर्यंत केले.

आत्मचरित्र हा एक साहित्यप्रकार आपण मानला. पण ललित साहित्यातील मानवी सृष्टी ही कल्पित असते तशी आत्मचरित्रातील मानवी सृष्टी नसते. ती प्रत्यक्षातील, समाजवास्तवातील घटित असते. या घटिताला कोणत्याही प्रकारची बाधा येऊ न देता आत्मचरित्राची मांडणी करावी लागते. या मांडणीवर मात करील अशी वाङ्मयीन गुणविपुल भाषाशैली (की जिच्यामध्ये काव्यात्मतेचे गुण विपुल असतात आणि जिचे स्वतंत्र अस्तित्व उठून दिसत असते अशाप्रकारची कलात्मक शैली) आत्मचरित्रासाठी विघातक ठरते. कारण आत्मचरित्र हा साहित्यप्रकार वास्तववादी स्वरूपाचा (किंवा प्रकृतीचा) असतो.

चरित्र आणि आत्मचरित्र यात बरेच साम्य असल्यामुळे 'आत्मचरित्र हा चरित्राचाच एक प्रकार' असे काहीजण मानतात, पण ते बरोबर नाही. चरित्र आणि आत्मचरित्र यात मूलभूत फरक आहे. चरित्रामध्ये चरित्र नायकाच्या जन्मापासून मृत्यूपर्यंतची हकिकत येते. चरित्र हे एका व्यक्तीचा दुसऱ्या एका व्यक्तीने (चरित्रकाराने) दिलेला साधार सर्वांगीण परिचयाचा विवेचनात्मक ग्रंथ असतो. तसेच त्या चरित्रनायक व्यक्तीच्या संपूर्ण जीवनाचे चरित्रकाराने केलेले मूल्यमापनही त्यात असते. क्वचित काही चरित्रे कादंबरीसदृश ललित पद्धतीने मराठीमध्ये लिहिलेली आढळतात. पण असे दुर्मीळ अपवाद सोडले तर चरित्राची प्रकृती सामान्यत: विवेचनात्मक असते.

काही आत्मचरित्रे मोठ्या व्यक्तींनी कर्तव्यभावनेने लिहिलेली असतात. व्यक्तीच्या कार्यांचा परिचय आणि इतिहास म्हणून ती लिहिलेली असतात. त्यांची मांडणी चरित्राप्रमाणेच विवेचनात्मक असते. पण आत्मचरित्रे लिहिण्याची प्रमुख प्रवृत्ती

कादंबरीसदृश ललित पद्धतीची असते. त्यामुळे आत्मचरित्रे ललित साहित्याचा प्रकार म्हणून सहजपणे मान्यता मिळवू शकतात, तशी चरित्रे मिळवू शकत नाहीत.

चरित्र हे एका व्यक्तीचे दुसऱ्या एका व्यक्तीने लिहिलेले असल्यामुळे आणि आत्मचरित्र हे स्वत:च स्वत:चे लिहिलेले असल्यामुळे चरित्र आणि आत्मचरित्र यांच्या मूळ प्रकृतीत महत्त्वाचे भेद निर्माण होतात. त्यातून चरित्र आणि आत्मचरित्र यांच्या लेखनाच्या प्रक्रियेतील वेगवेगळे प्रश्न आणि समस्या निर्माण होतात. त्याचे स्वरूप एकसारखे नसते. दोहोंचे लेखन-हेतूही भिन्न असतात.

आत्मचरित्रातील नायक- 'मी'चा प्रवास जन्मापासून सुरू झालेला असला तरी मृत्यूला जाऊन भिडलेला नसतो. चरित्रात तसे असते. त्यामुळे चरित्रकार चरित्रनायकाच्या व्यक्तिमत्त्वाचे आणि संपूर्ण जीवनाचे मूल्यमापन तटस्थपणे मांडू शकतो. सामान्यत: चरित्र हे असामान्य व्यक्तीचे असते. तिच्या कार्याचे स्वरूप आणि मूल्यमापन चरित्रकार गौरवाच्या भावनेनेही पुष्कळवेळा करत असतो. म्हणून चरित्राची भाषा पुष्कळवेळा गौरवशीलतेकडे अधिक झुकते. चरित्राचा हा लेखन-हेतू नजरेआड करता येत नाही. आत्मचरित्राचा हेतू असा नसतो. तो सामान्यपणे आत्मशोधाचा किंवा सत्यशोधनाचा असतो. सत्यशोधनाच्या हेतूने 'स्व'चे मूल्यमापन ही महत्त्वाची प्रेरणा आत्मचरित्रात असते. तरीही इतर अनेक प्रेरणा आत्मचरित्र-लेखनामागे असतात. त्या चरित्र-लेखनामागे असू शकत नाहीत.

विशेषत: आत्मचरित्रकार ज्या वर्तमानकालात स्थिर होऊन आत्मचरित्र लिहीत असतो तिथपर्यंत तो आत्मचरित्रातील काळ आणून शक्य तो भिडवत असतो. पण आत्मचरित्रात हा काळ मृत्यूच्या किती जवळपर्यंतचा आहे हे महत्त्वाचे नसून तेथपर्यंतच्या काळात आत्मचरित्रातील नायक-'मी'ने केलेले जीवनसंघर्षाचे, जीवनविकासाचे नाट्यपूर्ण व चैतन्यपूर्ण दर्शन घडविलेले असते, हे महत्त्वाचे असते. आत्मचरित्र ही प्रामुख्याने जीवनसंघर्षाची कहाणी असते. चरित्रात ही कहाणी 'जिवंत' होऊन येऊ शकत नाही, मात्र ही 'मी'त्वाच्या स्पर्शामुळे आत्मचरित्रात येऊ शकते. यामुळे या दोन्ही प्रकारांची बलस्थाने भिन्न असतात, हे लक्षात येते.

'मी'त्वाचा स्पर्श असलेले 'लघुनिबंध, प्रवासवर्णन, ललित लेख, आठवणी-अनुभव, व्यक्तिचित्रे' यासारखे ललित गद्यही असू शकते. पण हे अभिव्यक्तीचे स्फुट प्रकार आहेत. त्यातील 'मी' हा प्रामुख्याने वास्तवातील, घटितातील लेखक-'मी' असतो हेही खरे आहे. पण या स्फुट प्रकारांचा पैस (Span) आणि लेखनहेतू व आत्मचरित्राचा पैस आणि लेखनहेतू यातही फरक असतो. ललित गद्याच्या स्फुट प्रकारांचा पैस मर्यादित असतो. तो एखाद्या विचारसूत्राशी, भावसत्याशी, एखाद्या स्थल-कालाशी, एखाद्या वस्तूशी, एखाद्या अनुभवगुच्छाशी, एखाद्या व्यक्तीशी संबंधित असल्यामुळे त्याचा आवाका लहान आणि मर्यादित असतो. आवाका

लहान आणि मर्यादित असल्यामुळे त्यात काव्यात्मता, उत्कटता, संवेदनशीलता, आस्वादकता, क्रीडाशीलता, आत्मरती, मर्यादित एकपदरी चिंतन, मर्यादित एकपदरी सत्यशोध येऊ शकतो. हे स्फुट प्रकार आस्वादक वृत्तीला जवळचे असल्याने त्यांचे लेखन ताणरहित अनुभवाचे एकावधानी असते. लेखन करणाऱ्या 'मी'चे मन त्यामुळे प्रसन्न, काव्यात्म आणि त्या अंगांनी उत्कट, उत्तेजित झालेले असते. आत्मचरित्राचे लेखन असे नसते. त्याचा पैस मोठा असतो. त्यात अनेक घटना, प्रसंग, अनुभव, व्यक्ती, स्थल, काल यांचे परस्पर विविध स्वरूपांचे संबंध स्थापन करावयाचे असतात. ते विविध पदरी असतात. ते काव्यात्मतेपेक्षा संघर्षात्मक स्वरूपाचे असतात. ते व्यामिश्र स्वरूपाचे असल्यामुळे त्यांच्यात विविध ताणतणाव असतात. त्यामुळे त्यांच्या लेखनासाठी लेखक-'मी'ला अष्टावधानी असावे लागते. लेखकाच्या मनावर लेखन करताना या सर्वांचा ताण असतो. हे लेखन प्रसन्न नसते, ते जीवघेणे असते. अस्वस्थ करून सोडणारे असते.

दैनंदिनी, पत्रलेखन, मुलाखत, स्मरणचित्रे, इत्यादींमध्ये आत्मचरित्रातल्या प्रमाणे 'मी' मध्यवर्ती असतो. पण हेही स्फुट प्रकारच असतात. स्फुट प्रकाराचे सगळे फायदे त्यांना मिळतात. शिवाय अशाप्रकारची लेखने तात्कालिक प्रेरणेने प्रवृत्त झालेली असतात. ती सुटी सुटी असल्यामुळे त्यांच्या लेखनात ताणतणाव नसतात. अशाप्रकारची लेखने आत्मचरित्र-लेखनासाठी मूलद्रव्यासारखी किंवा कच्च्या सामग्रीसारखी उपयुक्त ठरत असतात. आत्मचरित्र त्याहून वेगळे असते.

सामान्यत: चरित्राचे लेखन चरित्रकार कागदपत्रांच्या आधारे संशोधकीय तटस्थ वृत्तीने करत असतो. त्यामुळे चरित्रकारावर अन्य कोणत्याही प्रकारचे ताण लेखनकाळात नसतात. परिणामी चरित्र प्रवाही स्वरूपात सरलपणे साकार होत जाते.

आत्मचरित्राचे स्वरूप मात्र अंतर्गत द्वंद्वात्मकतेतून साकार होत जाते. आत्मचरित्राचा नायक आणि आत्मचरित्रकार यांच्यातील हे द्वंद्व असते. दुसऱ्या भाषेत असे म्हणता येईल की, प्रत्यक्षात जीवन जगलेला मी आणि आता आत्मचरित्र लिहू पाहणारा मी यांच्यातील हे द्वंद्व असते. त्यामुळे आत्मचरित्राची लेखनप्रक्रिया सततच्या एका सखोल ताणातून वाटचाल करत असते. या ताणातूनच स्व-रूप साकार होत असते.

या ताणाचे परिणाम अभिव्यक्तीवरही होत असतात. कारण आत्मचरित्र-लेखनात आत्मचरित्रकाराची तटस्थता दोलायमान करणारी अनेक स्थले येत असतात.

आत्मचरित्राची मीमांसा करताना स्व-रूप ही संकल्पना एका विशिष्ट अर्थाने घ्यावी लागते. माणूस वास्तवात जगत असताना त्याचा संबंध बाह्य वास्तवाशी येत असतो. या बाह्य वास्तवात त्याला चराचर वस्तू भेटत असतात. त्यांच्याशी त्याचा सतत संबंध येत असतो. या संबंधातच मानवी संबंधही येत असतात. त्यात आई,

वडील, आजे, मामे, काके, बहीण, भाऊ, सगेसोयरे, पत्नी, मुले, मित्र, शत्रू, इत्यादी सर्व येतात. पण त्यांच्या संबंधात आपणास ते संपूर्णपणे कळले असे कधीच होत नाही. त्यांच्या बोलण्याचालण्यावरून, वर्तनावरून, विविध संबंधांवरून आपण त्यांना समजून घेत असतो; पण त्यांच्या अंतर्मनात त्या त्या वेळी नेमके काय चाललेले असते याचा पत्ता आपणास लागेलच असे नाही. बहुधा तो लागत नसतो. सारांश, ही माणसे आपणास बाहेरूनच कळलेली असतात. त्यात अगदी जवळची आई, वडील, पत्नी, मुले, भावंडे हीही असतात. अगदी एकान्तातसुद्धा दुसरे माणूस आपणास आतून कळू शकत नाही. सारांश, फक्त बाह्य वर्तनांवरून दृश्य-रूपातच कळतात.

याउलट पुष्कळवेळा आपण स्वत: माणसांत, माणसांच्या बैठकीत, त्यांच्या गप्पांत सहभागी असूनसुद्धा मनाने वेगळेच असतो, असा आपणास अनुभव येतो. एकटे एकान्तात असलो की, आपल्या मनात वाटेल ते विचार, वाटेल ते संकल्प, विकल्प, मनसुबे, सुष्ट-दुष्ट स्वप्ने येत असतात. त्यांचा पत्ता आपल्याशिवाय दुसऱ्या कुणालाही नसतो, अशी आपली अवस्था असते. त्यामुळे स्वत:चे स्वरूप फक्त स्वत:लाच माहीत असते.

या दोहोंचा विचार एकत्र केला तर त्यातून असा एक निष्कर्ष आपणास काढता येतो की, जगात आपणास फक्त एकच माणूस पूर्णपणे आतून-बाहेरून समजलेला असतो, तो म्हणजे 'मी'. मीचे अंतर्बाह्य रूप आपणास कळते. हे रूप 'स्व'चे असते. म्हणून ते स्व-रूप. या स्व-रूपाचा शोध आणि त्याची अभिव्यक्ती अथपासून इतिपर्यंत सलगपणे करता येणारे ठिकाण म्हणजे आत्मचरित्र असते. म्हणून आत्मचरित्राचे मोल विशेष असते. हे मोल इतर कुठल्याही साहित्य-प्रकारांपेक्षा वेगळे असते. म्हणून त्याला आत्मचरित्राचे व्यवच्छेदक लक्षण मानावयाचे. आत्मचरित्राची ही मूल्यात्मता अनन्यसाधारण असते. आत्मचरित्रात शोध घ्यावयाचा असतो तो या स्व-रूपाचा. चरित्रात शोध घेता येतो तो बाह्य रूपाचा किंवा दृश्य रूपाचा.

ज्याचे स्व-रूप आपणास कळते तो 'मी' भौतिक स्वरूपाचा असतो. या भौतिक-स्वरूपाचा 'मी'ला वैचारिक किंवा बौद्धिक पातळीवर आपण आपल्यापासून अलग किंवा वेगळा करू शकतो. बौद्धिक पातळीवर भौतिक 'मी'ला अलग करण्याची आपण जी भूमिका स्वीकारलेली असते ती ज्ञाता असलेल्या 'मी'ची असते. या ज्ञात्या 'मी'-समोर भौतिक 'मी' हा ज्ञानाचा विषय किंवा ज्ञेय वस्तू म्हणून उपस्थित असतो.

भौतिक 'मी'चे संपूर्ण स्व-रूप ज्ञानात्मक पातळीवर समजून घेण्यासाठी ज्ञात्या 'मी'ने सर्व भौतिक उपाधींपासून स्वत:ला अलग करून घेतले पाहिजे. तरच त्याला

भौतिक 'मी'चे संपूर्ण ज्ञान होऊ शकते आणि ते शब्दरूपात मांडण्याचेही सामर्थ्य त्याला प्राप्त होऊ शकते. असा जो निरूपाधिक ज्ञाता 'मी' असतो त्यालाच भारतीय तत्त्वज्ञानात आत्मा म्हटले जाते. त्याला आपण 'आत्मिक मी' अशी संज्ञा सोयीसाठी देऊ शकतो. 'भौतिक मी'चे ज्ञान 'आत्मिक मी'ला होते ते निर्गम वृत्तीने आत्मचरित्रात शब्दरूपात मांडणे म्हणजे 'भौतिक मी'ला तटस्थतेने ज्ञानरूपात गंगार्पण करणे होय. ही लोकगंगा असते. दुसऱ्या भाषेत असे म्हणता येईल की, आत्मचरित्र लिहिणे म्हणजे स्व-रूपाला लोकगंगेस अर्पण करणे आणि स्वत: मुक्त आणि रिक्त होणे होय. सेंट ऑगस्टीन, रूसो, महात्मा गांधी यांनी आपली अशी आत्मचरित्रे लिहिली आणि लोकगंगेला अर्पण करून ते मुक्त झाले.

आत्मचरित्र-लेखनातील द्वंद्वात्मकता अधिक स्पष्ट स्वरूपात समजून घेण्याची गरज आहे. 'भौतिक मी'ला भौतिकाच्या उपाधी असतात. भौतिकाने तो 'मी' अवगुंठित (कंडिशन्ड) झालेला असतो. त्या 'मी'ने भौतिक जीवनात खूप काही मिळवलेले असते. तो एक मोठा अधिकारी, यशस्वी उद्योजक, सचोटीचा व्यापारी, श्रीमंत, मोठी प्रतिष्ठा असलेला, चांगला माणूस म्हणून प्रसिद्ध पावलेला साहित्यिक, पत्नीशी एकनिष्ठ असलेला पती, प्रामाणिक, सात्त्विक वृत्तीचा, सरळ मनस्क गृहस्थ, इत्यादी इत्यादी म्हणून त्याला भौतिक जीवनात मान्यता मिळालेली असते. म्हणजे भौतिक जीवनाच्या अनेक उपाधी त्याला चिकटलेल्या असतात. त्यात त्याची मानसिक गुंतवणूक असते. तसेच त्यातूनच त्याचे समाजासमोर असलेले एक दृश्य रूप सिद्ध झालेले असते.

पण त्या 'मी'ला स्वत:चे अंतरंगातील रूप किंवा स्वरूप माहीत असल्यामुळे समाजासमोर उभे असलेले त्याचे रूप खरे किंवा पुरेसे नाही, याची त्या 'मी'ला मनोमन जाणीव असते. अंतरंगातील 'मी'चे खरेखरे स्व-रूप समाजाला आत्मचरित्राद्वारे सांगितले तर आजवर समाजात जे भौतिक यश मिळवले त्याच्यावर पाणी सोडावे लागणार, अशी अडचण त्या 'मी'समोर उभी राहते. म्हणजे एक शृंगापत्ती निर्माण होते. खरे स्व-रूप सांगावे तर भौतिक 'मी'च्या यशावर पाणी पडते आणि फक्त समाजज्ञात बाह्य रूपच किंवा दृश्य-रूपच सांगावे तर 'मी'चे स्व-रूप आत्मचरित्रात उलगडले जात नाही. यातून त्याच्यात मानसिक द्वंद्व सुरू होते. या द्वंद्वाचा परिणाम होऊन काही माणसे आत्मचरित्रच लिहू धजत नाहीत आणि काही माणसे बनावट, अप्रामाणिक, विपर्यास करून आत्मचरित्रे लिहितात. सोयीचे तेवढे सांगतात, गैरसोयीचे टाळतात. कारण त्यांच्याजवळ समाजासमोर असलेल्या बाह्य रूपातील भौतिक 'मी'ला धक्का लावण्याचे सामर्थ्य नसते, पण आत्मचरित्राचे फायदे तर हवे असतात. मग अशाप्रकारचे आत्मचरित्र लिहून त्यांनी एक मध्यममार्ग काढलेला असतो. वाचकाच्या, समीक्षकाच्या दृष्टीने मात्र ती एक पळवाट काढलेली असते.

कारण स्व-रूपाला सामोरे जाण्यात ही माणसे पराभूत झालेली असतात.

स्व-रूपापासून पळून जाऊन किंवा दूर जाऊन लिहिलेली आत्मचरित्रे संख्येने पुष्कळ असतात. त्यांची पातळी सामान्य दर्जाची असते. त्यांच्यात आत्मप्रौढी, आत्मसमर्थने, आत्मस्तुती, लपवाछपवी, विपर्यास, इत्यादी दोष भरपूर असतात. आत्मशोधाची किंवा सत्यशोधनाची प्रक्रिया तिथे शून्यवत झालेली असते. कारण भौतिक 'मी'पासून बौद्धिक 'मी' अलग होण्याची प्रक्रिया तिथे झालेली नसते. प्रामुख्याने भौतिक 'मी'च तिथे प्रभावी असतो. तो आपली भौतिक बाह्य प्रतिमा जपत आत्मचरित्र लिहितो.

असामान्य दर्जाच्या आत्मचरित्रात मात्र लेखनाची प्रक्रिया स्व-रूपाच्या प्रेरणेने जन्माला येऊन ती पूर्णतेला गेलेली असते. तिथे 'ज्ञाता मी' (बौद्धिक मी किंवा आत्मिक मी) हा 'भौतिक मी'पासून अलग झालेला असतो आणि लेखन करत असतो.

उत्तम आत्मचरित्राचे लेखन ही काही 'भौतिक मी'ची मालमत्ता म्हणून मिरवता येऊ शकत नाही. कारण भौतिक जीवनातील फायदे, प्रतिष्ठा, पैसा, मान्यता, इत्यादींचा विचार करून त्यांना सांभाळण्यासाठी किंवा ते टिकविण्यासाठी आत्मचरित्र लिहावयाचे नसते.

या सर्वांच्या पलीकडे जाऊन 'भौतिक मी'च्या जीवनाचा, विकासाचा, स्वभावाचा सर्वांगीण धांडोळा घ्यावयाचा असतो. असा धांडोळा घेण्याचा हेतू 'भौतिक मी'च्या स्वरूपाचे सत्यशोधन हा असतो. असा शोध घेतल्याने कदाचित 'भौतिक मी'चे जनलोकात असलेले प्रतिष्ठित बाह्यरूप उणावेलसुद्धा, पण जनलोकांना माणसाचे मूळ स्व-रूप कळल्याने ते त्यांना जीवनाच्या अंधाऱ्या वाटेवर प्रदीर्घ काळ मार्गदर्शक दीपासारखे उपयुक्त ठरू शकते.

आत्मचरित्राचा हा फायदा 'भौतिक मी'च्या सोपाधिक पातळीपेक्षा वरच्या आणि व्यापक, चिरस्थायी पातळीवरचा असतो. अंतिमत: तो भौतिक मी आणि ज्ञाता मी यांचे निधान असलेल्या व्यापक 'आत्मिक मी'ला वरच्या पातळीवर आरूढ करणारा असतो. मोठ्या किंवा उच्च दर्जाच्या आत्मचरित्राची पातळी बाह्य रूप धारण करणाऱ्या 'भौतिक मी'चे केवळ भौतिक यशस्वी रूप सांभाळणारी नसून ती त्या पलीकडची असते. ती 'मी'चे स्व-रूप तटस्थतेने मांडणाऱ्या 'आत्मिक मी'च्या आत्मशोधाची किंवा सत्यशोधनाची असते. अशी आत्मचरित्रे भौतिक जीवनातील प्रेयावर प्रेम करणारी नसतात. ती एकूण मानवी जीवनाचे अंतिम श्रेयस्वरूप शोधणारी असतात. असे श्रेयस्वरूप शोधण्यासाठी 'आत्मिक मी'कडून 'भौतिक मी'चे लेखनविधिद्वारा गंगार्पण होते किंवा आत्मचरित्राच्या यज्ञवेदीवर 'भौतिक मी'चा एका मानवी उदात्त कार्यासाठी बळी दिला जातो किंवा ख्रिश्चन धर्मानुसार स्व-

रूप जीवनाची अखेरची कबुली (कन्फेशन) देऊन 'मी'ला मुक्त व्हावे लागते. त्यामुळेच त्याला स्वतःहून मुक्ती मिळते. याही दृष्टीने चांगल्या आत्मचरित्राचे लेखन जीवघेणे असते. तरी त्यातून आत्मिक मी सुवर्ण-प्रतिमेसारखा झळाळत उठलेला असतो.

सारांश, समाजाच्या विविध उपाधींपासून बौद्धिकदृष्ट्या मुक्त होऊन, तसेच आजवर समाजात जगलेल्या 'भौतिक मी'पासूनही मनाने मुक्त होऊन वस्तुनिष्ठ विचार करण्याची शुद्ध आत्मिक शक्ती स्वतःमध्ये असली तरच उच्च दर्जाच्या आत्मचरित्राचे लेखन होऊ शकते.

◆

परिशिष्ट
प्रमुख संदर्भ ग्रंथ

1) The Forms of Autobiography
   -William C. Spengeman
   1980 (F.E.)
2) Metaphors of Self
   (the meaning of Autobiography)
   -James Olney
   1972 (F. E.)
3) Biography as an Art
   (Selected criticism 1560 to 1960) Edited by James L. Cliford.
   1962 (F. E.).
4) Aspects of Biography
   - Andre Maurois
   1926 (F. E.)
5) Art of Autobiography
   -Dr. D. G. Naik
   1962 (F. E).
६) चरित्र - आत्मचरित्र
   - अ. म. जोशी
   १९५६ (प. आ.), १९६५ (दु. आ.)
७) आत्मचरित्र
   (मराठी विश्वकोश, खंड २ मधील टिपण)
   प्रा. रा. ग. जाधव
८) मराठी वाङ्मयाचा इतिहास
   खंड पाचवा भाग २
   संपादक प्रा. रा. श्री. जोग

www.ingramcontent.com/pod-product-compliance
Lightning Source LLC
Chambersburg PA
CBHW051141260626
47170CB00005B/1910